ધર્મ

AF519652

મૃત ખડક છે.
હું તમને ધર્મ નહીં,
પણ ધાર્મિકતા શીખવું છું.
ધાર્મિકતા - એક વહેતો પ્રવાહ,
સતત તેનો માર્ગ બદલતી રહે છે
પરંતુ અંતે સમુદ્ર સુધી પહોંચે છે.
ખડક ખૂબ જ પ્રાચીન હોઈ શકે છે,
તેનાથી પણ વધુ અનુભવી,
પરંતુ ખડક એ ખડક છે
અને મૃત છે.
તે ઋતુઓ સાથે બદલાતી નથી,
તે અસ્તિત્વ સાથે ફરતું નથી,
તે ફક્ત ત્યાં જ રહે છે.
ને શું તમે ક્યારેય કોઈ ખડકને નૃત્ય કરતા
અને ગાતા જોયો છે?
મારી દૃષ્ટિએ ધર્મ એક ગુણવત્તા છે, સંસ્થા નથી.
આજે દુનિયામાં કેટલા ધર્મો છે
- અને તેમની સંખ્યા ઓછી નથી -
વિશ્વમાં લગભગ ત્રણસો ધર્મો છે,
તે બધા મૃત ખડકો છે,
તેઓ વહેતા નથી, તેઓ બદલાતા નથી,
તેઓ સમય સાથે આગળ વધતા નથી.
અને મૃત તમને મદદ કરી શકશે નહીં.

- ઓશો

હું ધાર્મિકતા શીખવાડું છું, ધર્મ નહીં

ઓશો

ગુજરાત પુસ્તકાલય સહાયક સહકારી મંડળ લિ.
૧૧, ઈલોરા કૉમર્શિયલ સેન્ટર, પહેલો માળ, રીલીફ સીનેમા પાછળ.
અમદાવાદ-૩૮૦ ૦૦૧.
ફોન : ૨૫૫૦ ૬૯૭૩
E-mail : gpssmltd@yahoo.com

ડાયમંડ બુક્સ
www.diamondbooks.in

પ્રકાશક : ડાયમંડ પૉકેટ બુક્સ (પ્રા.) લિ.
X-30, ઓખલા ઇંડસ્ટ્રિયલ એરિયા, ફેઝ-II,
નવી દિલ્હી-110020
ફોન : 011- 40712200
ઈ-મેઈલ : wecare@diamondbooks.in
વેબસાઈટ : www.diamondbooks.in
સંસ્કરણ : 2025

Main Dharmikta Sikhata Hoon Dharm Nahin (Gujrati)

by *OSHO*

અનુક્રમ

ભાગ - 1

ધર્મોમાં ધર્મ નથી - અફીણ ભીડને ઊંઘમાં મૂકવા માટે છે

ભાગ - 2

ધાર્મિકતા એટલે કે જીવનની કળા
સભાનતા અને હાસ્ય, આનંદ - અહોભાવ - મહોત્સવ

ઓશો પરમ શુભેચ્છક છે, અસ્તિત્વની ધૂન છે. તેમની દયાના સમર્થનથી માનવતા ધન્ય છે.

ઓશો, જે ન તો જન્મ્યા હતા કે ન તો મૃત્યુ પામ્યા હતા, તેઓ 11 ડિસેમ્બર 1931 થી 19 જાન્યુઆરી 1990 સુધી આ ગ્રહ પૃથ્વી પર માત્ર મુલાકાતી હતા.

પ્રસ્તુત ઉપદેશ એ તેમની સામે હાજર શ્રોતાઓ માટે ઓશોનો સ્વયંભૂ પ્રતિભાવ છે, જેનું મૂલ્ય શાશ્વત છે અને દરેક મનુષ્ય સાથે સંબંધિત છે.

ભાગ - 1

ધર્મોમાં ધર્મ નથી

અફીણ ભીડને ઊંઘમાં મૂકવા માટે છે

1

ધર્મોના મૃત ખડકો : ધાર્મિકતાનો વહેતો પ્રવાહ

પ્રિય ઓશો,
સાચો ધર્મ શું છે?

લોકો જેને ધર્મ માને છે તે ધર્મ નથી. ખ્રિસ્તી, ઈસ્લામ અને હિંદુ ધર્મ નથી. જેને લોકો ધર્મ કહે છે તે મૃત ખડકો છે. હું તમને ધર્મ નહીં પણ ધાર્મિકતા શીખવીશ - એક વહેતો પ્રવાહ, દરેક પગલે વળાંક લે છે, સતત તેનો માર્ગ બદલતો રહે છે, પરંતુ આખરે સમુદ્ર સુધી પહોંચે છે.

એક ખડક ખૂબ જૂનો હોઈ શકે છે - ઋગ્વેદ કરતાં પણ વધુ પ્રાચીન, ખૂબ જ અનુભવી; પરંતુ ખડક એ ખડક છે, અને તે મૃત છે. તે ઋતુઓ સાથે બદલાતું નથી, અસ્તિત્વ સાથે ફરતું નથી. તેમાં કોઈ પ્રવાહ નથી, જીવન નથી; તે ત્યાં જ પડે છે. શું તમે ક્યારેય કોઈ ગીત અને નૃત્યને ખડકની અંદરથી નીકળતા જોયા છે?

મારી દૃષ્ટિએ ધર્મ એક ગુણ છે, ગુણવત્તા છે; કોઈ સંગઠન નથી, કોઈ સંપ્રદાય નથી. આ બધા ધર્મો વિશ્વમાં છે - અને તેમની સંખ્યા ઓછી નથી, પૃથ્વી પર લગભગ ત્રણસો ધર્મો છે - તે બધા મૃત ખડકો છે. તેઓ વહેતા નથી, તેઓ બદલાતા નથી, તેઓ સમય સાથે આગળ વધતા નથી. અને યાદ રાખો કે જે વસ્તુ પોતે નિર્જીવ છે તે તમારા માટે કોઈ કામની નથી. હા, જો તમે તેમની સાથે તમારી કબર બનાવવા માંગતા હો તો તે અલગ વાત છે, કદાચ પછી તે પથ્થરો ઉપયોગી સાબિત થાય.

આ બધા કહેવાતા ધર્મો તમારા માટે કબરો ખોદી રહ્યા છે. તેઓ તમારા પ્રેમ, તમારી ખુશી અને તમારા જીવનને દરેક રીતે નાશ કરવામાં વ્યસ્ત છે. અને તેઓ તમારી ખોપરી રંગબેરંગી કલ્પનાઓ, મોહક ભ્રમણાઓ અને ભગવાન વિશે, સ્વર્ગ અને નરક વિશે, પુનર્જન્મ વિશે... અને અન્ય તમામ પ્રકારની નકામી વસ્તુઓ વિશેની ખોટી માન્યતાઓથી ભરી રહ્યાં છે.

હું પ્રવાહ, પરિવર્તન, ચળવળમાં માનું છું કારણ કે આ જીવનનો સ્વભાવ છે. આ જીવન ફક્ત એક જ કાયમી વસ્તુ જાણે છે અને તે છે: સતત પરિવર્તન. એકલો બદલો ક્યારેય બદલાતો નથી, નહીં તો બધું બદલાય છે. ક્યારેક પાનખર આવે છે અને વૃક્ષો ખુલ્લા થઈ જાય છે. બધાં પાંદડાં ચુપચાપ, ફરિયાદ વિના ખરી પડે છે અને શાંતિથી એ જમીનમાં ફરી ભળી જાય છે જેમાંથી તેઓ આવ્યાં હતાં.

વાદળી આકાશમાં વિસ્તરેલા હાથ સાથે નગ્ન ઊભા રહેલા વૃક્ષોની પોતાની સુંદરતા છે. તેમના હૃદયમાં ઊંડી આશા અને વિશ્વાસ હોવો જોઈએ કારણ કે તેઓ જાણે છે કે જ્યારે જૂના પાંદડા ખરી જાય છે, ત્યારે નવા ચોક્કસપણે આવશે. અને ટૂંક સમયમાં નવા, તાજા અને કોમળ અંકુર ફૂટવા લાગે છે.

ધર્મ એ કોઈ સંપ્રદાય ન હોવો જોઈએ, પરંતુ એક પ્રકારની ધાર્મિકતા હોવી જોઈએ - એક જીવંત ગુણવત્તા, જેમાં સત્ય સાથે રહેવાની ક્ષમતા, પ્રામાણિકતા, સહજતા, સમગ્ર અસ્તિત્વ સાથે પ્રેમ અને મિત્રતાથી ભરપૂર હૃદયના ધબકારા શામેલ છે . આ માટે કોઈ ધર્મગ્રંથો કે પવિત્ર પુસ્તકોની જરૂર નથી.

સાચું કહું તો ક્યાંય કોઈ પવિત્ર ગ્રંથ નથી. જેને ધાર્મિક ગ્રંથો કહેવામાં આવે છે તે શ્રેષ્ઠ સાહિત્યમાં ગણાવાને લાયક સાબિત થતા નથી. તે સારું છે કે કોઈ તેમને વાંચતું નથી, કારણ કે તેઓ ગંદા અશ્લીલતાથી ભરેલા છે.

સાચા ન્યાયને મસીહા, તારણહાર, શાસ્ત્રો, પાદરીઓ, પોપ અને ચર્ચની જરૂર નથી. કારણ કે ન્યાયીપણું એ તમારા હૃદયનું ફૂલ છે. પોતાના આત્માના, પોતાના અસ્તિત્વના કેન્દ્રબિંદુ સુધી પહોંચવાનું નામ છે. અને જે ક્ષણે તમે તમારા અસ્તિત્વના કેન્દ્રમાં પહોંચો છો

જ્યારે તમે જાઓ છો, તે ક્ષણે સુંદરતા, આનંદ, શાંતિ અને પ્રકાશનો વિસ્ફોટ થાય છે. તમે સંપૂર્ણપણે અલગ વ્યક્તિ બનવાનું શરૂ કરો છો. તમારા જીવનમાં જે અંધકાર હતો તે દૂર થઈ જાય છે, અને જે ખોટું હતું તે દૂર થઈ જાય છે. પછી તમે જે પણ કરો છો તે અત્યંત જાગૃતિ અને સંપૂર્ણ પ્રામાણિકતા સાથે કરો.

હું એક જ ગુણ જાણું છું અને તે છે સતર્કતા.

જો આખી પૃથ્વી પર ન્યાયીપણું ફેલાઈ શકે, તો બધા ધર્મો અદૃશ્ય થઈ જશે! અને તે માનવજાત માટે એક મહાન વરદાન હશે, જ્યારે માણસ માત્ર માણસ હશે - ન તો ખ્રિસ્તી, ન મુસ્લિમ, ન હિંદુ. આ વિભાગો, આ સીમાઓ, આ ભિન્નતાઓ સમગ્ર ઇતિહાસમાં હજારો અને હજારો યુદ્ધોનું કારણ છે. જો તમે માનવજાતના ભૂતકાળ પર નજર નાખો, તો તમારે કહેવું પડશે કે ભૂતકાળમાં આપણે અવ્યવસ્થિત રીતે જીવ્યા છીએ. ભગવાનના નામે, મંદિરો, મસ્જિદો અને ચર્ચોના નામે, સિદ્ધાંતોના નામે જેના માટે કોઈ સાબિતી નથી, માણસ માણસનું લોહી વહાવી રહ્યો છે.

સાચો ધર્મ આ દુનિયામાં હજી આવ્યો નથી.

જ્યાં સુધી ધાર્મિકતાની હવા બનાવવામાં ન આવે અને માનવતા એ હવામાં ડૂબી ન જાય ત્યાં સુધી તે વાતાવરણ, વાસ્તવિક ધર્મ ઉત્પન્ન થઈ શકે નહીં. પરંતુ મારો ભાર તેને ધાર્મિકતા કહેવા પર છે, જેથી તે સંગઠિત ન થાય, સંપ્રદાય ન બની જાય. તમે પ્રેમનું આયોજન કરી શકતા નથી. શું તમે ક્યારેય પ્રેમના મંદિરો, પ્રેમની મસ્જિદો અને પ્રેમના ચર્ચ વિશે સાંભળ્યું છે? પ્રેમ એ એક અંગત ઘટના છે જે બે વ્યક્તિઓ વચ્ચે થાય છે. અને પ્રામાણિકતા એ વ્યક્તિનું સમગ્ર અસ્તિત્વ માટે, સમગ્ર માટે પ્રેમનું મહાન કાર્ય છે.

જ્યારે કોઈ વ્યક્તિ તેના સમગ્ર અસ્તિત્વ, આ વૃક્ષો, પર્વતો, તારાઓ, નદીઓ અને મહાસાગરોના પ્રેમમાં પડે છે, ત્યારે તે પ્રથમ વખત જાણે છે કે પ્રાર્થના શું છે. તે શબ્દોની બહાર છે... હૃદયમાં એક ઊંડું નૃત્ય ઉદ્ભવે છે અને તે સંગીતની જેમ ઉભરે છે જેમાં કોઈ નોંધ નથી, કોઈ અવાજ નથી. તે પ્રથમ વખત તે શાશ્વત, તે અમૃતનો અનુભવ કરે છે જે દરેક પરિવર્તનમાં હંમેશા હાજર રહે છે, અને જે જીવનને હંમેશા તાજું અને નવીકરણ આપે છે. કોઈપણ વ્યક્તિ જે હિંદુ, મુસ્લિમ, જૈન, ખ્રિસ્તી અને બૌદ્ધ ધર્મના તમામ સંપ્રદાયો છોડીને પ્રમાણિક રીતે ધાર્મિક બને છે તે પ્રથમ વખત પોતાનું વ્યક્તિત્વ જાહેર કરે છે.

ધાર્મિકતા એ વ્યક્તિગત અને ખાનગી બાબત છે. તે વ્યક્તિ દ્વારા તે બ્રહ્માંડને મોકલવામાં આવેલ પ્રેમ સંદેશ છે.

જો સચ્ચાઈનો પવન ફેલાય તો જ દુનિયામાં શાંતિ પ્રસરી શકે છે અને બધી ગેરસમજો અને ગેરમાન્યતાઓ દૂર થઈ શકે છે. અન્યથા આ બધા ધર્મો પરોપજીવી બનીને મનુષ્યનું શોષણ કરે છે. આ ધર્મો લોકોને ગુલામ બનાવવાનું ચાલુ રાખે છે, તેમને વિશ્વાસ કરવા દબાણ કરે છે - અને યાદ રાખો, બધી માન્યતાઓ બુદ્ધિની દુશ્મન છે. તેઓ લોકોને એવા

શબ્દોમાં પ્રાર્થના કરવા મજબૂર કરતા રહ્યા, જેનો કોઈ અર્થ નહોતો, કોઈ અર્થ નહોતો; કારણ કે એ શબ્દો તમારા હૃદયના ઊંડાણમાંથી નહીં, પણ તમારી સ્મૃતિમાંથી આવે છે.

લીઓ ટોલ્સટોયની એક ખૂબ જ સુંદર વાર્તા છે, મેં તમને ઘણી વાર કહી છે. આ વાર્તા ત્રણ અભણ અને અસંસ્કૃત લોકોની છે, જેઓ એક મોટા તળાવની મધ્યમાં સ્થિત એક નાના ટાપુ પર રહેતા હતા. લાખો લોકો તેમની પાસે આવતા અને તેમની પૂજા કરતા. આ રશિયન ક્રાંતિ પહેલા હતું. જૂના રશિયાના આર્કબિશપ તેની ખ્યાતિ વિશે સાંભળીને ખૂબ જ ચિંતિત થઈ ગયા. ચર્ચો ખાલી હતા; કમાન બિશપ પાસે કોઈ આવ્યું નહીં. અને યાદ રાખો, રશિયન ચર્ચ સિસ્ટમ એ વિશ્વની સૌથી જૂની ચર્ચ સિસ્ટમ છે - અત્યંત રૂઢિચુસ્ત; અને લોકો એ ત્રણ ગ્રામવાસીઓના સત્સંગમાં જતા હતા, જેમણે પરંપરા મુજબ ખ્રિસ્તી ધર્મની દીક્ષા પણ લીધી ન હતી. તો પછી તે સંત કેવી રીતે બન્યો?

ભારતમાં સંત બનવું સહેલું છે, પરંતુ ખ્રિસ્તી ધર્મમાં આ એટલી સરળ બાબત નથી. સંત માટેનો અંગ્રેજી શબ્દ 'સેન્ટ' ગ્રીક મૂળ 'સેન્ક્ટસ' પરથી આવ્યો છે. તેનો અર્થ 'મંજૂરી' થાય છે, એટલે કે જ્યાં સુધી પોપ અથવા આર્કબિશપ કોઈને સંત તરીકે ઓળખતા કે પ્રમાણિત ન કરે ત્યાં સુધી તેને સંત તરીકે સ્વીકારી શકાય નહીં.

પણ લોકો સમાચાર લાવશે કે આ ત્રણેય સંત જેવા છે.

અંતે એક દિવસ ગુસ્સામાં આર્ક બિશપ મોટરબોટ લઈને તે ત્રણેયને મળવા ગયો. તેઓ એક ઝાડ નીચે બેઠા હતા. જ્યારે તેણે તેમને જોયા, ત્યારે તે વિશ્વાસ ન કરી શક્યો કે તેઓ કેવા સંત હતા? પ્રથમ પોતાનો પરિચય આપતા તેણે જાહેરાત કરી કે, "હું આર્કબિશપ છું." ત્રણેય જણે તેના ચરણ સ્પર્શ કર્યા. હવે આર્કબિશપે રાહતનો નિસાસો નાખ્યો, ખાતરી થઈ કે આ એકદમ મૂર્ખ અને મૂર્ખ લાગે છે, અને વસ્તુઓ હજી એટલી આગળ વધી નથી કે હાથમાંથી નીકળી જાય, કે તેઓને નિયંત્રિત કરી શકાય નહીં.

તેણે પૂછ્યું, "તમે સંત છો?"

તેઓએ એકબીજા સામે જોયું અને કહ્યું, "માફ કરશો, અમે આ શબ્દ ક્યારેય સાંભળ્યો નથી. અમે અભણ ગામડાના લોકો છીએ. અમારી સાથે ગ્રીકમાં વાત કરશો નહીં, કૃપા કરીને અમને સ્પષ્ટપણે જણાવો કે તમારો અર્થ શું છે?"

"હે ભગવાન!" આર્ક બિશપે કહ્યું, "તમે એ પણ નથી જાણતા કે સંતનો અર્થ શું થાય છે? સારું, ચાલો, તમે ખ્રિસ્તી પ્રાર્થના પણ જાણો છો કે નહીં?"

પછી તેઓ એકબીજાને જોવા લાગ્યા અને એકબીજાને કોણીઓ મારવા લાગ્યા. જાણે ઈશારાથી કહે, 'તમે કહો', 'તમે જવાબ આપો'. આ જોઈને આર્ક બિશપની હિંમત વધુ વધી ગઈ. તેણે કડકાઈથી કહ્યું, "મને કહો કે તમારી પ્રાર્થના કેવી છે?"

તેણે વિનંતી કરી, "અમે સાવ અભણ છીએ. અમે ખ્રિસ્તી પ્રાર્થનાઓ જાણતા નથી પણ અમે અમારી પોતાની થોડી પ્રાર્થના કરી છે."

આ સાંભળીને આર્ક બિશપ હસવા લાગ્યો. તેણે કહ્યું, "શું કોઈ પોતાની પ્રાર્થના પણ જાતે બનાવે છે? અરે, પ્રાર્થના ચર્ચ દ્વારા નક્કી થવી જોઈએ, તે ચર્ચ દ્વારા અધિકૃત હોવી જોઈએ. તેમ છતાં, મને સાંભળવા દો, તમારી કેવા પ્રકારની પ્રાર્થના છે?"

તેઓ ખૂબ જ અકળામણ અને ગભરાટ અનુભવવા લાગ્યા. અંતે એકે કહ્યું, "તમે પૂછી રહ્યા છો, અમે ના પાડી શકીએ નહીં પરંતુ અમારી પ્રાર્થના કોઈ વિશેષ પ્રાર્થના જેવી નથી... અમે સાંભળ્યું છે કે ભગવાનના ત્રણ સ્વરૂપો છે - ભગવાન પિતા, પવિત્ર આત્મા, અને ઈસુ પુત્ર અમારી પોતાની પ્રાર્થના: તમે ત્રણ છો, અમે ત્રણ છીએ, અમારા પર દયા કરો.

આર્કબિશપે કહ્યું, "મૂર્ખ, તમને લાગે છે કે આ એક પ્રાર્થના છે! હું તમને ચર્ચ દ્વારા માન્યતા પ્રાપ્ત પ્રાર્થના શીખવીશ."

પરંતુ પ્રાર્થના ખૂબ લાંબી અને મુશ્કેલ હતી. તેની વાત સાંભળીને તે ત્રણેય એકસાથે બોલ્યા, "આટલી લાંબી પ્રાર્થના અમે યાદ રાખી શકીશું નહીં. અમે અમારા શ્રેષ્ઠ પ્રયાસો કરીશું, પણ કૃપા કરીને તેને વધુ એક વાર પુનરાવર્તન કરો." પછી તેણે તેને ત્રીજી વખત પુનરાવર્તન કરવાનું કહ્યું, કારણ કે પ્રાર્થના ખરેખર મુશ્કેલ હતી. "જો આપણે શરૂઆત યાદ રાખીએ છીએ, તો આપણે છેલ્લો ભાગ ભૂલી જઈએ છીએ. જો આપણે અંત યાદ રાખીએ છીએ, તો આપણે શરૂઆત ભૂલી જઈએ છીએ. અને જો કોઈક રીતે આપણે શરૂઆત અને અંત બંનેને યાદ રાખીએ છીએ, તો મધ્ય ભૂલી જાય છે." "તમારે શિક્ષણની જરૂર છે," આર્કબિશપે કહ્યું. તેઓએ કહ્યું, "અમે લખી શકતા નથી, નહીં તો અમે તમારી પ્રાર્થના લખી હોત. અમે અમારા શ્રેષ્ઠ પ્રયાસો કરીશું, ફક્ત અમને વધુ એક વાર કહો."

આર્કબિશપ ખૂબ જ ખુશ હતો કે તેણે ત્રણ મૂર્ખ લોકોને ખ્રિસ્તી ધર્મમાં પરિવર્તિત કર્યા હતા જેમની લાખો લોકો પૂજા કરતા હતા. તેણે ત્રીજી વખત પ્રાર્થનાનું પુનરાવર્તન કર્યું. તેઓએ ફરીથી તેના પગને સ્પર્શ કર્યો. અને તે તેની મોટર બોટ પર પાછો ફર્યો.

જ્યારે તે તળાવની મધ્યમાં હતો ત્યારે તેણે જોયું કે એક વિશાળ ટોર્નેડો તેની તરફ આવતો હતો... તે વિશ્વાસ કરી શક્યો નહીં કે તે શું હોઈ શકે. ભયથી તેણે ભગવાનને પ્રાર્થના કરવાનું શરૂ કર્યું. જ્યારે તેઓ

થોડા નજીક આવ્યા, ત્યારે તેને સમજાયું કે આ એ જ ત્રણ મૂર્ખ લોકો છે - પાણી પર ચાલતા. “હે ભગવાન!” તેણે વિચાર્યું, “ફક્ત ઈસુ ખ્રિસ્ત જ પાણી પર ચાલ્યા!”

તેઓ હાથ જોડીને પાછા આવ્યા અને કહ્યું, “અમે એ પ્રાર્થના ભૂલી ગયા છીએ તેથી અમે વિચાર્યું... વધુ એક વાર!” તેમને તળાવ પર ઊભેલા જોઈને આર્કબિશપને હવે સત્ય સમજાયું; મને કંઈક સમજાયું. તેણે કહ્યું, “ના, તમને મારી પ્રાર્થનાની જરૂર નથી. તમે તમારી પોતાની પ્રાર્થના કરો, તે સારું છે. કારણ કે હું મારી આખી જીંદગી તે કરતો રહ્યો છું, અને રશિયાના આ પરંપરાગત ચર્ચમાં સર્વોચ્ચ સ્થાને પહોંચ્યો છું; પરંતુ હું કરી શકું છું' એવું લાગે છે કે ભગવાન તમારી સાથે છે અને તમારી પ્રાર્થના ચાલુ રાખો.” તેઓ ખૂબ જ ખુશ થયા અને કહ્યું, “અમે તમારા ખૂબ આભારી છીએ કારણ કે તે લાંબી પ્રાર્થના અમારા જીવનને લઈ ગઈ હોત.”

આ વાર્તા ખૂબ જ પ્રિય છે, જે કહે છે કે રૂઢિવાદી અને કટ્ટરવાદી ધર્મો મરી ગયા છે.

પ્રામાણિકતા તમારા હૃદયમાંથી સુગંધની જેમ ઉગે છે - આ સમગ્ર અસ્તિત્વ માટે તમારા પ્રેમના ફૂલની સુગંધ. ધાર્મિક વ્યક્તિ માટે ભગવાન પણ બિનજરૂરી છે. કારણ કે ભગવાન એક અપ્રમાણિત પૂર્વધારણા છે, અને કોઈ પણ પ્રમાણિક રીતે ધાર્મિક માણસ અપ્રમાણિત કંઈપણ સ્વીકારી શકે નહીં. તે ફક્ત તે જ સ્વીકારે છે જે તે પોતે અનુભવે છે. અને તમને શું લાગે છે? આ શ્વાસ, આ ધબકારા... આ અસ્તિત્વ પોતે જ શ્વાસ લઈ રહ્યું છે અને બહાર નીકળી રહ્યું છે.

2

અસ્તિત્વ જ તમને દરેક ક્ષણે જીવન પ્રદાન કરતું રહે છે. પરંતુ તમે ક્યારેય આ વૃક્ષો તરફ જોયું નથી. તમે ક્યારેય ફૂલો અને તેમની સુંદરતાને નજીકથી જોયા નથી, અને તમે ક્યારેય વિચાર્યું નથી કે તેઓ દૈવી છે.

સાચું કહું તો આ અસ્તિત્ત્વ એક માત્ર ઈશ્વર છે. જે પણ છે તે દિવ્ય છે. આ સમગ્ર અસ્તિત્વ દિવ્યતાથી ભરેલું છે. જો તમે પ્રામાણિકતાથી ભરપૂર છો, તો સમગ્ર અસ્તિત્વ તરત જ દિવ્યતાથી ભરાઈ જશે.

મારી દૃષ્ટિએ આ ધર્મ છે.

●●

2

મનની બાલિશ માંગણીઓને ધર્મોએ આપ્યાં રમકડાં.

પ્રિય ઓશો,
શું માનવીને ધર્મની જરૂર છે?

વાસ્તવિક ધર્મને ભગવાન અને શેતાન, સ્વર્ગ અને નરક સાથે કોઈ લેવાદેવા નથી. ધર્મ માટે અંગ્રેજી શબ્દ 'રિલિજન' મહત્વનો છે. સમજો કે, તેનો અર્થ વિભાગો, ભાગોને ભેગા કરવા; જેથી ટુકડા ટુકડા ન રહે પણ સંપૂર્ણ બની જાય. 'ધર્મ'નો મૂળ અર્થ એવો સમન્વય સ્થાપિત કરવાનો છે કે ભાગો ન રહે પણ સંપૂર્ણ બની જાય. જ્યારે જોડવામાં આવે છે, ત્યારે દરેક ભાગ પોતે જ સંપૂર્ણ બને છે. અલગ હોવા છતાં, દરેક ભાગ નિર્જીવ છે. જલદી તેઓ જોડાય છે, જલદી તેઓ અભિન્ન બને છે, એક નવી ગુણવત્તા દેખાય છે - સંપૂર્ણતાની ગુણવત્તા. અને ધર્મનો ઉદ્દેશ્ય એ ગુણને જીવનમાં કેળવવાનો છે. ધર્મને ભગવાન કે શેતાન સાથે કોઈ લેવાદેવા નથી.

પરંતુ વિશ્વમાં ધર્મો જે રીતે કાર્ય કરે છે... તેઓએ તેનું સમગ્ર પાત્ર, તેની સંપૂર્ણ રચના બદલી નાખી; તેને બનાવવાને બદલે: આંતરિક એકતાનું વિજ્ઞાન, જેથી માણસ ખંડિત ન રહે, પણ એક બની જાય.

સામાન્ય રીતે તમે માત્ર એક જ નહીં પણ અનેક છો - આખી ભીડ. ધર્મનું કાર્ય આ ભીડને, આ વિવિધતાને સંપૂર્ણતામાં ઢાળવાનું છે; જેથી તમારી અંદરનો દરેક ભાગ અન્ય ભાગો સાથે એકસાથે કામ કરે - ત્યાં કોઈ વિભાજન નથી, કોઈ સંઘર્ષ નથી; ન તો કોઈ ચડિયાતું હોવું જોઈએ,

ન કોઈ ઊતરવું જોઈએ; કોઈપણ પ્રકારનો સંઘર્ષ ન હોવો જોઈએ... તમે ફક્ત એક સુમેળભરી એકતા બનો.

વિશ્વના આ બધા ધર્મોને કારણે માનવતા ધર્મ શબ્દનો અર્થ પણ ભૂલી ગઈ છે. તેઓ અખંડ માણસની વિરુદ્ધ છે, કારણ કે અખંડ માણસને ન તો ભગવાનની જરૂર છે, ન પૂજારીની, ન મંદિરોની, મસ્જિદોની અને ચર્ચની.

અખંડ માણસ આપ્તકામ છે - પોતાનામાં પૂરતો છે. તે પોતાનામાં સંપૂર્ણ છે. અને મારી દૃષ્ટિએ તેની સંપૂર્ણતા તેની શુદ્ધતા છે. તે એટલો સંતુષ્ટ છે કે તેને હવે પરમ પિતાના રૂપમાં સ્વર્ગમાં દૂર બેઠેલા કોઈ પણ ભગવાનની માનસિક જરૂરિયાત નથી. તે ક્ષણમાં એટલો ખુશ છે કે તમે તેને ભવિષ્યથી ડરાવી શકતા નથી. સંપૂર્ણ વ્યક્તિ માટે, આવતીકાલ અસ્તિત્વમાં નથી. વર્તમાન ક્ષણ જ સર્વસ્વ છે - ત્યાં ન તો ગઈકાલ છે કે ન તો આવતીકાલ.

તમે આ મૂર્ખ અને બાલિશ યુક્તિઓથી એક અખંડ માણસને ગેરમાર્ગે દોરી શકતા નથી, તેને તમારી ઇચ્છા મુજબ નૃત્ય કરાવો, એવું વિચારીને કે આમ કરવાથી તમે સ્વર્ગ અને તેના તમામ આનંદ પ્રાપ્ત કરી શકશો; અને જો તમે એવું કામ કરશો, તો તમે નરકમાં પડશો અને અનંતકાળ માટે ભોગવશો.

અખંડ માણસ આ બધી વાહિયાત વાતો પર માત્ર હસશે. તેને ભવિષ્યનો કોઈ ડર નથી, તમે તેના માટે નરક બનાવી શકતા નથી. તેને ભવિષ્ય વિશે કોઈ મોહ નથી, તેથી તે સ્વર્ગ પણ બનાવી શકતો નથી. તેને ક્યાંય લઈ જવા માટે ન તો રક્ષણની જરૂર છે કે ન કોઈ માર્ગદર્શકની. તેની પાસે જવા માટે કંઈ નથી, તેનું કોઈ લક્ષ્ય નથી. દરેક ક્ષણ એટલી પરફેક્ટ છે કે તે આ જીવનમાં કે પછીના જીવનમાં ક્યારેય આવનારી પૂર્ણતાની કોઈ પણ ક્ષણની રાહ જોતી નથી. દરેક ક્ષણ ભરપૂર છે, પૂર્ણ છે, વિપુલતાથી ભરેલી છે. અને તે એટલું જ જાણે છે - આ સુંદર અસ્તિત્વ માટે ઊંડી કૃતજ્ઞતાની લાગણી! આ પણ તે શબ્દોમાં કહેતો નથી, કારણ કે આ અસ્તિત્વ તમારી ભાષા સમજી શકતું નથી. કૃતજ્ઞતા એ તેનો આત્મા છે - તેનું જીવન.

તેથી, તે જે કંઈ કરે છે, તેમાં કૃતજ્ઞતા હશે, અને જો તે કંઈ ન કરે અને શાંતિથી બેસી રહે, તો તેનામાં પણ કૃતજ્ઞતાની ભાવના હશે. આ બાબતમાં એવું નથી કે મુસ્લિમો દિવસમાં પાંચ વખત નમાઝ અદા કરે અને ભગવાનનો આભાર માને. પરંતુ જરા વિચારો કે તે પાંચ પ્રાર્થનાઓ વચ્ચે તેઓ શું કરી રહ્યા છે? જો તે વચ્ચેનો સમય પ્રાર્થનાપૂર્ણ ન હોય,

ધન્યવાદથી ભરેલો ન હોય, તો જાણો કે તમારી કૃતજ્ઞતા માત્ર એક નાનું કાર્ય છે; તે તમારું જીવન નથી.

મારા સેક્રેટરી હમણાં જ મને એક ખ્રિસ્તી સંસ્થા તરફથી એક બ્રોશર લાવ્યા જે સમગ્ર વિશ્વમાં 'ક્ષમા સપ્તાહ' ઉજવે છે. કોઈપણ શહેર, માત્ર કોઈપણ શહેર તે સંસ્થાના સભ્ય બની શકે છે. પછી તે શહેર ક્ષમાશીલ ભાવના સાથે સંસ્થાના વિશ્વના નકશા પર આવશે. અને જે લોકો આ કામમાં લાગેલા છે તે લોકો ખરેખર ખૂબ જ ગંભીર દેખાય છે. પરંતુ તેઓ જે કરી રહ્યા છે તે એટલું બાલિશ છે, એટલું મૂર્ખાઈ ભર્યું છે કે... સોમવારે તમે તમારી જાતને માફ કરો છો, મંગળવારે તમે તમારા પડોશીઓને માફ કરો છો, બુધવારે તમે તમારા દુશ્મનોને માફ કરો છો. પછી તમારા દેશને માફ કરો, પછી વિશ્વના તમામ દેશોને માફ કરો... તેથી તે ચાલે છે, અને તે આખો સાત દિવસનો કાર્યક્રમ છે. તેની સાથે આવેલા પત્રમાં લખ્યું છે કે "જો તમે તમારી જાતને, તમારા રાષ્ટ્રને, તમામ રાષ્ટ્રોને અને સમગ્ર વિશ્વને માફ કરશો તો તમને અપાર સુખ મળશે. પસ્તાવો શુભ છે, બદલો લેવો અશુભ છે."

વર્ષમાં એકવાર એક અઠવાડિયા માટે અને પછી આખા વર્ષ દરમિયાન તમે માફ કરીને શું કરશો? અને જો તમે આખા વર્ષ દરમિયાન માફ કરવાનું ચાલુ રાખો છો, તો આગામી વર્ષ માટે તમારું સભ્યપદ સમાપ્ત થવું જોઈએ, કારણ કે આવતા વર્ષે તમે 'ક્ષમા સપ્તાહ' ઉજવી શકતા નથી - માફ કરવા માટે હવે કોઈ બાકી નથી. તમે બધાને માફ કરી દીધા છે. પરંતુ આ લોકો ઘણા વર્ષોથી તે કરી રહ્યા છે, દર વર્ષે તે જ બકવાસ... આનો અર્થ એ છે કે ક્ષમા તમને પરિવર્તિત કરતી નથી.

પત્રમાં એવું પણ લખવામાં આવ્યું છે કે, "હંમેશા માફ કરનાર પ્રથમ બનો, નેતા બનો, ક્ષમાના આદર્શ સ્તંભ બનો જેથી અન્ય લોકો તમારી પાસેથી શીખી શકે." માફ કરનાર પ્રથમ બનવાની તક ગુમાવશો નહીં. શું તમે આ વાહિયાતતા જુઓ છો - ક્ષમામાં પણ સ્પર્ધા છે! તે અહંકારની રમત છે... "તમે પ્રથમ બનો." પરંતુ જો દરેક વ્યક્તિ પ્રથમ બનવાનો પ્રયત્ન કરે, તો કેટલા લોકો પ્રથમ બની શકે? કોઈને બીજા બનવું પડશે. તે ગરીબ વ્યક્તિ શરૂઆતથી જ ગેમ હારી ગયો. હવે તે પોતાના ભાગ્યનો માલિક ન બની શકે. તેથી ઉતાવળ કરો! બીજી વ્યક્તિ તમને માફ કરે તે પહેલાં, તમારે તેને માફ કરવું જોઈએ. જેથી તમે તમારા ભાગ્યના માલિક બનો, નેતા બનો, પ્રથમ બનો... અને તમને માત્ર લાભ થશે - તમને મહાન લાભ મળશે.

હવે, કોઈને માફ કરવા માટે, સૌથી પહેલા તમારે ગુસ્સે થવું પડશે, ગુસ્સો કરવો પડશે. તિરસ્કાર, બદલો અને કોઈને કોઈ સ્વરૂપે બીજાનો

નાશ કરવાના વિચારોથી ભરેલા હશે. આટલી બધી ઉથલપાથલ અંદર ના હોય તો તું કેવી રીતે માફ કરે? આ સાત દિવસોમાં ક્ષમા મેળવવા માટે, તમારે એક વર્ષ સુધી ઘાવની પીડા સહન કરવી પડશે. આ સાત દિવસ દર ફેબ્રુઆરીમાં આવશે અને તે સમયે તમારે પ્રથમ નંબર પર રહેવા માટે શ્રેષ્ઠ પ્રયાસ કરવો જોઈએ. અને ચોક્કસપણે જે વ્યક્તિ વધુ માફ કરશે તેને વધુ લાભ મળશે. પણ જરા વિચારો, કોણ વધુ માફ કરશે? જો તમે તમારી અંદર ગુસ્સો અને રોષની લાગણીઓ જરા પણ વહન કરતા નથી, તો તમે કેવી રીતે માફ કરી શકો? તમે શેના માટે માફ કરશો?

ઉદાહરણ તરીકે, હું આખી દુનિયામાં કોઈને માફ કરી શકતો નથી. મને કોઈને માફ કરવા માટે મારી જાતે કોઈ કારણ નથી મળતું. હું કોઈ ઘા, કોઈ રોષ વહન કરતો નથી. જ્યારે મારા સેક્રેટરી મને પુસ્તિકા વંચાવી રહ્યા હતા, ત્યારે મેં થોડી ગણતરી કરવાનો પ્રયાસ કર્યો કે જો મારે માફ કરવું હોય તો હું કોને માફ કરીશ? કોઈ જવાબ ન આવ્યો, અંદર સંપૂર્ણ મૌન છવાઈ ગયું, મનમાં કોઈ નામ ન આવ્યું કે મારે આટલા માણસને માફ કરવો જોઈએ. કારણ કે સૌ પ્રથમ, મેં ક્યારેય કોઈની સાથે દુશ્મનાવટનું વલણ રાખ્યું નથી. દુનિયામાં મારો કોઈ દુશ્મન નથી. જો કે એવા લાખો લોકો છે જેઓ વિચારે છે કે તેઓ મારા દુશ્મન છે, જ્યાં સુધી મારો સંબંધ છે, મારો કોઈ દુશ્મન નથી. જો હું માફ કરવાનો પ્રયત્ન કરું તો પણ હું કોને માફ કરીશ?

તે સંસ્થાને સાંભળીને ખરેખર મજા આવી અને તે વિશ્વવ્યાપી સંસ્થા છે, સેંકડો શહેરો તેના સભ્યો છે. તેઓ વિચારી શકે છે કે તેઓ કોઈ મહત્વપૂર્ણ અને મહાન કાર્યમાં રોકાયેલા છે. પરંતુ ઊંડે સુધી તેઓ તમારામાં અહંકારના બીજ વાવે છે - “પ્રથમ બનો.”

ધર્મોએ માનવતાના નુકસાન માટે ઘણું કર્યું છે, જોકે સારા ઇરાદા સાથે. એવું નથી કે તેણે ખરાબ ઈરાદાથી કંઈ કર્યું હોય. પરંતુ તે લોકો ચોક્કસપણે મૂર્ખ હતા અને સ્પષ્ટપણે સમજી શક્યા ન હતા કે તેઓ શું કરી રહ્યા હતા અને માનવ મનોવિજ્ઞાન કેવી રીતે કાર્ય કરે છે. તેણે માનવતાનું શોષણ કર્યું.

ઉદાહરણ તરીકે, ઈસુ કહે છે, “માણસ ફક્ત રોટલીથી જીવી શકતો નથી.” સાચું, એકદમ સાચું - કારણ કે તેની પાસે જીવવા માટે ઘણી વસ્તુઓના ભ્રમનો આધાર જરૂરી છે. માત્ર બ્રેડ પૂરતી નથી. તેને ભગવાન જોઈએ છે, તેને શેતાન જોઈએ છે. તેને સ્વર્ગ જોઈએ છે, તેને નરક જોઈએ છે. તેને પોપ અને ચર્ચ અને પ્રાર્થના અને ક્ષમાશીલ ભાવનાની જરૂર છે. ઈસુ કહે છે, “માણસ ફક્ત રોટલીથી જીવી શકતો નથી.” ઠીક

છે! જો આ બધા જૂઠાણાને છીનવી લેવામાં આવે તો અચાનક પ્રશ્ન ઊભો થાય કે જો ભગવાન નથી, શેતાન નથી, તો પછી આ ધર્મ શું છે?

આ બધા ધર્મોએ તમને કલ્પનાઓ આપી છે કારણ કે તમારી પાસે કેટલીક મનોવૈજ્ઞાનિક જરૂરિયાતો છે. કાં તો તમે મનથી આગળ વધો, જે સાચા અર્થમાં ધર્મ છે, અથવા ખાલી કલ્પનાઓમાં ફસાઈ જાવ; જેથી તમારું મન ખાલી, અર્થહીન અને એકલવાયું ન લાગે - નદીમાં વહેતા પથ્થરની જેમ, પાછળ તેના સ્ત્રોતનો કોઈ પત્તો નથી, ન તો આગળ કોઈ ગંતવ્ય છે.

માનવ મનની સૌથી મોટી જરૂરિયાતોમાંની એક અન્ય લોકો માટે મહત્વપૂર્ણ હોવાની લાગણી છે.

સામાન્ય રીતે એવું લાગે છે કે આ અસ્તિત્વ તમારા માટે સંપૂર્ણ અવગણનાથી ભરેલું છે. એવું કહી શકાય નહીં કે તેને તમારી કોઈ જરૂર છે; અથવા તમે કહી શકો છો? તમારા વિના પણ બધું બરાબર થઈ ગયું. સૂર્ય દરરોજ ઉગશે, ફૂલો ખીલશે, ઋતુઓ આવશે અને જશે. જો તમે ત્યાં ન હોત તો કંઈ વાંધો ન હોત. એક દિવસ તમે ફરીથી અહીં નહીં આવો અને તેનાથી સહેજ પણ ફરક નહીં પડે. અસ્તિત્વ જેમ હતું તેમ ચાલુ રહેશે. તે તમને સંતુષ્ટ કરતું નથી કે તમારા અસ્તિત્વ અથવા બિન-અસ્તિત્વથી કોઈ ફરક પડતો નથી. આવશ્યકતા એ તમારી સૌથી મોટી જરૂરિયાત છે. તેનાથી વિપરિત, અસ્તિત્વ તમને એવું અનુભવાવે છે કે જાણે તેને તમારી સાથે કોઈ લેવાદેવા નથી, તેને તમારી પરવા નથી. કદાચ તેને ખબર પણ ન હોય કે તમારું અસ્તિત્વ છે! આ સ્થિતિ ઘણી ચોંકાવનારી છે. કહેવાતા ધર્મોએ આ નબળાઈનો ફાયદો ઉઠાવ્યો છે....

અધિકૃત ધર્મ તમને આ જરૂરિયાત ગુમાવવા માટે શક્ય તેટલું બધું કરશે, જેથી તમે સ્પષ્ટપણે જોઈ શકો કે કોઈને પણ તમારી જરૂર નથી. અને જ્યારે પણ તમે તમારી જાતને આવશ્યક બનવા ઈચ્છો છો, ત્યારે તમે ખોટા વિચારો માટે પૂછો છો.

આ કહેવાતા ધર્મો જે પૃથ્વી પર અનેક સ્વરૂપોમાં અસ્તિત્વ ધરાવે છે - હિંદુ, મુસ્લિમ, ખ્રિસ્તી, યહૂદી, જૈન, બૌદ્ધ અને અસંખ્ય અન્ય ધર્મો - પૃથ્વી પર લગભગ ત્રણસો ધર્મો છે, અને તે બધા એક જ કાર્યમાં રોકાયેલા છે. તે ઠીક છે. તેઓ એ જરૂરિયાત પૂરી કરી રહ્યા છે – તમને ખોટો સંતોષ આપી રહ્યા છે. તેઓ કહે છે કે એક ભગવાન છે જે તમારી સંભાળ રાખે છે અને તમારી કાળજી રાખે છે. તમારા માટે કોણ એટલો શુભચિંતક છે કે તે તમારા જીવનને માર્ગદર્શન આપવા માટે એક પવિત્ર પુસ્તક મોકલે, કે તે તેના એકમાત્ર પુત્રને તમને મદદ કરવા, તમને સાચા માર્ગ પર લાવવા મોકલે. તે પ્રબોધકો અને મસીહાઓને મોકલે છે

જેથી તમે ભટકી ન જાઓ. અને જો તમે ગેરમાર્ગે જાઓ છો, તો તેઓ તમારી અન્ય નબળાઈનો ઉપયોગ કરે છે - શેતાનનો ડર, જે તમને ખોટા માર્ગ પર લઈ જવા માટે દરેક શક્ય રીતે પ્રયાસ કરી રહ્યો છે.

સામાન્ય રીતે, માનવતા હવે છે, એક તરફ તેને ભગવાન, એક રક્ષક, માર્ગદર્શક અને સહાયકની જરૂર છે, અને બીજી બાજુ, એક નરક, જેથી માણસ તે બધા માર્ગો પર ચાલતા ડરે છે જેને પાદરીઓ ખોટા માને છે. પણ શું ખોટું અને શું સાચું દરેક સમાજમાં અલગ-અલગ હોય છે. તેથી, સાચા અને ખોટાનો નિર્ણય સમાજ દ્વારા લેવામાં આવે છે અને તેનું કોઈ અસ્તિત્વ મૂલ્ય નથી.

હા, જ્યારે તમે મનની બહાર જાઓ છો અને કોઈપણ પૂર્વગ્રહ વિના - આંખો પર કોઈ સિદ્ધાંત લાદ્યા વિના વસ્તુઓને સ્પષ્ટ રીતે જોઈ શકો છો ત્યારે જાગૃતિની સ્થિતિ હોય છે. જ્યારે તમે સીધા જુઓ છો, ત્યારે તમને તરત જ સાચું અને ખોટું ખબર પડે છે. કોઈને કહેવાની જરૂર નથી, કોઈ આદેશની જરૂર નથી.

દરેક સમાજની પોતાની ધારણા છે કે શું સાચું અને શું ખોટું? પરંતુ તેઓ જે કહે છે તે ખોટું છે તે કરવાથી તમને કેવી રીતે રોકવું? મુશ્કેલી એ છે કે તેઓ જેને દુષ્ટ અને પાપ કહે છે તે કુદરતી છે - અને તે તમને આકર્ષે છે. તે ખોટું છે, પરંતુ કુદરતી છે - અને કુદરતી પ્રત્યે ઊંડું આકર્ષણ છે. તેમને એટલો ડર પેદા કરવાનો છે કે તે કુદરતી આકર્ષણ કરતાં વધુ મજબૂત સાબિત થાય. તેથી જ નરકની શોધ કરવી પડી.

એવા ઘણા ધર્મો છે જે એક નરકથી સંતુષ્ટ નથી. અને હું સમજી શકું છું કે તેઓ શા માટે એક નરકથી સંતુષ્ટ નથી. ખ્રિસ્તી ધર્મ એક નરકથી સંતુષ્ટ છે. તેનું સરળ કારણ એ છે કે ખ્રિસ્તી નરક શાશ્વત છે. તેમાં લંબાઈ ઘણી છે, કોઈ અંત નથી. હિન્દુઓ, જૈનો અને બૌદ્ધોના નરક શાશ્વત નથી, તેથી તેઓએ ઊંચાઈઓ બનાવવાની હતી - સાત નરક, એક બીજાની ઉપર! અને દરેક નરક વધુ અને વધુ પીડાદાયક બને છે, વધુ અને વધુ અમાનવીય.

અને મને આશ્ચર્ય થાય છે કે... જે લોકોએ આ નરકનું વર્ણન આટલી ગંભીર વિગતમાં કર્યું છે તેઓને સંત કહેવાય છે. તે લોકો, જો તેમને તક મળી હોત, તો સરળતાથી એડોલ્ફ હિટલર, જોસેફ સ્ટાલિન અને માઓ ઝેડોંગ બની શક્યા હોત. સતાવણી કેવી રીતે કરવી તે દરેક વિચાર તેમની પાસે હતો, ફક્ત તેમની પાસે શક્તિ નહોતી. પરંતુ સૂક્ષ્મ અર્થમાં તેમની પાસે શક્તિ પણ હતી - પણ વર્તમાનમાં નહીં, અહીં નહીં. તેમની શક્તિ તેમના શંકરાચાર્ય, પોપ અને મુખ્ય પૂજારી હોવામાં રહેલી છે. એ શક્તિની મદદથી તેણે તમને નરકમાં નાખવાની વ્યવસ્થા કરી. જો

હમણાં નહીં, તો પછી ભવિષ્યમાં - મૃત્યુ પછી. જો કે મૃત્યુ પોતે ખૂબ ભયંકર છે ... પરંતુ તે તેના માટે પૂરતું ન હતું. કારણ કે કુદરતી વૃત્તિઓ વાસ્તવમાં અત્યંત પ્રબળ હોય છે. અને શા માટે તેઓ આ કુદરતી આકર્ષણોની વિરુદ્ધ હતા? કારણ કે તેમની કુદરતી વૃત્તિઓ તેમના નિહિત હિતોની વિરુદ્ધ જાય છે.

મને તમારા માટે સ્પષ્ટતા કરવા દો. કૃષ્ણને ભારતમાં સોળ હજાર રાણીઓ હતી. હવે એ પંદર હજાર નવસો નવ્વાણું પુરુષોનું શું થશે જેમણે પોતાની સ્ત્રીઓ ગુમાવી? તે મહિલાઓને ચોરી કરીને દૂર જવા માટે દબાણ કરવામાં આવ્યું હતું. તેઓ કોઈની માતા હતા, કોઈની પત્ની. કેટલીક અપરિણીત હતી, પરંતુ તેમાંથી મોટાભાગની પરિણીત હતી. જો કોઈ સ્ત્રી સુંદર દેખાતી હોય, તો કૃષ્ણ માટે તેને ઉપાડીને તેના એકાંત આવાસમાં લઈ જવા માટે પૂરતું હતું... કેવું એકાંત નિવાસસ્થાન છે, તેને ત્રાસ શિબિર, એકાગ્રતા શિબિર કહેવું વધુ સારું રહેશે. ત્યાં લગભગ એક શહેર હોવું જોઈએ - સોળ હજાર સ્ત્રીઓનું. હવે એ પંદર હજાર નવસો નવ્વાણું માણસોને કેવી રીતે રોકવા? જો તેઓ એક થઈ જશે, તો તેઓ આ માણસનું જીવન છીનવી લેશે અને તેમની પત્નીઓને પાછી લઈ જશે. તેમને રોકવું જરૂરી હતું.

પંડિતો અને પૂજારીઓએ માર્ગો શોધવા પડ્યા. કારણ કે કૃષ્ણ પૂજારીઓની સુરક્ષાની વ્યવસ્થા કરી રહ્યા હતા. કૃષ્ણ પાસે સત્તા હતી - રાજકીય સત્તા, અદાલતો, કાયદો, સેના - આ બધું તેના હાથમાં હતું, તેણે પંડિતોનું રક્ષણ કર્યું. હિંદુ કાયદા મુજબ જો તમે શુદ્રને મારી નાખો તો દસ વર્ષની જેલ પૂરતી છે. પરંતુ જો તમે બ્રાહ્મણને મારશો તો તેની સજા મૃત્યુ છે - માત્ર આ જન્મમાં જ નહીં, પરંતુ આગામી સાત જન્મોમાં - તમને વારંવાર મારવામાં આવશે. પછી સજાનો ક્યાંક અંત આવશે.

શાસકો પુરોહિતોનું રક્ષણ કરતા, અને પુરોહિતો શાસકોનું. પુરોહિતો કહે છે કે કૃષ્ણ કોઈ સામાન્ય વ્યક્તિ નથી. તે ભગવાનનો સંપૂર્ણ અવતાર છે. અને તમારે ખુશ થવું જોઈએ કે તેણે તમારી પત્નીને તેના સાથી તરીકે પસંદ કરી છે. તમે ખુશ રહો, તમે ખૂબ નસીબદાર છો, ધન્ય છો. તમને સ્વર્ગમાં ખૂબ જ સુખ મળશે. માટે ગુસ્સો ન કરો, ક્રોધ ન કરો, બળવો કરવાનો વિચાર પણ ન કરો. તેના બદલે, તેને સરળ હૃદયથી, આનંદ સાથે, પ્રસન્નતા સાથે લો. સત્ય એ છે કે તમારે આભારી હોવું જોઈએ કે તેણે તમારી પત્નીને પસંદ કરી છે અને અન્ય કોઈને નહીં.

હવે કોઈપણ માણસની સ્વાભાવિક ઈચ્છા આ માણસ સામે લડવાની હશે. કૃષ્ણે તેના બાળકોની માતાને છીનવી લીધી. તેની પત્નીને તેની મરજી વિરુદ્ધ લઈ જવામાં આવી હતી. આ કેવો સમાજ છે? પણ ના; તેની

વૃત્તિનો બે રીતે નાશ થયો, બેવડી રીતે. એક, જો તમે તેને સ્વેચ્છાએ સ્વીકારો છો, તો તમને ફાયદો થશે - સ્વર્ગમાં ફક્ત સુખ હશે, ત્યાં સુંદર અપ્સરાઓ હશે - ત્યાં લૂંટવાની હજાર ગણી વધુ મજા આવશે. બીજું, જો તમે ભગવાનના અવતાર એવા કૃષ્ણની વિરુદ્ધ નારાજ થશો, ગુસ્સે થશો, હિંસક અથવા કંઈપણ કરશો, તો તમે સાતમા નરકમાં સડી જશો. હવે પસંદગી તમારા હાથમાં છે. આવી કાંઈ પણ વાત નિહિત હિતોની વિરુદ્ધ હતું....

ઉદાહરણ તરીકે, ગરીબી, બધા ધર્મોએ શીખવ્યું છે કે ગરીબો ધન્ય છે. આ ફક્ત ઈસુનું શિક્ષણ નથી. હા, તેઓ તેને થોડી સારી રીતે, એક વાક્યમાં, એક કહેવતના રૂપમાં મૂકે છે, "ધન્ય છે ગરીબો, કારણ કે તેઓ પ્રભુના રાજ્યમાં પ્રવેશ કરી શકશે." પરંતુ મૂળભૂત રીતે આ બધા ધર્મોનો ઉપદેશ છે. તમારે ગરીબીને ઈશ્વરે આપેલી ભેટ તરીકે સ્વીકારવી જોઈએ. આ ફક્ત તમારા વિશ્વાસની કસોટી છે. જો તમે ગરીબીની આ અગ્નિપરીક્ષામાંથી પસાર થશો તો ફરિયાદ કર્યા વિના, ચૂપચાપ, અન્યાય છે એમ વિચાર્યા વિના; જો તમે આને ભગવાન તરફથી ભેટ માનીને પસાર થશો, તો ભગવાનનું રાજ્ય તમારું છે.

તે લાજરસ માટે એક મહાન દિલાસો છે જ્યારે ઇસુ તેને કહે છે...એવું થયું કે લાજરસ ખૂબ જ ગરીબ હતો. અને ગામનો સૌથી સમૃદ્ધ માણસ તેના જન્મદિવસ પર એક ભવ્ય મિજબાની ફેંકી રહ્યો હતો. ભૂખ્યો અને તરસ્યો લાજરસ તે ગામમાંથી પસાર થતો હતો. જ્યારે તેણે થોડું પાણી માંગ્યું, ત્યારે નોકરોએ તેને ધક્કો મારીને બહાર કાઢ્યો અને કહ્યું, "તમે નથી જોતા કે અમારા માલિક ભોજન આપી રહ્યા છે અને ઘણા મોટા મહેમાનો ભેગા થયા છે? અને તમે એક સામાન્ય ભિખારી છો... અંદર પ્રવેશીને પાણી માંગવાની તારી હિંમત કેવી રીતે થઈ? ચાલ, દૂર જા, અહીંથી ભાગી જા. જલદી અહીંથી નીકળી જા."

ઇસુ લાજરસને કહે છે, "અસ્વસ્થ થશો નહીં. તમે સ્વર્ગમાંના તમામ સુખનો આનંદ માણશો, અને તમે આ માણસને નરકની આગમાં સળગતા જોશો - તે તરસથી પીડાશે અને તમને વિનંતી કરશે, લાજરસ, તેને થોડું પાણી આપો."

કેટલું મોટું આશ્વાસન! પરંતુ આ ઘડાયેલું છે, ગરીબોના ગુસ્સા અને ઈર્ષ્યાથી ધનિકોને બચાવવાનું કાવતરું છે. થોડા અમીર છે, ઘણા ગરીબ છે. એકવાર તેઓ સમજી જાય કે આપણી ગરીબી આશીર્વાદ નથી પણ અભિશાપ છે, શોષણનું પરિણામ છે; તેથી તેઓ આ બધા ધનિકોને મારી નાખશે. આ યુક્તિ બંને રીતે સારી છે - તે નિરાધાર માટે આશ્વાસન છે કે

ગરીબી એક વરદાન છે; અને ધનિકો માટે સુરક્ષા, કારણ કે ગરીબો હવે બળવો કરી શકશે નહીં.

ધર્મોને કારણે જગતમાં ગરીબી ટકી રહે છે, અન્યથા તેનું બીજું કોઈ કારણ નથી; ખાસ કરીને હવે જ્યારે વિજ્ઞાન અને ટેકનોલોજી આ સમગ્ર પૃથ્વીને સ્વર્ગમાં ફેરવી શકે છે.

આ ધરતીનું સ્વર્ગમાં રૂપાંતર આ ધાર્મિક લોકોને ગમશે નહીં, કારણ કે પછી તેમના સ્વર્ગનું શું થશે? તેઓ આ પૃથ્વીને ગરીબ, ભૂખી, બીમાર રાખવા માંગે છે - જે સ્થિતિમાં છે, કારણ કે તેમનો સમગ્ર વ્યવસાય તેના પર નિર્ભર છે. ધનિકો ચર્ચને દાન આપે છે કારણ કે ચર્ચ તેમને સુરક્ષા પૂરી પાડે છે. ગરીબોને પણ દાન કરો જેમની પાસે ખાવાનું પણ નથી. તેઓ દાન આપે છે કારણ કે ચર્ચ તેમને દિલાસો આપે છે અને માર્ગદર્શન આપે છે. આ જીવન બહુ ટૂંકું છે, બહુ કંઈ નથી; અને તેમાંથી મોટા ભાગના પસાર થઈ ગયા છે, હવે થોડુંક બાકી છે - તે પણ પસાર થશે. અને તે પછી અનંત સુખ સાથે સ્વર્ગમાં શાશ્વત જીવન છે. ચર્ચ માર્ગ નિર્દેશ કરે છે. ઈસુ તમને માર્ગ બતાવે છે.

સેક્સ, ભૂખ જેવી કુદરતી જરૂરિયાતો... આ ધાર્મિક લોકો તમને ઉપવાસ કરવાનું શીખવે છે. હવે, આ કુદરત વિરુદ્ધ છે. ઉપવાસ એ જરૂર કરતાં વધુ ખાવા જેટલું નુકસાનકારક છે. જો તમે વધુ પડતું ખાઓ છો અને તેને તમારા પેટમાં ભરતા રહો છો, તો તે પણ અકુદરતી છે. તમારી સાથે માનસિક રીતે કંઈક ખોટું છે. કદાચ તમે અંદર એટલો ખાલીપો અનુભવો છો કે એ આંતરિક શૂન્યાવકાશ ભરવા માટે, તમે જે ઈચ્છો તે ખાશો. જો તમે કોઈ વસ્તુ પકડો છો, તો તમે તેને તમારા પેટમાં નાખો છો.

ધર્મોએ તમને તમારી સ્વાભાવિક ઇચ્છાઓ અને વૃત્તિઓના વિરોધમાં કેમ મૂક્યા? કારણ સરળ છે - તમને દોષિત લાગે તે માટે. હું આ શબ્દનું પુનરાવર્તન કરવા માંગુ છું - "અપરાધ". આ તેમનો વિશેષ મુદ્દો રહ્યો છે, તમારો નાશ કરવામાં, તમારું શોષણ કરવામાં, તમને તેમની ઈચ્છા મુજબ ઘડવામાં, તમને નીચા સાબિત કરવામાં અને તમારા સ્વાભિમાનને નષ્ટ કરવામાં કેન્દ્રિય બિંદુ છે.

એકવાર તમે અપરાધની લાગણી પેદા કરી લો, એકવાર તમે વિચારવાનું શરૂ કરો કે, "હું એક પડી ગયેલો માણસ છું, પાપી છું," બસ, તેમનું કામ થઈ ગયું. તો પછી તને કોણ બચાવશે? ચોક્કસપણે કોઈ તારણહારની જરૂર પડશે. પરંતુ પ્રથમ રોગ બનાવો.

મેં બે યુવાનો વિશે સાંભળ્યું છે જેમનો એક જ વ્યવસાય હતો કે તેઓ રાત્રે ગામમાં જતા, લોકોની બારી અને દરવાજા પર ગંદુ પ્રવાહી

ફેંકતા અને પછી તે ગામ છોડી દેતા. સવારે ગામડાના લોકો ચિંતામાં! તેમની બારીઓ અને દરવાજાને નુકસાન થયું હતું. હવે તેમને કેવી રીતે સાફ કરવા? અને પછી અચાનક બીજો યુવાન દેખાયો - તે બંને આ વ્યવસાયમાં ભાગીદાર હતા - તે “બારી બારણા સાફ કરો” એવી બૂમ પાડીને ગામની આસપાસ ફરતો.

લોકો દોડીને તેની પાસે આવતા અને કહેતા કે, “અમારે ઘરની બારી સાફ કરવી છે, મહેરબાની કરીને અમારા ઘરે આવો.” અને ત્યાં સુધીમાં પહેલો યુવક આગલા ગામમાં પહોંચીને પોતાનું કામ શરૂ કરી દેતો. આ યુવકે આ ગામની સફાઈ પૂરી કરી ત્યાં સુધીમાં તેણે આગળનું ગામ સફાઈ માટે તૈયાર કરી લીધું હશે. એક લોકોના ઘર ગંદા કરશે, બીજો સાફ કરશે. તેમની વચ્ચે મિલીભગત છે, પચાસ-પચાસ ટકા ભાગીદારીની રમત છે.

પંડિતો-પુરોહિતો-પાદરીઓ પ્રથમ અપરાધની લાગણી પેદા કરે છે - આ તમારા ચહેરા પર ગંદુ પ્રવાહી ફેંકીને કરવામાં આવે છે. અને હવે કોઈએ તેને સાફ કરવાની જરૂર છે. પછી આ દેખાતો ચહેરો ત્યાં નથી, તેઓ તમારા અદૃશ્ય અંતરાત્મા પર ગંદુ પ્રવાહી ફેંકતા રહે છે. તમે તેને તમારા પોતાના પર સાફ કરવાનો કોઈ રસ્તો શોધી શકતા નથી. કારણ કે તમે તમારા આંતરિક સત્યને જાણતા નથી, શું આ તમારો અસલી ચહેરો છે? તમે માત્ર એટલું જ જાણો છો કે પૂજારીએ તમને સમજાવ્યું છે કે તમે ગુનેગાર છો, પાપી છો. આ વિવેક આ સમાજે બનાવ્યો છે.

તમે પૂછો, “જો કોઈ ભગવાન નથી, કોઈ શેતાન નથી, તો પછી ધર્મનું શું?”

ત્યારે જ ધર્મની જરૂર છે જ્યારે ભગવાન અને શેતાન છે, ત્યારે તે બંને સમગ્ર જગ્યા પર કબજો કરવા માટે પૂરતા છે.

ધર્મ માટે જગ્યા બનાવવા માટે, સૌ પ્રથમ તમારે ભગવાન અને શેતાન બંનેને મારવા પડશે, તેમને સંપૂર્ણ રીતે ખતમ કરવા પડશે. પછી ધર્મ તમારી બાલિશ માનસિક જરૂરિયાતોનું શોષણ નહીં કરે, પરંતુ તમારા સ્વ-પરિવર્તનનું વિજ્ઞાન બની જશે. જેથી તમે તમારી મનોવૈજ્ઞાનિક જરૂરિયાતોથી ઉપર જઈ શકો અને જોઈ શકો કે તે જરૂરિયાતો ખોટી, અવાસ્તવિક છે.

ઉદાહરણ તરીકે, જો તમે માનસિક જરૂરિયાતોના પ્લેન પર જીવી રહ્યા હો, તો તમે એકલતા અનુભવશો, પરંતુ જો તમે તે જરૂરિયાતોથી આગળ વધશો, તો તમે જાણશો કે આ એકાંત છે. એકાંતમાં તાકાત છે, એકલતામાં નબળાઈ છે. એકલતા હંમેશા કોઈ બીજાની ઝંખના કરે છે. તે બીજાઓ પર નિર્ભર છે. તેથી જ તમારા પર કોઈ બીજાની સત્તા છે,

તમે તેના પર સત્તા ધરાવો છો. પતિને તેની પત્ની પર શું અધિકાર છે? પત્નીનો તેના પતિ પર શું અધિકાર છે? એટલું જ નહીં, અન્યની ગેરહાજરીમાં તમે એકલતા અનુભવો છો અને જ્યારે તમે એકલતા અનુભવો છો ત્યારે ડર પેદા થાય છે. અને નવાઈની વાત એ છે કે બે કાયર અને બે ડરપોક લોકો મળીને ભારે નિર્ભયતા અનુભવવા લાગે છે!

જ્યારે બે એકલવાયા લોકો સાથે હોય છે ત્યારે એકલતા બમણી થઈ જાય છે. હવે તેઓ વધુ એકલતા અનુભવે છે... અને હકીકતમાં, વહેલા કે પછી, આવું થાય છે, ઘણી વખત હનીમૂન પછી. તમને આવા પતિ-પત્ની શોધવામાં નહીં મળે... તેઓ નજીક બેઠા હશે, પણ નજીક નથી. તે બંને એકલા છે. અને પછી તેઓ ગુસ્સે પણ થાય છે કારણ કે બીજો તેમની જરૂરિયાતો પૂરી કરી રહ્યો નથી. તેથી, લડાઈ માટે કોઈપણ બહાનું પૂરતું છે. કમસેકમ લડાઈમાં તેઓ તેમની એકલતા ભૂલી જાય છે; લડવાથી પણ એ જ કાર્ય સિદ્ધ થાય છે, તેનો ઉપયોગ પણ છે.

પરંતુ જ્યારે તમે તમારા મનોવિજ્ઞાનથી આગળ વધો છો, ત્યારે પરિવર્તન થાય છે. પછી એકલતા હવે એકલતા નથી રહી; તે એકલા પડી જાય છે - અને તે એક સત્ય છે.

ધર્મ એ છે: મનને પાર કરવાનો માર્ગ. કારણ કે મન ઘણા ભાગોમાં વિભાજિત છે, વિભાજિત, ખંડિત, એક ટોળું - તમે બહુ ભ્રમિત છો. જ્યારે તમે તેનાથી આગળ જાઓ છો, તો તમે ચૈતન્યને જાણો છો - અવિભાજિત, અખંડ, અદ્વૈત. અને એ અવિભાજ્ય ચેતનાને જાણવું એટલે બધું જાણવું. બીજું કશું જાણવાનું બાકી નથી રહેતું.

●●

3

ભગવાન અને શેતાન: સંપૂર્ણ જોડી

પ્રિય ઓશો,
શું ઈશ્વરના અસ્તિત્વ માટે શેતાનનું અસ્તિત્વ જરૂરી છે?

ભગવાન અને શેતાન બંને કાલ્પનિક છે. જેમ તમે અસ્તિત્વમાં છો, આ વૃક્ષો અને પર્વતો અસ્તિત્વમાં છે, તેવી જ રીતે ભગવાન અસ્તિત્વમાં નથી - તે માત્ર એક પૂર્વધારણા છે. અને આ કાલ્પનિક ભગવાનને કારણે, ફિલસૂફોએ તેના ચોક્કસ વિરુદ્ધ, તેના વિરોધી ધ્રુવ - શેતાનને બનાવવો પડ્યો. પછી શેતાન અંધકાર બન્યો અને ભગવાન પ્રકાશ બન્યા.

હિન્દુ ઉપનિષદોમાં એક ખૂબ જ મનોહર પ્રાર્થના છે, સંભવતઃ ધર્મની દુનિયામાં સૌથી સુંદર! હું તેમના વિચારો સાથે સહમત નથી પરંતુ મને તેમની કવિતા ગમે છે. પ્રાર્થના નાની છે, પરંતુ ખૂબ જ અર્થપૂર્ણ અને અમૂર્ત છે. ઋષિ કહે છે: તમસો મા જ્યોતિર્ગમય. મને અંધકારમાંથી પ્રકાશ તરફ લઈ જાઓ. અસતો મા સદગમય. મને અસત્યમાંથી સત્ય તરફ લઈ જાઓ. અને છેલ્લા ચરણમાં ઋષિ કહે છે: મૃત્યુોર્મા અમૃતમ્ ગમય. મને મૃત્યુમાંથી અમૃત તરફ લઈ જાઓ.

આ કવિતા અજોડ છે, એમાં વધુ સંસ્કારિતા શક્ય નથી - પણ એ માત્ર કવિતા છે, શુદ્ધ કલ્પના! કારણ કે અંધકાર અને પ્રકાશ એક જ ઘટના છે. અંધકારમાંથી પ્રકાશ તરફ આગળ વધવું શક્ય નથી, કારણ કે પ્રકાશ બીજું કંઈ નથી પણ થોડો ઓછો અંધકાર છે. અને અંધારું કંઈ નહિ પણ થોડો ઓછો પ્રકાશ છે. તેમની વચ્ચેનો તફાવત માત્ર જથ્થો છે. કે તમે અસત્યમાંથી સત્ય તરફ જઈ શકતા નથી, કારણ કે ત્યાં પણ

ઓછા કે વત્તા પ્રમાણમાં સમાન તફાવત છે. દરેક અસત્યમાં સત્યનું કોઈ ને કોઈ તત્વ હોય છે અને જ્યારે પણ સત્ય વ્યક્ત થાય છે ત્યારે તેમાં અસત્યનું એક તત્વ સમાઈ જાય છે.

અને તમે મૃત્યુમાંથી શાશ્વત જીવનમાં જઈ શકતા નથી, કારણ કે મૃત્યુ જીવનનો એક ભાગ છે. તે તેની વિરુદ્ધ નથી, પરંતુ તે જીવનનું અંતિમ શિખર છે. બંને સાથે રહે છે. જે માણસ મરી શકતો નથી તે જીવી શકતો નથી. જીવન અને મૃત્યુનું સહઅસ્તિત્વ લગભગ પક્ષીની બે પાંખો જેવું છે. શું તમે ક્યારેય સોનેરી સૂર્યપ્રકાશમાં એક પાંખ વડે આકાશમાં ઊડતું પક્ષી જોયું છે? જીવન અને મૃત્યુ તમારા બે પગ જેવા છે - તમે એક પગે ચાલી શકતા નથી.

અસ્તિત્વ વિરોધીઓથી બનેલું છે - દરેક પાસું તેનું વિરોધી છે. આ વિપરીત વિના થઈ શકે નહીં. માણસે ભગવાન બનાવ્યા હોવાથી: પાવન, પવિત્ર, પવિત્રમાં પવિત્ર; તેથી તેણે એક શેતાન બનાવવો પડ્યો - જે કેવળ દાર્શનિક હિતાવહ હતો. શેતાન ભગવાનની છબી છે. તમને જાણીને નવાઈ લાગશે કે શેતાન માટે અંગ્રેજી શબ્દ ‘ડેવિલ’નો અર્થ થાય છે દૈવી. પરંતુ બંને કાલ્પનિક છે. તે ખૂબ જ વિચિત્ર છે કે શેતાન પર કોઈ ખાસ ધ્યાન આપતું નથી, જે ભગવાન કરતાં પણ વધુ મહત્વપૂર્ણ છે. ભગવાન માત્ર એક V.I.P. છે, પરંતુ શેતાન પણ V.I.P. છે. ભગવાને વિશ્વનું સર્જન કર્યું હશે, પરંતુ શેતાન તેને ચલાવી રહ્યો છે - મહાન દુષ્ટતા અને મહાન કલાત્મક કુશળતા સાથે.

તમે શું વિચારો છો, ચંગીઝ ખાન, ટેમરલેન, નાદિર શાહ, એડોલ્ફ હિટલર, જોસેફ સ્ટાલિન, બેનિટો મુસોલિની, રોનાલ્ડ રીગન – તેઓ શું રજૂ કરે છે? નિશ્ચિતપણે તે ભગવાન તરફથી નથી. આ શેતાનના એજન્ટો છે, અને તેઓએ આપણો ઇતિહાસ રચ્યો છે. આ એવા લોકો છે જે દુનિયામાં વધુ ને વધુ દુષ્ટતા સર્જે છે.

ફ્રેડરિક નિત્શે જાહેર કર્યું, “ભગવાન મરી ગયો છે, અને હવે માણસ મુક્ત છે.” તેમનું નિવેદન અધૂરું છે, તે શેતાન વિશે ભૂલી ગયો. ખૂબ

સંભવ છે કે ભગવાન મરી ગયા હશે, કારણ કે શેતાનની સંગતમાં લાંબું જીવવું એ કોઈ મજાક નથી. પરંતુ શેતાન હજુ પણ અસ્તિત્વમાં છે. અને જ્યાં સુધી શેતાન મરી ન જાય ત્યાં સુધી માણસ મુક્ત થઈ શકતો નથી.

માણસની વાસ્તવિક સમસ્યા ભગવાન નથી. છ દિવસમાં દુનિયાની રચના કર્યા પછી, તે ગરીબ માણસ ફરી ક્યારેય જોવા મળ્યો ન હતો. ત્યારથી કોઈને ખબર નથી કે તે ક્યાં છે? કાં તો તે બીમાર છે, અથવા છ દિવસમાં વિશ્વની રચના કર્યા પછી તે એટલો થાકી ગયો છે કે સાતમા

દિવસે, રવિવારે, તેણે આરામ કર્યો, રજા ઉજવી... તો ઠીક છે; પણ સોમવારે શું થયું? તેણે સોમવારે કામ પર આવવું જોઈતું હતું. તે સજ્જન તે દિવસથી રજા પર છે... એક અનંતકાળ વીતી ગયો. તે ખૂબ જ સંભવ છે કે તે મરી ગયો છે.

પરંતુ શેતાન હજુ પણ જીવંત છે, અને ફરીફરીને દેખાવાનું ચાલુ રાખે છે. તમે એડોલ્ફ હિટલર વિશે બીજું શું વિચારી શકો સિવાય કે તે શેતાનનો અવતાર છે? ચંગીઝ ખાન, તૈમુરલાંગ, નાદિર શાહ અને તેના મોટા જૂથને... શેતાનના અવતાર સિવાય અન્ય કંઈપણ તરીકે વિચારી શકાય નહીં. મને એક ઘટના યાદ છે -

નાદિર શાહે ભારત પર હુમલો કર્યો. તે એક એવો માણસ હતો જેણે લોકોને મારવામાં એટલો આનંદ લીધો કે તે આખી જિંદગી લોકોને મારતો રહ્યો. એક રાત્રે તેણે તેના સૈનિકોને તે વિસ્તારની સૌથી સુંદર સ્ત્રીને ઉપાડવાનો આદેશ આપ્યો. તેઓ નજીકના ગામમાંથી એક વેશ્યા લાવ્યા.

ભારતમાં વેશ્યાઓ પશ્ચિમની વેશ્યાઓ કરતાં થોડી અલગ છે. પશ્ચિમમાં તેઓ માત્ર આનંદની વસ્તુઓ છે. પૂર્વમાં તેઓ ગાયકો, નર્તકો અને કલાકારો છે. તે આનંદના પદાર્થો હોવા એ ગૌણ બાબત છે.

વેશ્યા નાચતી હતી અને નાદિર શાહ ખૂબ ખુશ હતો. રાત લગભગ પૂરી થઈ રહી હતી ત્યારે નાદિર શાહે કહ્યું, "હવે મારે સૂવું છે, તમે પાછા જાઓ." તેણે સ્ત્રીને ઘણું ઈનામ આપ્યું, પણ તેણે કહ્યું, "બહાર અંધારું છે, ગાઢ જંગલમાંથી રસ્તો પસાર થાય છે. અને હું, એક સ્ત્રી, આટલા પૈસા અને આટલા હીરા-ઝવેરાત લઈને એકલી ન જઈ શકું." નાદિર શાહે તેના સૈનિકોને આદેશ આપ્યો કે "આ સ્ત્રીની આગળ વધો, અને તમને રસ્તામાં જે પણ મળે તે જંગલ, ગામને અજવાળતા રહો."

આ પદ્ધતિથી કોઈએ ક્યારેય મશાલ સળગાવી ન હોત, જો કે નાની મશાલ પૂરતી હતી. પણ નાદિરશાહનું એવું રાક્ષસી મન હતું કે

તેને લગભગ દિવસ જેવો બનાવવા માટે, સાત ગામો અને આખું જંગલ બળી ગયું. તેણે વેશ્યાને કહ્યું, "હવે તું જઈ શકે છે, અને શું તને એ પણ યાદ હશે કે તું કોઈ અવ્યવસ્થિત વ્યક્તિને મળવા નથી આવી, પરંતુ મહાન રાજા નાદિર શાહને મળવા આવી હતી, જે રાતને દિવસમાં ફેરવી શકે છે." હજારો ગ્રામજનોને જીવતા સળગાવી દેવામાં આવ્યા હતા. આવા માણસને તમે કોઈપણ રીતે ઈશ્વરના પ્રતિનિધિ ન કહી શકો.

શેતાન તમારા સમગ્ર ઇતિહાસ પર પ્રભુત્વ ધરાવે છે, અને શેતાન આજે પણ તમારા પર શાસન કરે છે. આ શેતાન રાત્રિ વ્યૂહરચનાકાર છે, અને હંમેશા રાજકારણી રહ્યો છે. જો ભગવાન ક્યાંક અસ્તિત્વ ધરાવે

છે, તો તે એક સારો, સરળ સજ્જન હોવો જોઈએ, જે હંમેશા નામહીન છે, જેનું અસ્તિત્વ બિન-અસ્તિત્વ જેટલું સારું છે. જો કોઈને આશ્ચર્ય થાય કે બેમાંથી કયું મહત્ત્વનું છે, તો તે નિઃશંકપણે શેતાન છે.

ભગવાન અને શેતાન માત્ર સૈદ્ધાંતિક ખ્યાલો છે. તેઓ ભગવાન અને શેતાનની ખોટી પૂર્વધારણાનો આશરો લીધા વિના તેમના વિશ્વ દૃષ્ટિકોણને બેઝ કરવામાં અસમર્થ હોવામાં ફિલસૂફોની નબળાઇ દર્શાવે છે. તેમને વિશ્વ બનાવવા માટે ભગવાનની જરૂર હતી, ભગવાન કોણે બનાવ્યો તેની ચિંતા કર્યા વિના? તેમની મૂળભૂત માન્યતા એવી છે કે કોઈ પણ વસ્તુનું સર્જન કર્યા વિના કોઈ વસ્તુ બનાવી શકાતી નથી, તેથી જ તેઓએ ભગવાનને વિશ્વના સર્જક તરીકે સ્વીકાર્યા. પણ પછી ભગવાન પર જ કેમ રોકાય? તે મૂળ સિદ્ધાંતનું શું થયું?

સિદ્ધાંત એ હતો કે સર્જક વિના કોઈ સર્જન શક્ય નથી. તો પછી ભગવાન કોણે બનાવ્યા? બધા ધર્મો અનુસાર... આ પ્રશ્ન અનુત્તર રહે છે. તેઓ જાણે છે કે જો તેઓ કહે કે ભગવાન ‘A’ને ભગવાન ‘B’ દ્વારા બનાવવામાં આવ્યો છે, તો તેઓ વધુ મોટી મુશ્કેલીમાં ફસાઈ જશે. પછી ભગવાન ‘C’, અને ‘D’, અને... સમગ્ર મૂળાક્ષરો... X, Y, Z સુધી પહોંચ્યા પછી પણ કંઈ ઉકેલશે નહીં. આખરે એ જ પ્રશ્ન રહેશે કે ભગવાન ‘Z’ કોણે બનાવ્યો?

વાજબી બનવા માટે, તેઓએ ખૂબ જ ખોટી ધારણાથી શરૂઆત કરી. અસ્તિત્વ એ પોતાનામાં સ્વ-અસ્તિત્વ છે. તે સદાકાળ રહ્યો છે, તેથી તેની રચનાનો પ્રશ્ન જ ઊભો થતો નથી. અને તે કાયમ રહેશે, તેથી તેના વિનાશનો પ્રશ્ન જ ઊભો થતો નથી. તે વિકાસના વિવિધ તબક્કાઓમાંથી પસાર થઈ શકે છે, પરંતુ તે હંમેશા અસ્તિત્વમાં રહેશે.

જો ભગવાનને છોડી દેવામાં આવે તો શેતાન પણ બિનજરૂરી બની જાય છે.

તેમની જોડી પરિણીત યુગલ જેવી છે. પરંતુ, સદીઓથી આખી દુનિયામાં શેતાન કામ કરતો હોય એવું લાગે છે. એ છ દિવસ પછી તેણે આખો ધંધો સંભાળી લીધો. જો તમે ભગવાન અને શેતાનને પુરુષ અને સ્ત્રી તરીકે કલ્પના કરવાનો પ્રયાસ કરો છો, તો શેતાન પુરુષ તરીકે દેખાશે કારણ કે તે હંમેશા સક્રિય છે. અને ભગવાન ઘરના કામકાજમાં વ્યસ્ત ગૃહિણી હોવા જોઈએ - તેથી જ તે સાંસારિક મુશ્કેલીઓમાં દેખાતા નથી. પણ તમે શેતાનને દરેક જગ્યાએ જોશો. તમારે તેને શોધવાની જરૂર નથી, તે પહેલેથી જ તમને શોધી રહ્યો છે.

મારો રસ એ છે કે તમે બંનેમાંથી મુક્ત થાઓ, તેઓ ગમે તે હોય - પુરુષ કે સ્ત્રી! એકવાર બંનેમાંથી મુક્ત થયા પછી, અસ્તિત્વ અંતિમ

સ્વતંત્રતા બની જાય છે, અને વ્યક્તિ તેનું ગૌરવ અને આત્મસન્માન પાછું મેળવે છે.

ભગવાન અને શેતાનનો આ જ વિચાર તમને એક અથવા બીજાના ગુલામ બનાવે છે. પાપીઓ શેતાનના ગુલામ છે, અને સંતો ભગવાનના ગુલામ છે. પણ નોકર બનવું, ગુલામ બનવું એ માણસની ગરિમાની વિરુદ્ધ છે.

તેથી જ હું તમને કહું છું કે ભગવાન મરી ગયો છે, શેતાન મરી ગયો છે. તેનું મૃત્યુ તમારા અસ્તિત્વ માટે જરૂરી છે. જો તેઓ બચી જશે, તો તમે ખોટા મરી જશો, તમે બંને બાજુએ ખરાબ રીતે ફસાઈ જશો. પછી માણસે સતત એક વિચિત્ર રમત રમવી પડે છે, તે શેતાન માટે કામ કરે છે અને ભગવાનની પૂજા કરે છે. કારણ કે તે બંનેને ખુશ રાખવા જરૂરી છે.

એક વૃદ્ધ માણસ મરી રહ્યો હતો. અચાનક તેણે ભગવાનને પ્રાર્થના કરવાનું શરૂ કર્યું, ભગવાનના નામનો જાપ કર્યો અને પછી શેતાનનું નામ પણ કહેવાનું શરૂ કર્યું. તેના પરિવારને આશ્ચર્ય થયું. તેણે કહ્યું, "તમે પાગલ થઈ ગયા છો? તમારા જીવનની અંતિમ ક્ષણોમાં, તમે શેતાનને યાદ કરો છો?"

વૃદ્ધે જવાબ આપ્યો, "હું કોઈ પ્રકારનું જોખમ, કોઈ જોખમ લેવા માંગતો નથી. હું ક્યાં જઈ રહ્યો છું અને કોને મળીશ તે કોણ જાણે છે? અને પછી મને તે બંનેને યાદ કરવામાં શું વાંધો છે! તેથી જ હું તે બંનેને યાદ કરું છું જેથી હું જેને પણ મળું, મેં તેમને યાદ કર્યા. અને જો હું બંનેમાંથી કોઈને ન મળું, તો પણ કોઈ વાંધો નથી.

કોઈ સમસ્યા નથી. હું દરેક શક્યતાઓ પર નજર રાખું છું." માણસ ભગવાન અને શેતાન, સારા અને અનિષ્ટ વચ્ચે કચડાઈ ગયો હતો. હું નથી ઈચ્છતો કે માણસ કચડાતો રહે, ગુલામીમાં રહે; તેના બદલે, સ્વતંત્ર વ્યક્તિ બનો, તમારા પોતાના માલિક બનો. અને તેની ક્રિયાઓ ભગવાનની ઇચ્છા મુજબ હોવી જોઈએ નહીં, પરંતુ તેની પોતાની જાગૃતિ અને સ્વતંત્રતાથી ઉભરી હોવી જોઈએ.

મેં તમને તે વ્યંગાત્મક વાર્તા કહી છે - દસ આદેશોની. જ્યારે ભગવાને વિશ્વનું સર્જન કર્યું ત્યારે તે બેબીલોનમાં ગયા, અને ત્યાંના લોકોને પૂછ્યું, "શું તમે આદેશ લેવા માંગો છો?"

તેઓએ કહ્યું, "પહેલા આપણે જાણવા માંગીએ છીએ કે તે શું છે?"

ભગવાને વસ્તુઓ સમજાવી જેમ કે, "તમારે વ્યભિચાર ન કરવો જોઈએ."

બેબીલોનીઓએ કહ્યું, "ત્યારે આપણે શું કરવું જોઈએ? અમને કોઈ આદેશ જોઈતો નથી, કૃપા કરીને અમને માફ કરો."

પછી તે ઇજિપ્તના લોકો અને અન્ય વિવિધ જાતિઓ પાસે ગયો. કોઈ સહમત ન થયું, બધાએ એક જ પ્રશ્ન પૂછ્યો, "એ શું હુકમ છે?" પછી તેણે કહ્યું, "અમે કોઈ આજ્ઞાથી બંધાયેલા નથી. અમે અમારી મરજી મુજબ અને આનંદમાં જીવવા માંગીએ છીએ." આખરે ભગવાન યહૂદી ધર્મના સ્થાપક પ્રોફેટ મૂસા પાસે આવ્યા અને કહ્યું, "શું તમે આદેશ માંગો છો?"

મૂસાએ પૂછ્યું, "તેની કિંમત શું છે?"

આ પ્રશ્ન સંપૂર્ણપણે અનોખો હતો. ભગવાને આખી દુનિયામાં પ્રવાસ કર્યો, પરંતુ મૂસા એ પ્રથમ વ્યક્તિ હતો જેણે પ્રથમ વસ્તુ, તેની કિંમત પૂછી. ભગવાને કહ્યું, "તેનું કોઈ મૂલ્ય નથી."

મૂસાએ કહ્યું, "તો પછી હું દસ લઈશ." જો તેની કોઈ કિંમત નથી, તો તે મફત છે; તો પછી દસ કેમ ન લેવા?... આ રીતે યહૂદીઓ પાસે દસ આજ્ઞાઓ આવી.

દરેક ધર્મ, ભય અથવા લોભથી પ્રેરિત, તેના પોતાના આદેશ બનાવ્યા છે, જેમાંથી દરેક વિચિત્ર અને અકુદરતી છે. સર્વત્ર દેખાતી આ નિરાધાર માનવતા આ ધર્મોએ બનાવી છે. સૌથી અમીર માણસ પણ ખૂબ જ ગરીબ છે કારણ કે તેને તેની વિવેકબુદ્ધિ મુજબ કામ કરવાની સ્વતંત્રતા નથી. તેણે તેને બીજા કોઈએ આપેલા સિદ્ધાંતોનું પાલન કરવું પડશે, અને કોણ જાણે છે કે તે વ્યક્તિ કપટી હતી, ઢોંગી હતી, ઋષિ હતી કે સ્વપ્ન જોનાર... શું? આના માટે કોઈ પુરાવા નથી... કારણ કે ઘણા લોકોએ દાવો કર્યો છે કે તે ભગવાનનો અવતાર છે, ભગવાનનો દૂત છે, અલ્લાહનો પયગંબર છે. અને તેઓ બધા જુદા જુદા સંદેશો લાવે છે. કાં તો ભગવાન પાગલ છે, અથવા આ લોકો તદ્દન જૂઠું બોલે છે.

મોટી શક્યતા એ છે કે આ લોકો જૂઠું બોલી રહ્યા છે. આ તમારા અહંકારની પુષ્ટી કરે છે કે તમે એક પ્રોફેટ, મસીહા, અવતાર, તીર્થંકર – એક ખાસ વ્યક્તિ છો અને સામાન્ય માનવી નથી! પછી તમે અન્ય પર પ્રભુત્વ મેળવી શકો છો. આ પણ પોતાના પ્રકારનું રાજકારણ છે. જ્યાં પોતાની ઈચ્છા પ્રમાણે બીજાને કાબૂમાં રાખવાની ઈચ્છા હોય ત્યાં રાજકારણ હોય છે.

રાજકારણીઓ તેમની દુન્યવી શક્તિ - તેમની સેના, શસ્ત્રો, પરમાણુ શસ્ત્રોના બળથી તમારી છાતી પર સવાર છે. અને ધર્મોના જન્મદાતાઓ - પ્રબોધકો, મસીહાઓ, અવતારો, તારણહાર, તેઓ તમારા પર આધ્યાત્મિક રીતે પ્રભુત્વ ધરાવે છે. આ મોટા રાજકારણીઓ છે - તેમનું વર્ચસ્વ વધુ ખતરનાક અને સૂક્ષ્મ છે. તેઓએ તમારા જીવનને ફક્ત

બાહ્ય રીતે જ નહીં પણ આંતરિક રીતે પણ કબજે કર્યું છે. તેઓ તમારા આંતરિક સ્વ બની ગયા છે. તેઓ તમારી નૈતિકતા, તમારો અંતરાત્મા અને તમારું આધ્યાત્મિક અસ્તિત્વ બની ગયા છે.

તેઓ તમારી અંદર વસે છે, તમને કહે છે કે શું સાચું છે અને શું ખોટું છે. તમારે તેમને અનુસરવું પડશે, અન્યથા તમે દોષિત અનુભવો છો; અને અપરાધ એ આધ્યાત્મિક રોગોનો રોગચાળો છે. તેમને અનુસરવાથી તમે અસ્વસ્થતા, વિકૃતિ અને માનસિક રીતે બીમાર અનુભવો છો, કારણ કે તમે તમારા સ્વભાવમાં રહેતા નથી; અને કુદરતી રીતે જીવવાથી તમારા પયગંબરો અને તારણહારોની અવજ્ઞા થાય છે. આ બધા ધર્મોએ મળીને માણસ માટે એવું વાતાવરણ ઊભું કર્યું છે જેમાં તે આરામદાયક નથી રહી શકતો, ખુશ નથી રહી શકતો, જીવનને સંપૂર્ણ રીતે જીવી શકતો નથી.

હવે માનવતાને આ બધી જૂની માન્યતાઓ અને અંધશ્રદ્ધાઓમાંથી મુક્ત થવા દો જેણે તેના પર ખૂબ જ ખરાબ રીતે જુલમ કર્યો છે; અને માનવ સ્વભાવને મોટા પ્રમાણમાં વિકૃત કર્યો છે. તેનું પરિણામ - આ માનવતા તમારી સામે છે. એક કહેવત છે કે બીજને ફળોથી ઓળખી શકાય છે. જો આ સાચું છે - અને તે સાચું છે - તો તમારા પયગંબરો, તારણહાર, અવતારો, તીર્થંકરો, ભગવાન અને શેતાન, તેમના તમામ ભૂતકાળને આજની માનવતાને જોઈને નક્કી કરવું જોઈએ.

જો આ વિકૃત માનવતા - દુ:ખી, વેદના, ક્રોધ, ધિક્કાર અને બદલાથી ભરેલી - તમારા બધા ધર્મોનું પરિણામ છે, તમારા રાજકીય અથવા આધ્યાત્મિક નેતાઓના ઉપદેશોનું પરિણામ છે, તો તે વધુ સારું રહેશે જો ભગવાન અને શેતાનને મરવા દો. જલદી ભગવાન અને શેતાનનો નાશ થશે, રાજકીય અને ધાર્મિક નેતાઓનો ટેકો છીનવી લેવામાં આવશે, અને તેઓ મૃત્યુ પામશે.

હું ઈચ્છું છું કે માણસ રાજકીય રીતે મુક્ત, આધ્યાત્મિક રીતે મુક્ત અને જીવનના દરેક પાસાઓમાં મુક્ત બને, અંદરથી આવતા અવાજને અનુસરે, ભલે ધીમે ધીમે, તેની પોતાની સભાનતા અને અંતરાત્મા અનુસાર કાર્ય કરે. તો જ એક વાસ્તવિક ક્રાંતિ થશે, અને એક સુંદર વિશ્વનું નિર્માણ થઈ શકશે.

●●

4

કાલ્પનિક સમસ્યાઓ : અનુમાનિત ઉકેલો

પ્રિય ઓશો,
મને લાગે છે કે માણસ ભગવાનમાં વિશ્વાસ કરવા માંગે છે કારણ કે તે જાણવા માંગે છે કે તેના જીવનમાં કંઈક ક્રમ છે, કોઈ નિયંત્રક છે. પરંતુ જ્યારે હું મારી આજુબાજુ જોઉં છું, સિવાય કે જ્યાં માણસ હસ્તક્ષેપ કરવામાં સફળ થયો હોય, અસ્તિત્વ તેના પોતાના પર ખૂબ સારી રીતે ચાલી રહ્યું હોય તેવું લાગે છે. શું તમે કૃપા કરીને આ બાબતે પ્રકાશ પાડશો?

સમગ્ર અસ્તિત્વ જીવંત શરીરની જેમ કાર્ય કરે છે. દરેક વસ્તુ અન્ય દરેક વસ્તુ સાથે સંબંધિત છે. ઘાસનું સૌથી નાનું તણખલું હજારો અને લાખો પ્રકાશ વર્ષો દૂર સ્થિત સૌથી મોટા તારા સાથે જોડાયેલ છે. ઓર્ડર આપવા ક્યાંય કોઈ બેઠું નથી અને બધુ કામ ચાલુ છે. અસ્તિત્વ એ સ્વ-શાસન છે. જે કંઈ થઈ રહ્યું છે તે સ્વયંસ્ફુરિત છે. કોઈ આદેશ આપતું નથી, અને કોઈ અનુસરતું નથી. આ સૌથી મોટું રહસ્ય છે.

આ રહસ્ય સમજી શકાતું ન હોવાથી લોકો શરૂઆતથી જ ભગવાનની કલ્પના કરવા લાગ્યા. ભગવાન વિશેના તેમના વિચારનું કારણ તેમની મનોવૈજ્ઞાનિક મુશ્કેલી છે - તે સ્વીકારવું મુશ્કેલ છે કે આ વિશાળ બ્રહ્માંડ સ્વયંસ્ફુરિત રીતે ચાલી રહ્યું છે - કોઈપણ અકસ્માત વિના, ત્યાં એક ટ્રાફિક પોલીસ પણ નથી અને ત્યાં અબજો તારા છે ...

ગઈકાલે જ મારા સેક્રેટરીએ જાણ કરી હતી કે કેલિફોર્નિયામાં મોટી સંખ્યામાં એક નવા પ્રકારનો બનાવ શરૂ થયો છે. ગયા અઠવાડિયે ત્યાં પાંચ લોકો મૃત્યુ પામ્યા હતા, અને આ અકસ્માતો રસ્તાઓ પર થયા હતા. કારણ કે ટ્રાફિક એટલો વધી ગયો છે કે રસ્તાઓ નાના થવા લાગ્યા છે અને ઘણી જગ્યાએ ટ્રાફિક જામ છે. રસ્તાઓ કાર પાર્કિંગની જગ્યાઓ જેવા દેખાય છે. અને લોકો તેમની કારમાં બંદૂકો લઈ જાય છે. તેઓ એટલા ચિડાઈ જાય છે કે સામેની કાર એટલી ધીમી ગતિએ આગળ વધી રહી છે, તેઓ ગભરાઈ જાય છે. તેઓ તેમના હોર્ન વગાડી રહ્યા છે, પરંતુ કોઈનું ધ્યાન નથી. ચારે બાજુથી હજારો હોર્ન વાગી રહ્યા છે.

અને છેલ્લા એક સપ્તાહમાં પાંચ લોકોની હત્યા કરવામાં આવી હતી. લોકોએ બંદૂકો કાઢી અને આગળ કારમાં બેઠેલા વ્યક્તિ પર ગોળીબાર કર્યો, જેને તેઓ ઓળખતા પણ ન હતા. અને સામેના પેલા બિચારા માણસને પણ આ જ સમસ્યા હતી, તેણે આ સમસ્યા સર્જી ન હતી. તેની સંપૂર્ણ ભૂલ એ હતી કે તે આગળ હતો. અને આ માત્ર શરૂઆત છે. તે ગયા અઠવાડિયે શરૂ થયું, હવે તે વધવા જઈ રહ્યું છે - કારણ કે એકવાર કંઈક શરૂ થઈ જાય, તેને રોકવું મુશ્કેલ છે - ખાસ કરીને કેલિફોર્નિયામાં!

વિશ્વની લગભગ તમામ જાતિઓએ ભગવાનનો વિચાર રચ્યો છે. તે માત્ર એક મનોવૈજ્ઞાનિક સમસ્યા છે. ન તો તેને ધર્મ સાથે કોઈ લેવાદેવા છે, ન તો તેને ફિલસૂફી સાથે કોઈ લેવાદેવા છે.

તે તદ્દન અગમ્ય, અકલ્પનીય છે કે સર્જનહાર વિના આ વિશ્વ કેવી રીતે અસ્તિત્વમાં આવ્યું અને આટલું વિશાળ બ્રહ્માંડ કોઈ નિયંત્રક વિના કેવી રીતે ચાલી રહ્યું છે? જ્યારે લોકો તેમના તર્ક અને કલ્પનાને આટલા સુધી લંબાવી શક્યા ન હતા, ત્યારે તેઓએ શોધ કરી... માત્ર પોતાને આશ્વાસન આપવા માટે કે ચિંતા કરવા જેવું કંઈ નથી; નહીં તો રાતની ઊંઘ પણ મુશ્કેલ થઈ ગઈ હોત. અબજો તારાવિશ્વો અને ગ્રહો અને તારાઓ ફરે છે, કોણ જાણે છે કે તેઓ રાતના સમયે એકબીજા સાથે ક્યાં અથડાઈ શકે છે! કોઈ તેમની કાળજી લેતું નથી, કોઈ પોલીસ નથી, કોઈ કોર્ટ કે કાયદો નથી....

પરંતુ આશ્ચર્યજનક રીતે બધું ખૂબ જ સારી રીતે ચાલી રહ્યું છે. હવામાન બદલાય છે અને વાદળો વરસાદ માટે આવે છે. ઋતુઓ બદલાય છે અને નવા અંકુર અને નવી કળીઓ દેખાય છે... અને આ અનાદિ કાળથી ચાલતું આવ્યું છે. ન તો કોઈ હિસાબ રાખે છે, ન કોઈ સૂર્યને કહે છે કે સમય આવી ગયો છે. એવી કોઈ અલાર્મ ઘડિયાળ નથી કે જે સવારે તરત જ વાગે અને સૂર્યને કહે, “તમારા ધાબળામાંથી બહાર આવો, હવે ઊઠો.” બધું એકદમ બરાબર ચાલી રહ્યું છે.

હકીકતમાં, ભગવાનનો મારો ઇનકાર પણ આ જ તર્ક પર આધારિત છે. હું કહું છું કે કોઈ ભગવાન નથી, કારણ કે કોઈ ભગવાન આ વિશાળ બ્રહ્માંડને સંચાલિત કરી શકતા નથી. કાં તો તે આંતરિક રીતે સ્વયંસ્ફુરિત છે... તે બહારથી ગોઠવી શકાતું નથી. જ્યાં સુધી કેટલીક આંતરિક સુસંગતતા, કેટલીક આંતર સુસંગતતા, જીવંત શરીર જેવી કેટલીક સ્વ-ટકાઉ આંતરિક એકતા ન હોય; કોઈ પણ બાહ્ય નિયંત્રક શરૂઆતથી અનંતકાળ સુધી તેની વ્યવસ્થાનું સંચાલન કરી શકે નહીં. તે કંટાળી જશે અને પોતાને ગોળી મારી દેશે... આ બધી ગડબડનો અર્થ શું છે? તેને કોઈ પગાર આપતું નથી. તેનું સરનામું પણ કોઈ જાણતું નથી.

મેં સાંભળ્યું કે એક માણસે ભગવાનને પત્ર લખ્યો કારણ કે તેને પચાસ રૂપિયાની સખત જરૂર હતી. સરનામું જાણતો ન હોવાથી તેણે લખ્યું – પ્રતિઃ સર્વોચ્ચ ભગવાન, પોસ્ટ માસ્ટર દ્વારા; અને પત્ર મોકલ્યો - કારણ કે પોસ્ટ માસ્તરને સરનામું ખબર હશે.

પોસ્ટ માસ્તરે પરબિડીયું ખોલ્યું – આ કેવો પત્ર છે, અને કોને મોકલવો જોઈએ – ભગવાનને! જ્યારે તેણે પત્ર વાંચ્યો, ત્યારે તેને મોકલનાર પ્રત્યે સહાનુભૂતિ થઈ, તે મોટી મુશ્કેલીમાં હશે. તેણે પત્રમાં વર્ણન કર્યું હતું કે તેની માતા મૃત્યુની નજીક હતી, અને તેની પાસે ન તો પૈસા હતા કે ન તો નોકરી. ખાવા અને દવા માટે પણ પૈસા નથી. "મને એક વાર પચાસ રૂપિયા મોકલો, પછી હું ક્યારેય કંઈ નહીં માંગું."

પોસ્ટ માસ્ટરે કહ્યું, "કંઈક કરવું જોઈએ, જેથી આ વ્યક્તિ નિરાશ ન થઈ જાય." પોસ્ટ માસ્તર પોતે બહુ શ્રીમંત ન હતા, તેથી તેમણે પોસ્ટ ઓફિસના તમામ કર્મચારીઓને થોડો ફાળો આપવા વિનંતી કરી. પિસ્તાલીસ રૂપિયાની વ્યવસ્થા થઈ શકી. તેણે કહ્યું, "ચાલો, કંઈ ન થાય તેના કરતાં થોડાં સારા છે." તેણે પિસ્તાલીસ રૂપિયા મોકલ્યા.

મનીઓર્ડર મળ્યા પછી તે માણસ ખૂબ જ ગુસ્સે થયો અને ભગવાનને કહ્યું, "સાંભળો, તમે આગલી વખતે પૈસા મોકલો ત્યારે, પોસ્ટ ઑફિસ દ્વારા મોકલશો નહીં; કારણ કે તેઓએ તેમનું કમિશન - પાંચ રૂપિયા કાપ્યું છે."

મારી પોતાની સમજ છે કે આ અસ્તિત્વ બહારથી ગોઠવી શકાય નહીં. આ વધુ અકલ્પ્ય છે. કોઈપણ ભગવાન શા માટે આ સહન કરશે, અને તે ક્યાં સુધી પ્રદાન કરવાનું ચાલુ રાખશે? ક્યારેક તે થાકી જશે, અને ક્યારેક તે રજા પણ લેશે. રજાઓ દરમિયાન શું થશે? અને જ્યારે તે થાકેલો હોય અથવા સૂતો હોય ત્યારે શું? ગુલાબ ખીલવાનું બંધ

કરશે, તારાઓ ખોટા માર્ગે મુસાફરી શરૂ કરશે, કદાચ સૂર્ય પશ્ચિમમાંથી માત્ર પરિવર્તન માટે ઉગવાનું શરૂ કરશે, જો માત્ર એક દિવસ માટે તો પણ - તેને કોણ રોકશે?

ના, તે બહારથી અશક્ય છે. ભગવાનનો ખ્યાલ સંપૂર્ણપણે અસંગત અને અર્થહીન છે. બહારથી અસ્તિત્વનું સંચાલન કોઈ કરી શકતું નથી. માત્ર એક જ શક્યતા છે - અંદરથી. અસ્તિત્વ એ જીવંત સંપૂર્ણતા છે.

●●

5

ભગવાન: વિકલાંગ માનસિકતા માટે ખોટો આધાર

પ્રિય ઓશો,
શું પરમપિતા તરીકે ભગવાનનો ખ્યાલ સહાયક છે?

ધર્મોએ ભગવાનને પિતા કહ્યા છે તે સંયોગ નથી. મનોવૈજ્ઞાનિક રીતે બીમાર લોકોની આ ધારણા છે. ખ્રિસ્તીઓ તેમના પાદરીઓને 'ફાધર' કહે છે. આ ધર્મો જે ભગવાનને, તેમના પાદરીઓને પિતા કહે છે; તમારી માંદગી, તમારી બીમારીમાંથી બહાર આવવામાં મદદ કરવાને બદલે, તેઓ તમને વધુ બીમાર, વધુ માંદા થવામાં મદદ કરે છે.

તે ખૂબ જ વિચિત્ર છે કે ભગવાનને પિતા કહેવામાં આવે છે જેણે લગ્ન પણ કર્યાં નથી. પાદરીઓને એવા પિતા કહેવામાં આવે છે જેઓ ન તો પરિણીત છે અને ન તો બાળકો છે. પણ એક યા બીજા દિવસે દરેક વ્યક્તિ પોતાના સાચા પિતાથી હંમેશ માટે વિખૂટા પડી જવાના છે, પછી તે શૂન્યતા ભરશે, તેથી જ તેને પિતા કહેવામાં આવે છે. તે તેના પિતાના પૂરક છે. પરંતુ તેઓ પણ નશ્વર છે અને વહેલા કે મોડા વિદાય લેશે. માત્ર પાદરી જ નહીં, પોપ પણ ગમે ત્યારે મરી શકે છે. તેથી ધર્મોએ શાશ્વત ભગવાન, કમસેકમ ભગવાનનો વિચાર બનાવ્યો છે.

જે હંમેશા તમારી સાથે રહેશે. અને બધા ધર્મો ભગવાનને સર્વવ્યાપી – સર્વવ્યાપી, સર્વશક્તિમાન, બધી શક્તિઓ ધરાવનાર અને બધું જ જાણનાર – સર્વજ્ઞ તરીકે વ્યાખ્યાયિત કરે છે.

મેં એક ખ્રિસ્તી સાધ્વી વિશે સાંભળ્યું છે જે બંધ બાથરૂમમાં પણ કપડાં પહેરીને સ્નાન કરતા હતા. આ એક પ્રકારના ગાંડપણ જેવું લાગે છે. જ્યારે અન્ય સાધ્વીઓને ખબર પડી ત્યારે તેઓએ તેને પૂછ્યું, "શું વાત છે? તું તારાં કપડાં ઉતારીને વ્યવસ્થિત સ્નાન કેમ નથી કરતી?" તેણે કહ્યું, "હું આ કેવી રીતે કરી શકું! કારણ કે ભગવાન દરેક જગ્યાએ હાજર છે."

બાથરૂમમાં પણ, બંધ દરવાજા પાછળ, તમે એકલા નથી. એવું લાગે છે કે ભગવાન બદમાશોના નેતા છે - મહાન બદમાશ, જે દરેક જગ્યાએ છુપાયેલો છે. તેથી જ્યારે પણ તમે બાથરૂમનો દરવાજો બંધ કરો છો, ત્યારે જરા આજુબાજુ એક નજર નાખો, તે શું થઈ રહ્યું છે તે જોઈને કોઈને કોઈ ખૂણામાં છુપાયેલ હશે.

તે સાધ્વી તાર્કિક રીતે સાચી હતી, જો ભગવાનની સર્વવ્યાપકતાની ધારણા સાચી હોય, તો ચોક્કસ તે બાથરૂમમાંથી બહાર નીકળશે નહીં કારણ કે કોઈ મહિલા સ્નાન કરી રહી હતી. તે આવા સજ્જન નથી, આવા ભદ્ર નથી. જો તે બહાર હોય, અને કોઈ સ્ત્રી સ્નાન કરતી હોય, તો પણ તે ચોક્કસપણે બાથરૂમમાં દાખલ થયો હોત. એ સાધ્વી સાવ સમજદારીથી વર્તી રહી હતી.

પરંતુ આ ભગવાન એવા લોકો માટે બનાવવામાં આવ્યા છે જેમને હંમેશા કોઈને કોઈ રૂપમાં પિતાની જરૂર હોય છે, જે તેમનો રખેવાળ હોય, તેમની સુરક્ષા હોય, તેમનું બેંક બેલેન્સ હોય. તેના વિના, તેઓ આ વિશાળ અસ્તિત્વમાં એકલા પડી જશે.

તમે તમારો આ વિચાર અહીં પણ લાવ્યા છો, પણ હું તમારી બીમારીને સમર્થન આપી શકતો નથી. હું અહીં તમારી બધી મનોવૈજ્ઞાનિક બિમારીઓનો નાશ કરીને તમને આધ્યાત્મિક રીતે સ્વસ્થ બનાવવાનો પ્રયાસ કરી રહ્યો છું.

જ્યારે પણ હું લોકોને માન્યતાઓને પકડી રાખતા જોઉં છું - અને ત્યાં ઘણા ઓછા છે જેઓ કોઈક કે બીજી માન્યતાને પકડી રાખતા નથી - હું હંમેશા નાના બાળકો વિશે વિચારું છું જેઓ રેલ્વે સ્ટેશનો પર, એરપોર્ટ પર, તેમના રમકડાંને તેમની છાતીની નજીક પકડીને ફરતા હોય છે - ગંદા, દુર્ગંધવાળા, ચીકણા - ઈટાલિયનો જેવા સ્પાગેટ્ટીથી ભરેલા - પરંતુ તેઓ તેમને ચોંટાડી રહ્યા છે. તેઓ તેમના વિના સૂઈ શકતા નથી. તેઓ જ્યાં પણ જાય છે, તેઓ તેમના રમકડાં પોતાની સાથે લઈ જાય છે.

તમારી પાસે પણ તમારા રમકડાં છે - પણ તે અદ્રશ્ય છે. નાના બાળકોને માફ કરી શકાય છે, પરંતુ મોટાઓએ આ બાલિશ માનસિકતામાંથી બહાર આવીને થોડા પરિપક્વ બનવું જોઈએ.

ન તો કેથોલિક ખ્રિસ્તી પરિપક્વ હોઈ શકે, ન કોઈ અન્ય ધાર્મિક વ્યક્તિ પરિપક્વ હોઈ શકે; કારણ કે તે રમકડું હંમેશા હાજર છે - ઉપર આકાશમાં બિરાજમાન પરમપિતા ભગવાન! તેઓ આ ખોટી પૂર્વધારણા વિના, આ જૂઠાણા વિના જીવી શકતા નથી. તે અસત્ય મદદરૂપ છે - તે તમને એક પ્રકારની રાહત આપે છે. રાહતની શોધ, આશ્વાસનની શોધ એ અપરિપક્વતા છે, વૃદ્ધિમાં અવરોધ છે. આ અવિકસિત સ્થિતિમાંથી બહાર નીકળો, અને પરિપક્વ બનો.

●●

6

સ્વાર્થના બીજ: પરોપકારના ફૂલો

પ્રિય ઓશો,
મારા બાળપણમાં, ખ્રિસ્તી ધર્મની છત્રછાયામાં ઉછરીને મેં જે સૌથી મહત્વની વસ્તુ શીખી છે, તે નિઃસ્વાર્થ બનવું હતું, મારા વિશે વિચારવું નહીં. હવે સ્વ-સ્મરણમાં અને મારી અંદર વળવાની ઇચ્છાને અનુસરીને, એવું લાગે છે કે મારે બેચેની, અપરાધ અને મૂંઝવણના સ્તરમાંથી પસાર થવું પડશે. હું જાણું છું કે બંને વિચારો વચ્ચે મોટો તફાવત છે. આ બાબતે તમે અમને કંઈ કહેશો?

બધા ધર્મોએ ભેગા મળીને માણસના વિકાસને ઘણું નુકસાન પહોંચાડ્યું છે; પરંતુ જ્યાં સુધી માનવતાને નુકસાનની વાત છે ત્યાં સુધી ખ્રિસ્તી ધર્મ સર્વોચ્ચ રહ્યો છે. ગંદા કાર્યો તેઓ તમારા નુકસાન માટે કરી રહ્યા છે; તેમને આવરી લેવા માટે સુંદર શબ્દોનો ઉપયોગ કર્યો, ઉદાહરણ તરીકે: નિઃસ્વાર્થતા. જે વ્યક્તિ પોતાને જાણતી નથી તેને નિઃસ્વાર્થ પૂછવું મૂર્ખતા છે. તે અવિશ્વસનીય લાગે છે કે ખ્રિસ્તી ધર્મ બે હજાર વર્ષથી આ બકવાસ કરે છે.

સોક્રેટીસ કહે છે, "તમારી જાતને જાણો." બાકીનું બધું ગૌણ છે. તમારી જાતને જાણીને તમે નિઃસ્વાર્થ બની શકો છો અને તમે ચોક્કસપણે આવા બનશો, તે તમારા તરફથી પ્રયત્નો હશે નહીં. જ્યારે તમારી પાસે આત્મજ્ઞાન હશે, ત્યારે તમે ફક્ત તમારા પોતાના આત્માને જ નહીં, દરેકની અંદર છુપાયેલા આત્માને પણ ઓળખી શકશો. તે એક છે - એક ચેતના, એક ખંડની જેમ. વ્યક્તિઓ અલગ ટાપુઓ નથી.

પરંતુ લોકોને તેમના પોતાના આત્માને કેવી રીતે જાણવું તે શીખવ્યા વિના, ખ્રિસ્તી ધર્મે ખૂબ જ ખતરનાક રમત રમવાનું ચાલુ રાખ્યું, અને એક રમત જે લોકોને ગમતી હતી કારણ કે તેઓએ એક સુંદર શબ્દ 'પરમાર્થ'નો ઉપયોગ કર્યો હતો! આ શબ્દ આધ્યાત્મિક લાગે છે, ધાર્મિક લાગે છે. જ્યારે હું તમને કહું છું, 'પહેલા સ્વાર્થી બનો', તે આધ્યાત્મિક લાગતું નથી. 'સ્વાર્થી ?' તમારું મન દૃઢ છે કે નિઃસ્વાર્થ હોવું આધ્યાત્મિક છે. તેમ છતાં હું જાણું છું કે તે આવું છે; પરંતુ જ્યાં સુધી તમે તમારી જાતને જાણવા માટે પૂરતા સ્વાર્થી નહીં બનો ત્યાં સુધી નિઃસ્વાર્થતા અશક્ય છે. 'સ્વ' નો અર્થ જાણ્યા પછી અને સ્વયં હોવા પછી, નિઃસ્વાર્થતા આવશે - પરિણામની જેમ. પછી સ્વર્ગમાં ફળ મેળવવા માટે કોઈ નિઃસ્વાર્થતા રહેશે નહીં, કોઈ પુણ્ય કાર્ય નહીં થાય. પછી નિઃસ્વાર્થ બનવું તમારો સ્વાભાવિક સ્વભાવ હશે, અને નિઃસ્વાર્થતાના દરેક કાર્યનું પોતાનું ફળ હશે.

પરંતુ ખ્રિસ્તી ધર્મે બળદને ગાડા પાછળ બાંધી દીધા છે. કોઈ હિલચાલ નથી, બધું બંધ થઈ ગયું છે. બળદ અટકી ગયા છે કારણ કે ગાડી તેમની સામે છે, અને ગાડું ખસેડી શકાતું નથી. જ્યાં સુધી બળદ તેની આગળ બાંધેલા હોય અને તેને ખેંચતા ન હોય ત્યાં સુધી કોઈ ગાડું આગળ વધી શકતું નથી.

અહીં આવનાર દરેક ખ્રિસ્તી સાથે આવું થાય છે - ધ્યાન તેમને દોષિત લાગે છે. જ્યારે આખું વિશ્વ મુશ્કેલીમાં છે, લોકો એટલા ગરીબ છે, ભૂખ્યા છે, એઇડ્સથી પીડિત છે ... અને તમને ધ્યાનનો વિચાર છે! તમે ચોક્કસપણે ખૂબ સ્વાર્થી છો. અરે, પહેલા ગરીબોને મદદ કરો, એઇડ્સથી પીડિત લોકોને મદદ કરો; પહેલા બીજાની સેવા કરો.

પણ તમારું જીવન બહુ ટૂંકું છે. સિત્તેર-એંસી વર્ષમાં તમે કેટલા પરોપકારી કાર્યો કરી શકશો, અને પછી તમને ધ્યાન કરવાનો સમય ક્યારે મળશે? કારણ કે જ્યારે પણ તમે તમારી જાતને ધ્યાનમાં ડૂબાડવાનું વિચારો છો... એ ગરીબો ત્યાં હાજર હશે, નવા નવા રોગો ઊભા થશે, અનાથ બાળકો હશે, ભિખારી હશે....

એક ખ્રિસ્તી મહિલા તેના યુવાન પુત્રને સમજાવી રહી હતી કે "નિઃસ્વાર્થ બનવું એ આપણા ધર્મની મૂળભૂત શિખામણ છે. ક્યારેય સ્વાર્થી ન બનો, બીજાને મદદ કરો." અને યાદ રાખો, નાના બાળકો પુખ્ત વયના લોકો કરતા વધુ સંવેદનશીલ અને વધુ સ્પષ્ટ હોય છે - છોકરાએ કહ્યું, "તે થોડું વિચિત્ર લાગે છે કે મારે બીજાઓને મદદ કરવી જોઈએ, અને અન્ય લોકોએ મને મદદ કરવી જોઈએ. શા માટે આપણે આ બાબતને સરળ ન બનાવીએ - હું મારી સેવા કરું, તેઓ પોતાની

સેવા કરે." ધર્મનો આ મૂળભૂત સિદ્ધાંત ખૂબ જટિલ - બિનજરૂરી રીતે જટિલ લાગે છે.

હકીકતમાં, ખ્રિસ્તી ધર્મે પૂર્વના તમામ ધર્મોની નિંદા કરી છે કારણ કે તેઓ ખ્રિસ્તી ધર્મની તુલનામાં ખૂબ સ્વાર્થી દેખાય છે. મહાવીર બાર વર્ષ સુધી ધ્યાનમાં ડૂબેલા રહ્યા... તેમણે કોઈ શાળામાં ભણાવવું જોઈએ, અથવા કોઈ હોસ્પિટલમાં નર્સ બનવું જોઈએ - જોકે નગ્ન રહેવું થોડું અજીબ લાગશે. તેણે અનાથોની સંભાળ લેવી જોઈએ, મધર ટેરેસા બનવું જોઈએ અને નોબેલ પુરસ્કાર મેળવવો જોઈએ.

તે સ્પષ્ટ છે કે ક્યારેય કોઈ ધ્યાન કરનારને નોબેલ પુરસ્કાર મળ્યો નથી. અને કેમ મળે? કારણ કે તમે કોઈ સેવાકીય કાર્ય કર્યું નથી. તમે વિશ્વના સૌથી સ્વાર્થી લોકો છો – ફક્ત ધ્યાનમાં લીન છો; મૌન, શાંતિ અને આનંદમાં ડૂબવું; સત્ય અને ઈશ્વરની પ્રાપ્તિ તરફ આગળ વધવું; અને બધી જેલમાંથી આઝાદી મળી - પણ આ બધું બહુ સ્વાર્થી હતું!

તેથી જ ખ્રિસ્તી મનને ધ્યાનના વિચારને સ્વીકારવાનું થોડું મુશ્કેલ લાગે છે. ખ્રિસ્તી ધર્મમાં ધ્યાન માટે કોઈ સ્થાન નથી, ફક્ત પ્રાર્થના છે. તેઓ ગૌતમ બુદ્ધને સાચા ધાર્મિક વ્યક્તિ તરીકે માની શકતા નથી; કારણ કે તેણે ગરીબો માટે શું કર્યું? તમે બીમાર માટે શું કર્યું? તમે વૃદ્ધો માટે શું કામ કર્યું? તેઓએ આત્મજ્ઞાન પ્રાપ્ત કર્યું - આ અંતિમ સ્વાર્થ છે!

પરંતુ પૂર્વનો દૃષ્ટિકોણ સંપૂર્ણપણે અલગ છે - અને તે વધુ તાર્કિક, બુદ્ધિશાળી અને સમજી શકાય તેવો છે. પૂર્વ હંમેશા સમજે છે કે જ્યાં સુધી તમે શાંતિને જાણતા નથી, જ્યાં સુધી તમે તમારા હૃદયમાં ઊંડી મૌન અને તમારા આત્મામાં ગીતનો અનુભવ ન કર્યો હોય, જ્યાં સુધી તમારી બોધ પ્રકાશની જેમ પ્રસારિત ન થાય ત્યાં સુધી તમે કોઈની સેવા કરી શકશો નહીં. તમે પોતે બીમાર છો, તમે પોતે જ અનાથ છો, કારણ કે તમે હજી સુધી અસ્તિત્વની અંતિમ સલામતી, જીવનની શાશ્વત સલામતીનો અહેસાસ કર્યો નથી. તમે પોતે એટલા નિરાધાર છો કે તમારી અંદર અંધકાર સિવાય બીજું કશું જ નથી; તમે બીજાને મદદ કરવા કેવી રીતે જશો? તમે પોતે ડૂબી રહ્યા છો, વધુ શક્યતા એ છે કે તમે બીજાને પણ ડૂબાડશો. અન્યને મદદ કરવી

ખતરનાક બનશે. સૌથી પહેલા તમારે જાતે તરવાની કળા શીખવી પડશે, તો જ તમે ડૂબતા વ્યક્તિને બચાવવામાં મદદ કરી શકશો.

મારી દ્રષ્ટિ એકદમ સ્પષ્ટ છે. પહેલા સ્વાર્થી બનો અને તમારી અંદર છુપાયેલ તમામ ખુશીઓ શોધો; આનંદ પ્રાપ્ત કરો, પરમ આનંદ; અને પછી પરોપકાર તેના પોતાના પર આવશે - જેમ તમારો પડછાયો તમને અનુસરે છે - કારણ કે જ્યારે તમે ભગવાનને અંદર અનુભવો છો, અને

તમારું હૃદય નૃત્ય કરે છે, ત્યારે તમારે તેને શેર કરવું પડશે. તમે કંગાળ બનીને આંતરિક સંપત્તિને સાચવી શકતા નથી; કારણ કે કંજૂસાઈ એ આંતરિક વિકાસના માર્ગ પરનું મૃત્યુ છે. આંતરિક વિકાસનું અર્થશાસ્ત્ર બાહ્ય વિકાસના અર્થશાસ્ત્રથી સંપૂર્ણપણે અલગ છે.

રસ્તા પર ઊભેલા એક ભિખારીએ એક કાર રોકી, અને કંઈક માંગવા લાગ્યો, કારણ કે તેણે ત્રણ દિવસથી કંઈ ખાધું નથી. કારમાં બેઠેલા માણસને હમણાં જ લોટરી લાગી હતી. ભિખારીને જોયા પછી તે વિશ્વાસ કરી શક્યો નહીં - જો કે તેના કપડાં ખૂબ જ ગંદા અને ફાટેલા હતા, એવું લાગતું હતું કે તે માણસ સમૃદ્ધ પરિવારનો હતો. તેમના ચહેરાના હાવભાવ અને તેમની બોલવાની શૈલી દર્શાવે છે કે તેઓ શિક્ષિત અને સંસ્કારી હતા.

તે સમયે વ્યક્તિ પાસે એટલા પૈસા હતા કે તેણે 100 રૂપિયાની નોટ કાઢીને ભિખારીને આપી દીધી. એ નોટ જોઈને ભિખારી હસવા લાગ્યો.

કારના માલિકે પૂછ્યું, "કેમ હસો છો?"

ભિખારીએ કહ્યું, "હું હસી રહ્યો છું કારણ કે ટૂંક સમયમાં તમે પણ મારી જગ્યાએ આવીને ઊભા રહેશો. આ રીતે હું ભિખારી બની ગયો છું. એક સમય હતો જ્યારે મારી પાસે પણ મારી પોતાની કાર હતી, મારી પાસે પણ હજારો રૂપિયા હતા, પરંતુ હું તે વહેંચતો રહ્યો. તમને પણ વધુ સમય નહીં લાગે. આપણે ફરી મળીશું."

સરળ અર્થશાસ્ત્ર એ છે કે જો તમે વહેંચતા જશો, તો તમારી પાસે ઓછું હશે, અને ઓછું હશે, અને તે પણ ઓછું હશે. પરંતુ આધ્યાત્મિક અર્થશાસ્ત્ર એ છે કે જો તમે વહેંચશો નહીં, તો તમારી સંપત્તિ ઘટશે. અને જો તમે શેર કરવાનું ચાલુ રાખો, તો તમારી પાસે વધુ, હજુ વધુ, અને હજુ વધુ હશે.

બાહ્ય અને આંતરિક વિશ્વના નિયમો એકબીજાથી સંપૂર્ણપણે વિરુદ્ધ છે. પ્રથમ અંદર સમૃદ્ધ, એક સમ્રાટ બનો; અને પછી તમારી પાસે શેર કરવા માટે ઘણું બધું છે

તદુપરાંત, તમે તે વહેંચણીને પરોપકાર પણ નહીં કહેશો, અને આ લોકમાં કે પછીના જગતમાં કોઈ ઈનામ મેળવવાની ઈચ્છા પણ કરશો નહીં. તમે જે વ્યક્તિને કંઈક આપ્યું છે તેની પાસેથી તમે આભારની અપેક્ષા પણ રાખશો નહીં, ઊલટું તમને આશીર્વાદ મળશે કે તેણે તમને, તમારા પ્રેમ, તમારા આનંદ અને તમારી મજાને નકારી નથી. તે ગ્રહણશીલ હતો, તેણે તમને, તમારું સંગીત, તમારા ગીતો અને તમારું હૃદય તેના આત્મામાં રેડવા દીધું.

ખ્રિસ્તી ધર્મનો પરોપકારનો ખ્યાલ સંપૂર્ણ મૂર્ખતા છે. પૂર્વીએ ક્યારેય આવું વિચાર્યું ન હતું. સમગ્ર ભૂતકાળ અને સત્ય માટે તેમની શોધ ખૂબ લાંબી છે, ખૂબ પ્રાચીન છે. તેમણે એક નાની વાત સારી રીતે સમજી લીધી છે કે પહેલા તમારે તમારું ધ્યાન રાખવું પડશે, તો જ તમે બીજાનું ધ્યાન રાખી શકશો, બીજાનું ભલું કરી શકશો.

તમે દોષિત અનુભવો છો. તમે કહો, "એવું લાગે છે કે મારે ચિંતા, અપરાધ અને મૂંઝવણના સ્તરમાંથી પસાર થવું પડશે. હું જાણું છું કે બંને વિચારોમાં મોટો તફાવત છે. કૃપા કરીને આ સંદર્ભમાં કંઈક કહો."

આ એક સાદી વાત છે. ખ્રિસ્તી ધર્મે લાખો લોકોને ગેરમાર્ગે દોર્યા છે અને તેમને ખોટા માર્ગે લઈ ગયા છે. અમેરિકામાં આપણા સમુદાયને નષ્ટ કરવામાં રૂઢિચુસ્ત ખ્રિસ્તીઓનો હાથ હતો. રોનાલ્ડ રીગન કટ્ટર રૂઢિચુસ્ત ખ્રિસ્તી છે; અને રૂઢિચુસ્ત ખ્રિસ્તીઓ સૌથી કટ્ટરવાદી છે - તમને તેમના કરતા વધુ પૂર્વગ્રહો ધરાવતો માણસ મળશે નહીં. અમે કોઈને કોઈ નુકસાન પહોંચાડતા ન હતા. પરંતુ તેમના માટે સમસ્યા એ હતી કે અમે ઘણા ખુશ હતા, ઘણા આનંદી હતા - તેઓ તે સહન કરી શકતા ન હતા.

અહીં પણ... પૂર્વ તેના ગૌરવની ટોચને ભૂલી ગયો છે... ગૌતમ બુદ્ધ અને મહાવીરના દિવસો. જે લોકો ખ્રિસ્તી નથી તેઓ પણ હવે ખ્રિસ્તી વિચારધારાથી પ્રભાવિત થયા છે. ભારતીય બંધારણ કહે છે કે ચેરિટીનો અર્થ છે: નિરાધારોને મદદ કરવી, ગરીબોને શિક્ષણ આપવું, ગરીબો માટે હોસ્પિટલો બનાવવી. આ ત્રણમાંથી એક પણ વસ્તુ ગૌતમ બુદ્ધના ઉપદેશોમાં જોવા મળશે નહીં. એવું નથી કે તેઓ ગરીબોને મદદ કરવાની વિરુદ્ધ છે, પરંતુ તેઓ જાણે છે કે જો તમે સચેત હશો તો તમે ચોક્કસ મદદ કરશો, પરંતુ તમે તેના વિશે બડાઈ મારવાથી ફાવશો નહીં. એ સ્વાભાવિક બાબત હશે.

તેઓએ આ મિસ્ટ્રી સ્કૂલમાંથી ટેક્સ-મુક્તિનો દરજ્જો છીનવી લીધો છે. કારણ કે તેઓ કહે છે કે તે કોઈ સેવાભાવી સંસ્થા નથી. ધ્યાન

શિક્ષણ એ દાન નથી. હોસ્પિટલ ખોલવી એ પરોપકાર છે. શાળા ખોલવી, ભૂગોળ અને ઈતિહાસ શીખવવો એ સેવાકીય કાર્ય છે. અને તમે ભૂગોળમાં શું શીખવવા જઈ રહ્યા છો - ટિમ્બક્ટુ ક્યાં છે? કોન્સ્ટેન્ટિનોપલ ક્યાં છે? તેનું હિન્દી નામ કુસ્તુન્તુનિયા છે. તમે ઇતિહાસમાં શું શીખવશો - ચંગીઝ ખાન, તેમુરલાંગ, નાદિર શાહ, એલેક્ઝાન્ડર ધ ગ્રેટ, ઇવાન ધ ટેરિબલ. આ સેવાભાવી કાર્ય છે. પરંતુ લોકોને શાંત, શાંતિપૂર્ણ, પ્રેમાળ, આનંદી, સંતુષ્ટ અને પરિપૂર્ણ રહેવાની કળા શીખવવી એ દાન નથી.

મારા મતે, ધ્યાન વિના કોઈ દાન થઈ શકે નહીં.

તેથી તમારી અપરાધની લાગણી એ માત્ર એક ખરાબ આદત છે. તેને છોડી દો - બે વાર વિચાર્યા વિના! તમને સંપૂર્ણ સ્વાર્થી બનાવીને હું તમને નિઃસ્વાર્થ બનાવીશ. સૌ પ્રથમ મારે તમને આંતરિક રીતે સમૃદ્ધ બનાવવા છે - એટલા સમૃદ્ધ, એટલા સમૃદ્ધ કે તમે કિનારે વહેવા માંડો, કે તમારે વહેંચવું પડશે - જેમ અષાઢના વાદળોએ તરસેલી ધરતી સાથે પોતાનું પાણી વહેંચવાનું છે. પરંતુ પહેલા તે વાદળો વરસાદના પાણીથી ભરેલા હોવા જોઈએ. ખાલી વાદળોને કહેવું કે તમારે નિઃસ્વાર્થ રહેવું જોઈએ તે સંપૂર્ણપણે અસંગત છે.

કેટલાક સારા ઈરાદાવાળા, સારા અર્થવાળા લોકો પણ અહીં આવે છે, અને તેઓ કહે છે, "આ આશ્રમ થોડો વિચિત્ર છે. અરે, તમારે ગરીબો માટે હોસ્પિટલો ખોલવી જોઈએ, તમારે અનાથોને એકત્રિત કરવા જોઈએ, ભિખારીઓને કપડાં વહેંચવા જોઈએ, તમારે જેમને મદદની જરૂર છે તેમને મદદ કરવી જોઈએ." મારી કામ કરવાની રીત સાવ અલગ છે. હું ગરીબોને જન્મ નિયંત્રણના સાધનોનું વિતરણ કરી શકું છું, જેથી અનાથનો જન્મ ન થાય. હું તેમને 'વસ્તી વિસ્ફોટ' અટકાવવા માટે જન્મ નિયંત્રણની ગોળીઓ આપી શકું છું કારણ કે મને પહેલા અનાથ બનાવવા, પછી અનાથાશ્રમ બનાવવા, અને પછી તેમની સેવા કરવામાં અને તમારા જીવનને બિનજરૂરી રીતે બરબાદ કરવામાં કોઈ અર્થ દેખાતો નથી.

મેં પાંત્રીસ વર્ષ પહેલાં બોલવાનું શરૂ કર્યું ત્યારે ભારતની વસ્તી ચાલીસ કરોડ હતી અને ત્યારથી હું સતત કહેતો આવ્યો છું કે જન્મ નિયંત્રણની સખત જરૂર છે. પરંતુ તમામ ખ્રિસ્તીઓ કુટુંબ નિયોજનની વિરુદ્ધ છે અને માત્ર આ પાંત્રીસ વર્ષોમાં ભારતે તેની વસ્તી બમણી કરી છે. તે ચાલીસ કરોડથી નેવું કરોડ સુધી પહોંચી ગઈ છે. આ પચાસ કરોડ લોકોને રોકી શકાયા હોત, અને મધર ટેરેસાની જરૂર ન પડી હોત, પોપને ભારતમાં આવીને પરોપકાર શીખવવાની જરૂર ન પડી હોત.

પરંતુ વિશ્વ વિચિત્ર છે - પહેલા લોકોને બીમાર થવા દો, પછી તેમને દવા આપો. અને જેઓ સેવા આપે છે તેઓએ સુંદર યુક્તિઓ શોધી કાઢી છે; દરેક રોટરી ક્લબ અને લાયન્સ ક્લબમાં તેઓ તેમના સભ્યો માટે એક બોક્સ રાખે છે - જો તમે દવાની બોટલ ખરીદી છે, તો તમારી સારવાર પૂર્ણ થઈ ગઈ છે અને અડધી બોટલ બાકી છે, તે ક્લબને દાન કરો. આ રીતે તેઓ દવાઓ ભેગી કરે છે અને પછી તેનું વિતરણ કરે છે... અને પછી તેઓ મહાન અને નિઃસ્વાર્થ લોકો છે.

સેવા એ તેમનો આદર્શ છે – પણ આ સેવા બહુ ચતુરાઈભરી છે. તે દવાઓ ફેંકી દેવાની હતી; જો તમે સ્વસ્થ થશો, તો બાકીની દવાઓનું બીજું શું કરશો? એ બધી દવાઓ એકઠી કરીને ગરીબોમાં વહેંચવાનો આ વિચાર કેટલો અદ્ભુત છે! મફતમાં જાહેર સેવક બનવાનો આનંદ માણો, મહાન બનવાનો અનુભવ કરો.

મારી દ્રષ્ટિએ, માણસને સૌથી પહેલા અને મુખ્ય વસ્તુની જરૂર છે ધ્યાન ચેતના. અને ધ્યાન ચેતનાની પ્રાપ્તિ પછી, તમે જે પણ કરશો તે બધાને મદદરૂપ અને સહકારી હશે; પછી તમે કોઈ નુકસાન પહોંચાડી શકતા નથી, તમે ફક્ત પ્રેમાળ અને કરુણાપૂર્ણ ક્રિયાઓ કરી શકો છો.

તેથી, પહેલા સ્વાર્થી બનો. તમારી જાતને જાણો, તમારી જાતને બનાવો; અને પછી તમારું જીવન માત્ર એક દાન બની જશે – એક નિઃસ્વાર્થ દાન – આ જગતમાં કે પછીના જગતમાં કોઈ પરિણામની ઈચ્છા વિનાનું દાન!

●●

7

શરીર અને આત્મા વચ્ચે ચીનની દિવાલ

પ્રિય ઓશો,
મને કેમ હંમેશા એવું લાગે છે કે જાણે મારો એક ભાગ બીજા ભાગ સામે લડી રહ્યો છે?

માણસનો ઈતિહાસ અત્યંત દુઃખદ ઘટના રહી છે, અને તે શા માટે દુઃખદ છે તેનું કારણ સમજવું બહુ મુશ્કેલ નથી. તેને શોધવા માટે તમારે દૂર જવાની જરૂર નથી, તે દરેક વ્યક્તિમાં હાજર છે.

માણસના સમગ્ર ભૂતકાળે માણસમાં એક વિભાજન સર્જ્યું છે, દરેક માણસની અંદર એક શીત યુદ્ધ સતત ચાલતું રહે છે. જો તમે અસ્વસ્થતા અનુભવો છો, તો તેનું કારણ વ્યક્તિગત નથી. તમારો રોગ સામાજિક છે. અને જે ચાલાકીભરી યુક્તિનો ઉપયોગ કરવામાં આવ્યો છે તે આ છેઃ તમને દુશ્મનોના બે છાવણીઓમાં વિભાજીત કરવા - ભૌતિકવાદીઓ અને આધ્યાત્મિકવાદીઓ, જોર્બા અને બુદ્ધ.

હકીકતમાં તમે વિભાજિત નથી. વાસ્તવિકતા એ છે કે તમે સંગઠિત છો - એક અવાજમાં, એક લયમાં. પણ આ સંસ્કાર તમારા મનમાં ઊંડે બેઠેલો છે કે તમે એક નથી, અખંડ નથી, પૂર્ણ નથી. તમારે શરીર સામે લડવું પડશે. જો તમે આધ્યાત્મિક બનવા માંગતા હો, તો તમારે તમારા શરીરને દરેક સંભવિત રીતે જીતવું પડશે, તેને હરાવવું પડશે, તેને ત્રાસ આપવો પડશે અને તેનો નાશ કરવો પડશે.

આ માન્યતા સમગ્ર વિશ્વમાં સ્વીકારવામાં આવી છે. જુદા જુદા ધર્મોમાં, જુદી જુદી સંસ્કૃતિઓમાં એનાં જુદાં-જુદાં સ્વરૂપો હોઈ શકે છે, પણ મૂળ સિદ્ધાંત એક જ છે - માણસમાં ભાગલા પાડો, તેનામાં સંઘર્ષ ઊભો કરો, જેથી એક ભાગ સર્વોત્તમ લાગવા માંડે, પવિત્ર બને, પુણ્યશાળી આત્મા બને અને બીજા ભાગની પાપી તરીકે સૌ નિંદા કરવા લાગે.

પરંતુ મુશ્કેલી એ છે કે તમે એક છો, તમને વિભાજિત કરવાનો કોઈ રસ્તો નથી. દરેક વિભાગ તમારામાં દુઃખ પેદા કરશે. વિભાજનનો અર્થ એ થશે કે તમારો અડધો આત્મા બીજા અડધા સાથે લડી રહ્યો છે. અને જો તમે તમારી અંદર લડતા હો તો તમે કેવી રીતે આરામ કરી શકશો?

આખી માનવતા ખંડિત માનસિકતા સાથે સ્કિઝોફ્રેનિક રીતે જીવી રહી છે. દરેક વ્યક્તિ ટુકડાઓમાં, ભાગોમાં તૂટી ગઈ છે. તમારા ધર્મો, તમારી ફિલસૂફી, તમારા સિદ્ધાંતો, મટાડનાર નથી, પરંતુ ઘાયલ કરવાના સાધન છે - તે ઝઘડા અને સંઘર્ષનું કારણ છે. તમે તમારા પગમાં ગોળી મારી રહ્યા છો. તમારો જમણો હાથ તમારા ડાબા હાથને દુઃખ પહોંચાડે છે, તમારો ડાબો હાથ તમારા જમણા હાથને દુઃખ પહોંચાડે છે અને છેવટે તમારા બંને હાથમાંથી લોહી નીકળે છે.

પશ્ચિમે ચાર્વાકને પસંદ કર્યા, જોર્બાને પસંદ કર્યા. ગાંડપણમાંથી બચવાનો બીજો કોઈ રસ્તો ન હતો - એક ભાગને સંપૂર્ણપણે નષ્ટ, ઉપેક્ષા, ભૂલી જવાનો હતો. પશ્ચિમે માણસના આંતરિક સત્યને, તેની ચેતનાને નકારી કાઢી છે - માણસ માત્ર એક શરીર છે, ક્યાંય કોઈ આત્મા નથી - ખાઓ, પીઓ અને આનંદ કરો, આ એકમાત્ર ધર્મ છે. તે મનની શાંતિ મેળવવાનો, સંઘર્ષમાંથી બહાર આવવાનો, નિર્ણય અને નિષ્કર્ષ પર આવવાનો એક માર્ગ હતો - કારણ કે તે સ્વીકારવામાં આવ્યું હતું કે તમે એક છો - માત્ર પદાર્થ, માત્ર શરીર.

પૂર્વે બીજો રસ્તો પસંદ કર્યો, પણ મૂળ સમસ્યા એ જ રહી. માજી કહે છે કે તમે આત્મા છો, દેહ તો માત્ર ભ્રમ છે. પદાર્થ અસ્તિત્વમાં નથી. વિશ્વ એ જ તત્વોથી બનેલું છે જેમાંથી સપના બને છે. તો તેની બહુ ચિંતા ન કરો, તેને કાઢી નાખો, તેને છોડી દો, તેના વિશે યાદ રાખવાની જરૂર નથી, તેના પર ધ્યાન આપવાનું પણ યોગ્ય નથી.

સપાટી પર, એવું લાગે છે કે પૂર્વ અને પશ્ચિમ અલગ અલગ વસ્તુઓ કરી રહ્યા છે, પરંતુ જો તમે ઊંડાણપૂર્વક જુઓ, તો તેઓ એક જ વસ્તુ કરી રહ્યા છે. સત્ય એ છે કે તેઓ એક બનવા માટે બુદ્ધિપૂર્વક પ્રયાસ કરી રહ્યા છે. કારણ કે 'બે' હોવું એટલે સતત બેચેનીમાં રહેવું, સતત સંઘર્ષમાં રહેવું; 'બીજા'નો વિચાર ભૂલી જવો એ સારું.

પૂર્વ કહે છે કે દેહ માયા છે, ભ્રમ છે, છાયા જેવું કેવળ રૂપ છે, તેમાં કોઈ વાસ્તવિકતા નથી. પશ્ચિમ કહે છે કે ચેતના એ ઉપ-ઉત્પાદન છે, ઉપ-ઉત્પાદન છે, તેનું પોતાનું કોઈ અસ્તિત્વ નથી, માત્ર એક દેખાવ, એક ખ્યાલ છે. જ્યારે શરીર મૃત્યુ પામે છે ત્યારે કંઈ જ રહેતું નથી. શરીર જ બધું છે. તમે જે ચેતનાનો અનુભવ કરો છો તે બીજું કંઈ નથી પરંતુ શરીરના તમામ તત્વોના સરવાળાની આડપેદાશ છે.

આપણે એ પણ સમજવું પડશે કે શા માટે પૂર્વ અને પશ્ચિમે અલગ અલગ પસંદગીઓ કરી.

'એક'ની શોધમાં, પૂર્વીય મન એ જાણવાનો પ્રયાસ કર્યો કે આ આંતરિક ચેતના શું છે, જેના વિશે પૂર્વના તમામ રહસ્યવાદીઓ, ઋષિઓ અને રહસ્યવાદીઓ ખૂબ વાતો કરે છે, અને શરીરને માયા તરીકે વર્ણવે છે. આપણા માટે માત્ર શરીર જ વાસ્તવિક દેખાય છે, અને ચેતના આપણા માટે માત્ર એક શબ્દ છે. પરંતુ પૂર્વના તમામ ઋષિઓએ આત્મા જ સત્ય હોવાનો આગ્રહ રાખ્યો હોવાથી પૂર્વે શરીરની તરફેણમાં નિર્ણય લેતા પહેલા વાસ્તવિકતા શું છે તે જાણવાનો પ્રયાસ કર્યો.

શરીરની તરફેણમાં નિર્ણય લેવાની કુદરતી વૃત્તિ હશે, કારણ કે શરીર પહેલેથી જ વાસ્તવિક લાગે છે, આત્માને જાણવા માટે તમારે શોધ કરવી પડશે, આંતરિક પ્રવાસ પર જવું પડશે.

ગૌતમ બુદ્ધ અને મહાવીર જેવા લોકોના કારણે પૂર્વ ના પાડી શક્યા નહીં. તેની પ્રામાણિકતાને નકારી શકાય તેમ નથી. તેનું સત્ય એટલું સ્પષ્ટ હતું, તેની હાજરી એટલી શક્તિશાળી હતી, અને તેના શબ્દો એટલા અધિકૃત હતા કે તેનો ઇનકાર કરવો અશક્ય હતો. કોઈ દલીલ પૂરતી ન હતી, કારણ કે આ લોકો તેમની પોતાની દલીલો હતા, તેમના પોતાના પુરાવા હતા. અને તે ખૂબ જ શાંતિપૂર્ણ અને ખુશ, આટલા હળવા અને નિર્ભય હતા - તેની પાસે તે બધું હતું જે દરેક મનુષ્ય ઇચ્છે છે - અને એક રીતે તેની પાસે કશું જ નહોતું.

ચોક્કસ તેમને કોઈ ખજાનો મળ્યો હતો, કોઈ આંતરિક સ્ત્રોત ઉપલબ્ધ થઈ ગયો હતો. અને તેને શોધવામાં પૂરતો સમય વિતાવ્યા વિના, તમે તેને સંપૂર્ણ રીતે નકારી શકતા નથી. જ્યાં સુધી તમને ખબર ન પડે કે ત્યાં કોઈ આત્મા નથી, તમે તેને નકારી શકતા નથી.

આપણી પાસે અહીં ઘણા સુવાસિત લોકો હતા... આપણે તેમની અંદર ખીલેલા ગુલાબને જોઈ શક્યા ન હતા, પરંતુ તેમની સુગંધ એટલી સ્પષ્ટ રીતે અનુભવાઈ હતી કે પૂર્વે અંદર જવાનો, અંદર જોવાનો પ્રયાસ કર્યો, અને જોયું કે આત્મા વધુ વાસ્તવિક છે, શરીર માત્ર એક દેખાવ છે.

આ સંદર્ભમાં, તમને યાદ અપાવવું અગત્યનું રહેશે કે આધુનિક વિજ્ઞાન એવા નિષ્કર્ષ પર પહોંચ્યું છે કે પદાર્થનું અસ્તિત્વ એક ભ્રમણા છે. પદાર્થ અસ્તિત્વમાં નથી, તે માત્ર દેખાય છે. તે આ નિષ્કર્ષ પર સંપૂર્ણપણે અલગ રીતે પહોંચ્યા - જ્યારે આ બાબતની સૂક્ષ્મ તપાસ કરતા, તેમણે જોયું કે જેમ જેમ વ્યક્તિ આ બાબતમાં વધુ ઊંડે જાય છે તેમ તેમ તેની ભૌતિકતા, તેની દ્રવ્યતા ઓછી થતી જાય છે અને અણુ પછી એક બિંદુ આવે છે જ્યાં કોઈ પદાર્થ બાકી રહેતો નથી, માત્ર ઈલેક્ટ્રોન જ રહે છે, જે વિદ્યુત કણો છે, તે દ્રવ્ય નથી, તે માત્ર ઊર્જા તરંગો છે.

માત્ર સો વર્ષ પહેલાં નીત્શેએ જાહેર કર્યું હતું કે "ભગવાન મૃત્યુ પામ્યા છે". તેને ખ્યાલ નહોતો કે આ સો વર્ષોમાં આખું વિજ્ઞાન સંમત થશે કે ભગવાનનું અસ્તિત્વ હોઈ શકે કે ન પણ હોય, પરંતુ પદાર્થ ચોક્કસપણે મરી ગયો છે.

પૂર્વીઓ અંદર ગયા અને જોયું કે પદાર્થ, શરીર, પ્રમાણમાં અભૌતિક છે. ચેતના એ અંતિમ સત્ય છે.

પશ્ચિમમાં માણસનો વિકાસ અલગ રીતે થયો છે, અને તે શા માટે થયું તેના કારણો છે. પૂર્વ ખૂબ જ પ્રાચીન છે. માણસની આંતરિક સત્યની શોધ ઓછામાં ઓછા દસ હજાર વર્ષથી સતત ચાલી રહી છે - અને પૂર્વની તમામ પ્રતિભાઓ તે શોધ માટે સમર્પિત હતી. લગભગ પાંચ હજાર વર્ષ પહેલાં, જ્યારે પૂર્વમાં ઉપનિષદ લખાઈ રહ્યા હતા, ત્યારે પશ્ચિમમાં સંસ્કારી માનવ સમાજનું અસ્તિત્વ પણ નહોતું. માત્ર પચ્ચીસ વર્ષ પહેલાં ગૌતમ બુદ્ધના સમયે પણ પશ્ચિમ બહુ વિકસિત નહોતું. તમે એ હકીકત પરથી સ્પષ્ટપણે જોઈ શકો છો કે ગૌતમ બુદ્ધને આપણે વધસ્તંભે ચડાવ્યા નથી, અને પશ્ચિમે ગૌતમ બુદ્ધના પાંચસો વર્ષ પછી ઈસુ ખ્રિસ્તને વધસ્તંભે ચડાવ્યા છે.

ઇસુ જે કહેતા હતા તે ગૌતમ બુદ્ધના શબ્દો સાથે પણ તુલનાત્મક નથી. બુદ્ધ કહેતા હતા કે કોઈ ભગવાન નથી, તેમ છતાં કોઈએ તેમને વધસ્તંભ પર ચઢાવવાનું વિચાર્યું ન હતું. જીસસ યહુદી ધર્મની વિરુદ્ધ કંઈ બોલતા ન હતા, તેનાથી વિપરિત તે માત્ર એટલું જ કહી રહ્યા હતા કે તે જ મસીહા છે જેની રાહ જોવાઈ રહી હતી.

અને તેઓ જૂના બાઇબલમાં લખેલી દરેક વસ્તુનું પુનરાવર્તન કરતા હતા. તે જૂના ધર્મનો વિરોધ કરે એવું કંઈ બોલતા ન હતા; અને ગૌતમ બુદ્ધ... તેઓ હિંદુ ધર્મ વિશેની દરેક વસ્તુનો વિરોધ કરતા હતા. તેણે કહ્યું કે વેદ મૂર્ખ છે, ક્યાંય ભગવાન નથી, અને આ પંડિતો અને પુરોહિતો વિશ્વના સૌથી અજ્ઞાન લોકો છે. ત્યાં ગરીબ લોકો છે - યાદ રાખો બ્રાહ્મણો, પંડિત પાદરીઓ ભારતમાં સર્વોચ્ચ જાતિ છે - પરંતુ કોઈએ તેમને વધસ્તંભ પર ચડાવવાનું વિચાર્યું નથી.

લોકોએ તેમને દલીલ કરવાનો પડકાર ફેંક્યો, તેમની સાથે વાદ-વિવાદ કર્યો, કારણ કે તેઓ દલીલમાં તેમને હરાવી શક્યા ન હતા... બુદ્ધને હરાવવા શક્ય નહોતા... લોકો તદ્દન પ્રમાણિક હતા, બુદ્ધ સમક્ષ આવીને તેઓએ સમજ્યું અને સ્વીકાર્યું કે બુદ્ધ તેમના કરતાં વધુ સારી રીતે જાણે છે, કે તેમનું પોતાનું જ્ઞાન માત્ર પુસ્તકીય, શાસ્ત્રીય હતું, જ્યારે બુદ્ધનું જ્ઞાન અધિકૃત હતું, તેમના પોતાના અનુભવથી હતું. પૂર્વીય વિકાસની તુલનામાં, પશ્ચિમી વિકાસ ખૂબ બાલિશ હતો. જેની શરૂઆત ગ્રીસમાં થઈ હતી. પણ સોક્રેટીસ જેવી વ્યક્તિ પણ... જે ઈશ્વરને સ્વીકારતો કે નકારતો ન હતો, જે ફક્ત એટલું જ કહેતો હતો કે, "મને અનુભવ થયો નથી, તેથી હું જૂઠું બોલીશ નહીં, હું કહી શકતો નથી કે ઈશ્વર છે કે નહીં, અને હું ઈચ્છું છું કે દરેક માણસ આ બાબતમાં સત્યવાદી અને પ્રામાણિક રહે. જ્યાં સુધી તમારી મુલાકાત ન થાય, ત્યાં સુધી 'હા' ન કહો, કે ના પણ ન કહો, કહો કે હું હજી સુધી કંઈ જાણતો નથી.

ખૂબ જ તાર્કિક વ્યક્તિ... પરંતુ તેને પણ ઝેર આપવામાં આવ્યું હતું.

તેણે તમારી પરંપરાને નકારી નહોતી, ન તો તમારા ભૂતકાળને. તેણે કંઈપણ નકાર્યું ન હતું, તેણે ફક્ત વધુ બુદ્ધિશાળી, વધુ તાર્કિક અભિગમ માટે દલીલ કરી હતી. તે કોઈ ગુનો ન હતો... પરંતુ તેનું ઈનામ હતું કે તેને ઝેર આપવામાં આવ્યું હતું, સમાજે નક્કી કર્યું હતું કે તે એક ખતરનાક વ્યક્તિ છે.

જે લોકો પશ્ચિમી સમાજને આંતરિક સત્ય તરફ ફેરવી શકતા હતા, તેમને અંતર્મુખી બનાવી શકતા હતા, તેઓને વધસ્તંભે જડવામાં આવ્યા હતા અને ઝેર આપવામાં આવ્યું હતું. સ્વાભાવિક રીતે બુદ્ધિશાળી લોકો આંતરિક રહસ્યો વિશે વાત કરતા પણ ડરતા હતા. તેઓએ માત્ર બાહ્ય પદાર્થો વિશે જ વાત કરવાનું શરૂ કર્યું, કારણ કે દ્રવ્યના અસ્તિત્વને નકારી શકાય નહીં, અને દ્રવ્યની શોધમાં ઊંડે સુધી જવા માટે કોઈ વાંધો નથી.

ઈસુના વધસ્તંભ અને સોક્રેટીસના મૃત્યુએ પશ્ચિમી પ્રતિભા માટે આંતરિક મુસાફરીનો દરવાજો બંધ કરી દીધો. જેને થોડી પણ સમજ હતી, તે વ્યક્તિએ જાણ્યું કે આ તેના મૃત્યુને આમંત્રણ આપી રહ્યું છે. બહેતર રહેશે કે બુદ્ધિ અને પ્રતિભાનો એવી રીતે ઉપયોગ કરવામાં આવે કે સમાજ તેની નિંદા ન કરે.

આ રીતે પશ્ચિમની સમગ્ર પ્રતિભાને ભૌતિકવાદની સેવામાં મૂકવામાં આવી હતી - શરીર માટે વધુ અને વધુ સુવિધાઓ ઊભી કરવી; વધુ મશીનો, વધુ ટેકનોલોજી, દ્રવ્ય વિશે વધુ ને વધુ જ્ઞાન શોધ્યું... અને દરેક

ખુશ થઈ ગયા. આ કિસ્સાઓમાં પણ, જો કંઈક ધર્મ વિરુદ્ધ જાય, તો ચર્ચે તરત જ તેના પર પગ મૂક્યો.

ઉદાહરણ તરીકે, જ્યારે ગેલિલિયોએ લખ્યું કે સૂર્ય સામાન્ય રીતે દેખાય છે તેમ પૃથ્વીની આસપાસ ફરતો નથી, પરંતુ પૃથ્વી સૂર્યની આસપાસ ફરે છે, તેમ છતાં દેખીતી ન હોવા છતાં, પોપે તેને તેમના દરબારમાં બોલાવ્યો... ગેલિલિયો વૃદ્ધ હતો, પંચોતેર વર્ષનો હતો, બીમાર હતો, લગભગ તેના મૃત્યુની પથારી પર હતો... પોપે તેને બોલાવ્યો અને કહ્યું, "તમારે આ પુસ્તક બદલવું જોઈએ. નિવેદન એ છે કે સૂર્ય પૃથ્વીની આસપાસ ફરે છે, અને અમે તમારી દલીલો સાંભળવા માંગતા નથી, તમે તેને બદલો, નહીં તો તમારી સજા મૃત્યુ થશે.

શું મૂર્ખ ચર્ચ છે!... જે કોઈ દલીલ સાંભળવા પણ તૈયાર નથી, જે ફક્ત આજ્ઞા કેવી રીતે કરવી તે જાણે છે, નહીં તો મરવા માટે તૈયાર થઈ જાઓ!

પરંતુ ગેલિલિયોની મજાક કરવાની ક્ષમતા અદ્ભુત હોવી જોઈએ.

તેણે કહ્યું, "તમારે મને મારવા માટે આટલી મુશ્કેલીમાં જવાની જરૂર નથી, હું ગમે તેમ કરીને મરી જઈશ. અને જ્યાં સુધી તે પુસ્તકની વાત છે, હું તેને બદલીશ. પરંતુ હું તમને યાદ અપાવવા માંગુ છું કે મારું પુસ્તક બદલવાથી પૃથ્વી બદલાશે નહીં કે સૂર્ય બદલાશે નહીં. પૃથ્વી હજી પણ સૂર્યની આસપાસ ફરશે, કારણ કે તેઓ મારું પુસ્તક વાંચતા નથી અને હું શું લખું છું તેની પરવા પણ નથી કરતા."

ગેલિલિયોએ તેમના પુસ્તકમાંથી તે નિવેદનને બહાર કાઢ્યું, નીચેની ટિપ્પણીઓમાં લખ્યું, "હું આ નિવેદનને રદ કરી રહ્યો છું, તે સારી રીતે જાણું છું કે તેનાથી કોઈ ફરક પડતો નથી. વાસ્તવિકતા જેવી છે તે જ રહેશે."

જ્યારે કોપરનિકસને ખબર પડી કે બાઇબલમાં જણાવ્યા પ્રમાણે પૃથ્વી સપાટ નથી, પણ ગોળ છે, ત્યારે તે તરત જ મુશ્કેલીમાં મુકાઈ ગયો.

હવે ધર્મને આ બધી બાબતો સાથે કોઈ લેવાદેવા નથી. પૃથ્વી ગોળ છે કે સપાટ છે તેની સાથે ધર્મને શું લેવાદેવા? પૃથ્વીનો આકાર ગમે તેવો હોય, ધર્મને તેની સાથે શું લેવાદેવા?

પરંતુ ખ્રિસ્તી અને ઇસ્લામ ખૂબ જ અવિકસિત, ખૂબ જ આદિમ ધર્મો છે. તેઓ હિંદુ, જૈન, બૌદ્ધ અને તાઓ જેવા સંસ્કારી અને સુસંસ્કૃત અભિગમ ધરાવતા નથી. તેઓ તર્ક કેવી રીતે કરવો તે જાણતા નથી, તેઓ ફક્ત કેવી રીતે લડવું તે જાણે છે. તલવાર તેમની એકમાત્ર દલીલ છે. કોણ સાચું છે એ તલવારના જોરે નક્કી થશે!

તમને જાણીને નવાઈ લાગશે કે ચર્ચ એ જ છે જેણે પશ્ચિમને અંદરની તરફ જતા અટકાવ્યું છે. આનાથી પશ્ચિમી માનવતાને દ્રવ્ય તરફ, પૃથ્વી તરફ જવાની ફરજ પડી. આંતરિક વિશ્વ સંબંધિત બધું ચર્ચ દ્વારા નક્કી કરવામાં આવ્યું હતું, ત્યાં તેનો સંપૂર્ણ એકાધિકાર હતો - તમારે કંઈપણ શોધવાની જરૂર નથી, ન તો કંઈપણ જાણવાની જરૂર હતી, ન તો ધ્યાન કરવાની કોઈ જરૂર હતી. તમારે ફક્ત ભગવાનમાં વિશ્વાસ રાખવાનો હતો, બીજું કંઈ નહીં. હા, જ્યાં સુધી પદાર્થનો સંબંધ છે, તમે કંઈક કરી શકો છો - જ્યાં સુધી તે બાઇબલ સાથે વિરોધાભાસી ન હોય ત્યાં સુધી કોઈ સમસ્યા નહીં હોય.

કોપરનિકસે પોપને કહ્યું, "આ નાની વાત છે... અને પૃથ્વી ગોળ છે તે સાબિત કરવા માટે મારી પાસે દરેક દલીલ છે. તે મારા જીવનનું કાર્ય છે, અને તેનાથી તમારા ધર્મમાં કોઈ ફરક પડતો નથી." પોપે કહ્યું, "તમે સમજતા નથી. પ્રશ્ન એ નથી કે આપણા ધર્મને અસર થાય છે કે નહીં; ખરો પ્રશ્ન એ છે કે બાઇબલ ઈશ્વરનું પુસ્તક છે - પવિત્ર પુસ્તક છે, અને જો બાઈબલમાં એક વાક્ય ખોટું સાબિત થાય છે, તો તેનો અર્થ એ છે કે ભગવાન ખોટા હોઈ શકે છે. આપણે આ ક્યારેય સ્વીકારી શકીએ નહીં."

ભગવાન વિશે કશું કહેવા માટે, તેઓ એ પણ સ્વીકારી શકતા નથી કે પોપ ક્યારેય ભૂલ કરી શકે છે. પોપ એ દૂરના સ્થાનના પ્રતિનિધિ છે...ખૂબ જ દૂરના સ્થળના. ઇસુ ભગવાનનું પ્રતિનિધિત્વ કરે છે, અને પોપ ઇસુનું પ્રતિનિધિત્વ કરે છે - સીધું નહીં, પરંતુ તેમની પહેલાં મૃત્યુ પામેલા સેંકડો પોપની શ્રેણી દ્વારા. તેમના દ્વારા તે ઇસુ સાથે જોડાયેલ છે, અને ઇસુ પાસે ભગવાન સાથે વાતચીત કરવા માટે સીધી ટેલિફોન લાઇન હોવી જોઇએ.

સૌ પ્રથમ, જો બાઇબલ વિરુદ્ધનું એક નિવેદન પણ સાચું સાબિત થાય, તો તે ભગવાનને અયોગ્ય બનાવે છે. આ સ્વીકારી શકાય નહીં. અને બીજી વાત. જો એક વચન જૂઠું સાબિત થાય, તો બીજા વચનોની શું ગેરંટી છે? તેમના પર પણ શંકા ઊભી થવાનું શરૂ થશે. વિશ્વાસ અને આસ્થાનો પાયો હચમચી જશે - "તેથી આપણે એ સ્વીકારી શકીએ નહીં કે બાઇબલમાં કંઈપણ ખોટું છે. તમે એવું કંઈ પણ કરી શકો છો જે બાઈબલની વિરુદ્ધ ન જાય."

તે સ્વાભાવિક રીતે માત્ર એક ટૂકબાબત રહી. તમે ભૌતિકશાસ્ત્ર, રસાયણશાસ્ત્ર, જીવવિજ્ઞાન, પ્રાણીશાસ્ત્ર અને ભૂસ્તરશાસ્ત્રનું અન્વેષણ કરી શકો છો. તમે આઝાદ છો... તમે આ બધું કરી શકો છો.

લોકોને અંદર જતા અટકાવવા માટે, ચર્ચે ચીનની મહાન દિવાલની જેમ કામ કર્યું. ભલે તે અજીબ લાગે, પરંતુ આ હકીકત છે. સમગ્ર પૃથ્વી

પર, ખ્રિસ્તી ચર્ચે પોતાને ધર્મનો સૌથી મોટો દુશ્મન સાબિત કર્યો છે. અન્ય ધર્મોએ પણ પોતાને દુશ્મનો સાબિત કર્યા, પરંતુ તેઓ એટલા મહાન ન બન્યા.

પશ્ચિમી પ્રતિભાને માત્ર દ્રવ્ય સાથે કામ કરવાની છૂટ હતી. ભૂતકાળમાં, પ્રતિભા માટે પ્રથમ પડકાર આંતર-પ્રવાસનો હતો. માત્ર દ્વિતીય વર્ગના લોકો, મધ્યમ વર્ગના લોકો, બાહ્ય દુન્યવી વસ્તુઓ માટે મહેનત કરે છે. જેઓ ખરેખર બુદ્ધિશાળી હતા તેઓ હંમેશા ધ્યાનની દિશામાં આગળ વધ્યા.

ધીરે ધીરે અંતર વધતું ગયું. પશ્ચિમ ભૌતિકવાદી બન્યું - આની સંપૂર્ણ જવાબદારી ખ્રિસ્તી ચર્ચની છે, અને પૂર્વીય માનવતા વધુને વધુ આધ્યાત્મિક બની રહી છે. વિભાજન, વિભાજન કે જે દરેક વ્યક્તિમાં કરવામાં આવ્યું હતું; આ મોટા પાયે પૂર્વ અને પશ્ચિમ વચ્ચેનું વિભાજન બની ગયું.

એક મહાન કવિએ લખ્યું છે: "પૂર્વ એ પૂર્વ છે; અને પશ્ચિમ એ પશ્ચિમ છે; અને બંને ક્યારેય નહીં મળે." અને આ કવિ રુડયાર્ડ કિપલિંગને પૂર્વમાં ખૂબ રસ હતો. તેઓ ઘણા વર્ષો સુધી ભારતમાં રહ્યા - તેઓ સરકારી નોકરીમાં હતા. પરંતુ આ તફાવત જોતાં - કે સમગ્ર પૂર્વીય ચેતના અંદર જાય છે, અને પશ્ચિમી ચેતના બહારની તરફ જાય છે... તેઓ કેવી રીતે મળી શકે?

મારું આખું કામ રૂડયાર્ડ કિપલિંગને ખોટા સાબિત કરવાનું છે. હું કહેવા માંગુ છું કે પશ્ચિમ એ પશ્ચિમ નથી; ન તો પૂર્વ એ પૂર્વ છે - તેઓ બંને પહેલેથી જ મળેલા છે. ત્યાં કોઈ પૂર્વ નથી, કોઈ પશ્ચિમ નથી. તેમના મંતવ્યો ખૂબ જ અલગ હતા પરંતુ સમજી શકાય તેવા હતા.

મારી દ્રષ્ટિ આ છે, મારો પૂરો પ્રયાસ દરેક વ્યક્તિની અંદર એક સેતુ બાંધવાનો છે, જેથી તમે એક બનો, પૂર્ણ બનો. દેહ સાથે દુશ્મની ના કરો, એ તમારું ઘર છે. તમારા આત્મા સાથે દુશ્મનાવટ ન કરો, કારણ કે ચેતના વિના તમારું ઘર સુશોભિત થઈ શકે છે, પરંતુ તે ખાલી ઘર હશે - માલિક વિનાનું નિર્જન. જ્યારે શરીર અને આત્મા એક સાથે હોય છે,

એક સુંદરતા જન્મે છે - એક સંપૂર્ણ જીવન! સંપૂર્ણ જીવન !!

પ્રતિકાત્મક રીતે મેં શરીર માટે જોર્બા અને આત્મા માટે બુદ્ધને પસંદ કર્યા છે. ભલે હું જોર્બા વિશે બોલું, કે બુદ્ધ વિશે, તે બંને મારા દરેક વિધાનમાં આપોઆપ સમાઈ જાય છે, કારણ કે મારા માટે તેઓ અવિભાજ્ય છે. વધુ શેના પર ભાર મૂકવો તે માત્ર એક વાત છે.

જોર્બા માત્ર શરૂઆત છે. જો તમે તમારા જોર્બાને સંપૂર્ણ રીતે અભિવ્યક્ત થવા દો, તો તમે કંઈક સારું, કંઈક ઊંચું, કંઈક મોટું વિચારવા

માટે મજબૂર થઈ જશો. તે માત્ર વૈચારિક વિચારસરણીમાંથી જન્મી શકતું નથી, તે તમારા અનુભવોમાંથી જન્મશે - કારણ કે તે નાના, તુચ્છ અનુભવો કંટાળાજનક બની જશે. ગૌતમ બુદ્ધ પોતે બુદ્ધ બની શક્યા કારણ કે તેમણે જોર્બાનું જીવન ખૂબ સારી રીતે જીવ્યું હતું. પૂર્વે ધ્યાનમાં લીધું ન હતું કે બુદ્ધ એકવીસ વર્ષ જીવ્યા તે રીતે કોઈ જોર્બા ક્યારેય જીવ્યા ન હોય.

ગૌતમ બુદ્ધના પિતાએ સમગ્ર રાજ્યમાંથી બધી સુંદર છોકરીઓને એકઠી કરી હતી અને બુદ્ધના આનંદની વ્યવસ્થા કરી હતી. તેણે અલગ-અલગ ઋતુઓ માટે અલગ-અલગ જગ્યાએ ત્રણ ભવ્ય મહેલો બનાવ્યા. તેની પાસે સુંદર બગીચા અને તળાવો હતા. બુદ્ધનું સમગ્ર જીવન સુખ-સુવિધાઓથી ભરેલું હતું. પણ તે તેનાથી કંટાળી ગયો અને તેના મનમાં પ્રશ્ન મહત્વનો થવા લાગ્યો કે આ બધું શેના માટે? તો પછી હું શા માટે આવતીકાલ માટે જીવું છું? જીવનનો કોઈ અર્થ હોવો જોઈએ, કોઈ અન્ય હેતુ હોવો જોઈએ, નહીં તો જીવન અર્થહીન છે.

જોર્બાને સંપૂર્ણ રીતે જીવીને જ્ઞાનની શોધ શરૂ થાય છે. દરેક વ્યક્તિ બુદ્ધ બનતો નથી, તેનું મુખ્ય કારણ એ છે કે જોર્બા અજીવ રહે છે. તમે મારો તર્ક જોશો, ખરું ને? હું કહું છું, જોર્બાને તમારા હૃદયની સામગ્રી પ્રમાણે જીવો, અને તમે કુદરતી રીતે બુદ્ધના જીવનમાં પ્રવેશ કરશો.

તમારા શરીરનો આનંદ માણો, તમારા પૃથ્વીના અસ્તિત્વનો આનંદ માણો, આમાં કોઈ પાપ નથી. તેના પડદાની પાછળ છુપાયેલું છે, તેની પાછળ, તમારો આધ્યાત્મિક વિકાસ છે, તમારું આધ્યાત્મિક સુખ છે! જ્યારે તમે ભૌતિક સુખ-સુવિધાઓથી કંટાળી ગયા હો ત્યારે જ તમે પૂછશો, "શું બીજું કંઈ છે?" યાદ રાખો, આ પ્રશ્ન માત્ર બૌદ્ધિક ન હોઈ શકે, તે અસ્તિત્વનો હોવો જોઈએ. "બીજું કંઈ છે?" જ્યારે આ પ્રશ્ન અસ્તિત્વમાં આવશે ત્યારે જ તમે તમારી અંદર તે "બીજું કંઈક" શોધી શકશો.

અલબત્ત ત્યાં ઘણું વધુ છે. જોર્બા માત્ર શરૂઆત છે. એકવાર જ્ઞાનનો પ્રકાશ બળી જાય, જાગૃતિની ચમક તમારા આત્મામાં પ્રસરી જાય, પછી તમે જાણશો કે સાંસારિક સુખનો પડછાયો પણ નહોતો... આટલો આનંદ છે, પરમાનંદ છે! પણ એ આનંદ સુખની વિરુદ્ધ નથી. વાસ્તવમાં, તે ખુશી જ છે જેણે તમને આ આનંદ સુધી પહોંચાડ્યા છે.

જોર્બા અને બુદ્ધ વચ્ચે કોઈ સંઘર્ષ નથી, કોઈ ઝઘડો નથી. જોર્બા માત્ર એક તીર છે, એક નિશાની છે - જો તમે તેને તે દિશામાં યોગ્ય રીતે અનુસરો છો, તો તમે બુદ્ધ સુધી પહોંચી જશો.

●●

૪

કહેવાતી પ્રાર્થનાઓ: ભગવાનને સલાહ અને ફરિયાદો

પ્રિય ઓશો.
મને બાળપણમાં શીખવવામાં આવેલી ઔપચારિક પ્રાર્થના માંગ અને ફરિયાદ જેવી લાગે છે. શું તમે અમને સાચી પ્રાર્થના વિશે કંઈક જણાવશો?

જે વ્યક્તિ ભગવાનમાં માનતો નથી તેને હું અધાર્મિક નથી કહેતો. જે મંદિર, મસ્જિદ કે ચર્ચમાં ન જાય તેને પણ હું અધાર્મિક નથી કહેતો. તેમજ હું એવા માણસને અધાર્મિક કહું છું જે સ્વર્ગ, નરક અને તે પ્રકારની બકવાસને નકારે છે. પણ હા, હું એવી વ્યક્તિને અધાર્મિક કહું છું જે પોતાને મળેલી દરેક વસ્તુને અયોગ્ય ન સમજતો હોય, અને દરેક ક્ષણે, દરેક શ્વાસમાં, હૃદયના દરેક ધબકારામાં પ્રાપ્ત કરતો હોય.

જીવન તમને સતત આપી રહ્યું છે... અને આ જીવન તમને તે પરમ સુખ આપવા માટે પણ સક્ષમ છે, જેની તમે કલ્પના પણ કરી શકતા નથી, સિવાય કે તમે તેનો સ્વાદ માણો.

બસ તમારી આ અયોગ્યતાને કૃતજ્ઞતામાં ફેરવો. અને મારી દૃષ્ટિએ આ પ્રકારની કૃતજ્ઞતા જ સાચી પ્રાર્થના છે. શબ્દોમાં કંઈ કહેવાની જરૂર નથી, માત્ર કૃતજ્ઞતાની લાગણી છે કે “હું લાયક નથી, હું આ બધું મેળવવાનો હકદાર નથી. છતાં મને ઘણું બધું મળ્યું છે, અને વરસાદ વરસતો રહે છે... ખબર નહીં કેમ? આભાર માનવા સિવાય હું બીજું

શું કરી શકું." આ કૃતજ્ઞતા તમારી ચેતનાના ઊંડાણમાં બેસીને તમારા શરીરના દરેક વાળમાં સમાઈ જવી જોઈએ. તમે ફક્ત આભારી બનો - તે પ્રાર્થના છે.

જેને સામાન્ય રીતે પ્રાર્થના કહેવામાં આવે છે તે બધી ખોટી છે. ત્યાં લાખો મંદિરો, મસ્જિદો, ચર્ચો અને સિનાગોગ છે, અને લાખો લોકો પ્રાર્થના કરે છે... પરંતુ તેમની બધી પ્રાર્થનાઓ બકવાસ છે, કારણ કે તેઓ હંમેશા કંઈક માંગે છે. તેમને જે મળ્યું છે તેના માટે તેઓ ક્યારેય આભાર માનતા નથી. જો તમે પ્રાર્થના ધ્યાનથી સાંભળશો તો તમને ભિખારી મળશે; પ્રાર્થના નહીં, પણ કૃતઘ્ન ભિખારી આજીજી કરે છે! અને તમામ ધર્મોની બધી પ્રાર્થનાઓમાં તમને એક બીજી વસ્તુ જોવા મળશે - મેં બધા ધર્મોમાં મારાથી બને તેટલું ઊંડાણપૂર્વક જોયું છે - તેમનામાં એક પ્રકારની ફરિયાદ છે કે વસ્તુઓ જેવી હોવી જોઈએ તે નથી; બીજાને વધુ મળી રહ્યું છે, મને તેટલું મળતું નથી.

આ પ્રાર્થનાઓ નથી. આ લોકો બિનજરૂરી રીતે પોતાનો સમય બગાડે છે. તેઓ પ્રાર્થનાનો અર્થ પણ સમજી શક્યા નથી. તે શબ્દોમાં નથી હોતી, તે પ્રાર્થનાના મૂડમાં છે. અને પ્રાર્થનાપૂર્ણ મૂડનો અર્થ છે - યાદ રાખો કે તેનો એક જ અર્થ છે - કૃતજ્ઞતા; અસ્તિત્વમાં છે તે બધા માટે આત્માના ઊંડાણમાં ઉતરતી કૃપાની અનુભૂતિ – પૃથ્વીની તરસ છીપાવવા વાદળોમાંથી વરસતા પાણીના ટીપાં માટે કૃપા, વૃક્ષોની હરિયાળી માટે કૃપા....

જ્યારે મોસમનો પહેલો વરસાદ આવે છે, અને માટીમાંથી એક મીઠી સુગંધ આવવા લાગે છે - તે સુગંધ પૃથ્વીની કૃતજ્ઞતા છે. વૃક્ષો લીલાં થઈ રહ્યાં છે, અને તેમના પર ખીલેલાં અસંખ્ય ફૂલો - એ જ પૃથ્વીની પ્રાર્થના છે, એ જ ધરતીનો આભાર છે - તમે આવું જ હોવું જોઈએ, તમારી પ્રાર્થના એવી જ હોવી જોઈએ - કૃતજ્ઞતાની લાગણી સિવાય બીજું કંઈ નથી.

ધીરે ધીરે વ્યક્તિ એ ભૂલી જવા લાગે છે કે ફરિયાદ કરવી એક વસ્તુ છે, ગુસ્સો પણ એક વસ્તુ છે, જેમ જેમ તે કૃપાની સ્થિતિમાં આગળ વધે છે, તે સંપૂર્ણપણે ભૂલી જાય છે કે તેણે કોઈ વસ્તુથી ભાગવું છે. આપણે ઈચ્છા વગર પણ ઘણું બધું મેળવીએ છીએ. "તમને માગ્યા વિના મોતી મળે છે"... તમારે ફક્ત તમારા દરવાજા ખુલ્લા રાખવા પડશે, અને મહેમાન આવે છે. માત્ર રાહ જુઓ

- પ્રેમાળ, પ્રાર્થનાપૂર્વક પ્રતીક્ષા!

કોઈ ધર્મે માનવતાને પ્રાર્થનાનો એવો અર્થ આપ્યો નથી જેવો હું તમને આપી રહ્યો છું. તેમની પ્રાર્થનાઓ ખૂબ બાલિશ અને મૂર્ખ છે!

કૃપાથી ભરેલા આત્માઓ અસ્તિત્વ દ્વારા આપવામાં આવતી ભેટોને સ્વીકારવા માટે વધુને વધુ સક્ષમ બને છે.

સદીઓથી માનવીના મન પર રાજ કરતા આમાંના મોટાભાગના કહેવાતા ધર્મો ખોટા અને કાલ્પનિક છે. મને આલ્બર્ટ કામુનું આ વિચિત્ર કથન ખૂબ જ સુંદર અને સાચું લાગે છે કે "જો ભગવાનનું અસ્તિત્વ ન હોત, તો આપણે તેની શોધ કરવી પડત, નહીં તો તમે કોને ફરિયાદ કરત? તમે તમારી જવાબદારીનો બોજ કોના ખભા પર નાખત?

તમે તમારો ગુસ્સો કોના પર ઉતારત? બીજું કોણ તમારું રક્ષણ કરત, તમારો રક્ષક બનત?

"જો ભગવાન અસ્તિત્વમાં ન હોત, તો આપણે તેની શોધ કરવી પડત; અને જો ભગવાન અસ્તિત્વમાં છે, તો આપણે તેનો નાશ કરવો પડશે." જ્યારે કામુ આ કહે છે ત્યારે તે ખૂબ જ મહત્વપૂર્ણ વાત કહે છે. જો ભગવાન અસ્તિત્વમાં છે તો આપણે શા માટે તેનો નાશ કરવો પડશે? કારણ કે તે અસહ્ય બની ગયું હશે. તેના માટે ખૂબ આભારી બનવું એ તમારા માટે અપમાન જેવું લાગશે - કે તમે લાયક નથી અને તેને ફક્ત આપવામાં આવી રહ્યો છે. તમે તેને માફ કરી શકતા નથી, તે તમને અપમાનિત કરે છે, તમને તમારી અયોગ્યતા વિશે જાગૃત કરે છે.

આલ્બર્ટ કેમ્યુનો અર્થ એ છે કે જ્યારે તે કહે છે કે જો ભગવાન અસ્તિત્વમાં છે, અને માનવજાત માટે ઉપલબ્ધ હોત, તો અમે ચોક્કસપણે તેનો નાશ કરીશું કારણ કે તેની હાજરી અસહ્ય બની જશે. તે તમને આપવા આવે છે, તમને આપવા આવે છે અને તમારી પાસેથી ક્યારેય કંઈ માંગતો નથી; કારણ કે તેની પાસે બધું છે - સમગ્ર અસ્તિત્વ તેનું છે. તે તમારી બધી પ્રતિષ્ઠા છીનવી લેશે. અને યાદ રાખો કે તમે બીજા બધા માટે કોઈને માફ કરી શકો છો, પરંતુ જે વ્યક્તિ તમારી માનવ તરીકેની ગરિમાને નષ્ટ કરી રહી છે, જે તમારું સ્વાભિમાન છીનવી રહ્યું છે તેને તમે ક્યારેય માફ નહીં કરી શકો.

સદનસીબે ક્યાંય ભગવાન નથી - અને ખાસ કરીને તમારા માટે નથી. એવા લોકો છે જેઓ ભગવાનમાં વિશ્વાસ કરે છે, પરંતુ તેઓ તેમનાથી નારાજ છે. તેઓ ભલે પ્રાર્થના કરે, આદર બતાવે, પરંતુ તેઓને લાગે છે કે, "મારી પત્ની કેન્સરથી પીડિત કેમ છે, જો હું વર્ષોથી પ્રાર્થના કરું છું, તો પછી હું ગરીબ કેમ છું?

મંદિર, મસ્જિદ અને ચર્ચમાં કોણ નથી જતું? હું પ્રામાણિક છું અને માનવીય નબળાઈઓની મર્યાદામાં રહીને બને તેટલું સત્યવાદી બનવાનો પ્રયત્ન કરું છું; તેમ છતાં, હું ગરીબમાં ગરીબ છું, હું નિષ્ફળ છું, હું કંઈ નથી. અને જે લોકો ધૂર્ત અને અપ્રમાણિક હોય છે અને જેઓ

પદ, પ્રતિષ્ઠા અને સંપત્તિ માટે કંઈ પણ કરવા તૈયાર હોય છે, તેઓ સફળતાના શિખરો પર પહોંચી જતા હોય છે. અને આ પંડિતો અને પૂજારીઓ કહેતા જાય છે કે ભગવાનની જગ્યામાં અંધકાર નથી. તમારો ન્યાય ક્યાં છે?" આ બધી બાબતો તમારા અજાગૃત મનમાં દટાયેલી રહે છે. કદાચ તેથી જ તમે તે કહેતા નથી, કારણ કે ભગવાન ખૂબ ગુસ્સે થશે.

જો ભગવાન અસ્તિત્વમાં હોત, તો તે ચોક્કસ છે કે તેની હત્યા કરવામાં આવી હોત. તે સંપૂર્ણપણે અસહ્ય બની ગયું હશે - સહનશીલતાની મર્યાદાની બહાર.

સદભાગ્યે તે અસ્તિત્વમાં નથી, તેથી કોઈ તેને મારી શકે નહીં. પરંતુ કમનસીબે લોકોએ એક કાલ્પનિક ભગવાનની રચના કરી છે, ન તો તમે તેની સાથે કોઈ સંવાદ કરી શકો છો, ન તો તમે તેને દૂર કરી શકો છો - તે અસ્તિત્વમાં નથી, તે માત્ર એક પૂર્વધારણા છે. પરંતુ તે કલ્પના લોકોને તેમના અપરાધમાંથી મુક્ત કરવામાં મદદ કરે છે, અને આનાથી પુરોહિતોને ફાયદો થાય છે. તેથી જ પંડિતો, પાદરીઓ, પુરોહિતો એ ખ્યાલને જીવંત રાખે છે, તેના માટે લડે છે, કારણ કે લોકો તેમના ગુનાઓને ભૂંસી નાખવા માટે ભગવાનને જે અર્પણ કરે છે તે પુરોહિતને મળે છે - તેથી પુરોહિતનું આખું કામ લોકોને વધુને વધુ ગુનેગાર બનાવવાનું છે. આ તેમનો વ્યવસાય છે – ખૂબ જ સૂક્ષ્મ અને જટિલ, લોકોને દરેક વસ્તુ, દરેક આનંદ વિશે પાપી બનાવવાનો....

બધા ધર્મોના આ ઠેકેદારો હજારો વર્ષોથી તમારી નબળાઈઓ શોધવાની વ્યવસ્થા કરી રહ્યા છે, જેથી તમારા સ્વભાવની ટીકા થઈ શકે. અને તમે કશું કરી શકતા નથી, કારણ કે તે સ્વાભાવિક છે, તેથી સ્વાભાવિક રીતે જ તમે પતિત અને પાપી લાગવા માંડો છો. અને આ અપરાધની લાગણી તમારા બધા ધર્મોના પાયાનો પથ્થર છે. પુરોહિત ઇચ્છે છે કે તમે પાપી રહો, કારણ કે પાપી થવાથી તમને ભગવાનની જરૂર પડે છે, નહીં તો તમને કોણ માફ કરશે? તમારી પ્રાર્થના આ સિવાય બીજી શું છે, "હે ઈશ્વર પિતા, અમે પતિત છીએ, તમે પતિતના પવિત્ર છો, તમારી દયા અમર્યાદિત છે, અમને માફ કરો."... અને રસપ્રદ વાત એ છે કે તમારું સાંભળનાર કોઈ નથી!

ભગવાન માત્ર એક ખ્યાલ હોવાથી, તમે તેનું ગળું દબાવી શકતા નથી, તમે તેને ક્યાંય શોધી શકતા નથી. આલ્બર્ટ કેમ્યુ સાચા છે:

"જો ભગવાન અસ્તિત્વમાં ન હોત, તો આપણે તેની શોધ કરવી પડત." તે જ આપણે કર્યું - તેની શોધ કરી. "અને જો ભગવાન અસ્તિત્વમાં છે, તો આપણે તેનો નાશ કરવો પડશે."

મેં કહ્યું તેમ, "હું અયોગ્ય છું, અયોગ્ય છું" ની આ લાગણી અસ્તિત્વમાં છે. આ વાત સાચી છે. કારણ કે કોઈ લાયક નથી, કોઈ હકદાર નથી. કોઈ કારણ વિના, આપણને તે બધું મળી ગયું છે.

અસ્તિત્વ માટે કૃતજ્ઞતાથી ભરાઈ જવું એ જ સાચો ધર્મ છે. અને આ માટે હિંદુ કે મુસ્લિમ કે ઈસાઈ હોવાના કોઈ વિશેષણની જરૂર નથી. આ માત્ર કૃપાની અનુભૂતિ છે.

તમે સાચા માર્ગ પર છો, પરંતુ અયોગ્યતા પર અટકી જશો નહીં - તે સિક્કાની એક બાજુ છે; સિક્કાની બીજી બાજુ કૃતજ્ઞતા છે. એક નકારાત્મક પાસું છે, બીજું હકારાત્મક પાસું છે. હંમેશા સકારાત્મક સાથે, સકારાત્મક સાથે રહેવાનું યાદ રાખો, અને તમે ક્યારેય ભટકી જશો નહીં.

અંતિમ દિવ્યતા તે દિવસે થાય છે જ્યારે તમારી અંદર પ્રકાશ અને આનંદનો વિસ્ફોટ થશે, અને તમારામાંથી ગીતો અને નૃત્ય ફૂટશે. તે આનંદ તમને વધુ કૃપાથી ભરી દેશે. તમારું અસ્તિત્વ, તમારું અસ્તિત્વ પ્રાર્થના બની જશે.

●●

9

હું જાગરણ શીખવું છું, આચરણ નહીં

પ્રિય ઓશો,
કૃપા કરીને નૈતિકતા અને ધર્મ વચ્ચેના પરસ્પર સંબંધ વિશે કંઈક કહો.

નૈતિકતાનો પ્રશ્ન અત્યંત મહત્ત્વનો છે, કારણ કે સદીઓથી નૈતિકતાના નામે જે શીખવવામાં આવે છે તે નૈતિકતા નથી. બધા ધર્મોએ નૈતિકતાના ખ્યાલનો ઘણો ઉપયોગ કર્યો છે. તેઓએ જુદી જુદી રીતે શીખવ્યું, પરંતુ મૂળભૂત રીતે એક જ વસ્તુ, કે જ્યાં સુધી તમે નૈતિક ન બનો ત્યાં સુધી તમે ધાર્મિક બની શકતા નથી.

નૈતિકતા દ્વારા તેનો અર્થ શું છે - તમારે સત્યવાદી, પ્રમાણિક હોવું જોઈએ; તમારે દયાળુ, પરોપકારી અને અહિંસક હોવું જોઈએ. ટૂંકમાં - આ બધા ઉચ્ચ આદર્શો પહેલા તમારી અંદર હાજર હોવા જોઈએ, તો જ તમે ધાર્મિક બનવા તરફ આગળ વધી શકો છો.

આ સમગ્રનો ખ્યાલ શીર્ષાસન કરી રહ્યો છે. મારા મતે, જ્યાં સુધી તમે ધાર્મિક નહીં બનો ત્યાં સુધી તમે નૈતિક ન બની શકો. ધર્મ પ્રથમ આવે છે, નૈતિકતા ફક્ત તેની આડપેદાશ છે. જો આડપેદાશને માનવ ચારિત્ર્યનું ધ્યેય અને આદર્શ બનાવવામાં આવે તો માનવતા એટલી દુ:ખી, વેદનારૂપ અને પરેશાન બની જાય છે કે તેની ગણતરી કરવી મુશ્કેલ છે - અને તે પણ આવા સુંદર કારણની આડમાં. આ બળદગાડાની

પાછળ બળદને બેસાડવા જેવું છે, ન તો બળદગાડું ચાલશે કે ન બળદ; બંને અટવાયેલા રહેશે.

જે વ્યક્તિ સત્યને જાણતો નથી તે સત્યવાદી કેવી રીતે બની શકે? જે વ્યક્તિ પોતાની જાતને પણ ઓળખતો નથી તે પ્રામાણિક કેવી રીતે હોઈ શકે? અને જે માણસ પોતાની અંદર રહેલા પ્રેમના સ્રોતથી અજાણ હોય તે કેવી રીતે દયાળુ હોઈ શકે? તેનામાં કરુણા ક્યાંથી આવશે?

નૈતિકતાના નામે, તે ફક્ત દંભી અને આડંબરી બની શકે છે. અને દંભી હોવા કરતાં વધુ ખરાબ કંઈ નથી. તે બતાવી શકે છે, કાર્ય કરવા માટે સખત પ્રયાસ કરી શકે છે, પરંતુ બધું જ સપાટી પર હશે. થોડું સ્ક્રેચ કરો અને તમને ત્યાં તમામ પ્રાણી વૃત્તિઓ જોવા મળશે - સંપૂર્ણ જીવંત, અને તક મળે કે તરત જ બદલો લેવા માટે તૈયાર.

ધર્મોએ માનવતા સામે કરેલા સૌથી મોટા ગુનાઓમાંની એક નૈતિકતાને ધર્મ કરતાં આગળ મૂકી રહી છે. આ ખોટી માન્યતાએ પીડિત માનવતા પેદા કરી છે. અને યાદ રાખો, જે માણસે દમન કર્યું છે તે બીમાર છે, માનસિક રીતે બે ભાગમાં વિભાજિત છે, સતત સ્વ-સંઘર્ષમાં વ્યસ્ત છે અને જે તે કરવા માંગતો નથી તે કરવાનો પ્રયાસ કરે છે.

નૈતિકતા ખૂબ જ હળવી, તણાવમુક્ત અને સ્વાભાવિક વસ્તુ હોવી જોઈએ – તમારા પડછાયાની જેમ, જે પોતાને અનુસરે છે, તમારે તેને પકડીને ખેંચવાની જરૂર નથી.

પણ આજ સુધી આવું થયું નથી, શું થયું છે આ: માનસિક રીતે બીમાર માણસને. દરેક જણ તણાવમાં છે, કારણ કે તમે જે કંઈ પણ કરો છો, શું સાચું છે, શું ખોટું છે તે અંગે સંઘર્ષ છે? તમારો સ્વભાવ એક દિશામાં જાય છે, તમારા મૂલ્યો વિરુદ્ધ દિશામાં જાય છે. અને વિભાગોમાં વહેંચાયેલું ઘર લાંબું ટકી શકતું નથી. તેથી કોઈક રીતે દરેક વ્યક્તિ પોતાની જાતને ખેંચી રહી છે, માંડ માંડ પકડી રાખે છે... અન્યથા પાગલ થવાનો ભય હંમેશા નજીકમાં રહે છે.

હું નૈતિકતા શીખવતો નથી - બિલકુલ નહીં. નૈતિકતાએ તેના કુદરતી માર્ગને અનુસરવું જોઈએ. પ્રથમ વસ્તુ જે હું તમને શીખવીશ તે છે: તમારા આત્મા વિશેનો અનુભવ.

જેમ જેમ તમે વધુ મૌન, વધુ શાંતિપૂર્ણ, વધુ અવ્યવસ્થિત બનશો, જેમ જેમ તમારો અંતરાત્મા વધુ કેન્દ્રિત થશે, અને તમારી આત્મ-જાગૃતિ શરૂ થશે, નૈતિકતા તમારી ક્રિયાઓમાં પ્રતિબિંબિત થવા લાગશે. એવું નહીં હોય કે તમારે નિર્ણય લઈને કંઈક કરવું પડશે, તે ગુલાબની ઝાડીમાં ખીલેલા ગુલાબની જેમ સ્વાભાવિક હશે. એવું નથી કે ગુલાબનું ઝાડવું મહાન તપશ્ચર્યા કરે છે, તે ઉપવાસ કરે છે, તે ભગવાનને પ્રાર્થના કરે

છે, અને તે દસ આજ્ઞાઓનું પાલન કરીને પોતાને શિસ્ત આપે છે; ના, તે કંઈ કરતું નથી. તેને યોગ્ય રીતે પોષણ મળવું જોઈએ અને તે તંદુરસ્ત હોવું જોઈએ, બસ.

પ્રયાસ દ્વારા જે નૈતિકતા આવે છે તે અનૈતિક છે.

એક માત્ર નૈતિકતા જે કોઈપણ પ્રયાસ વિના આવે છે તે નૈતિકતા છે.

આ માટે હું નૈતિકતાની ચર્ચા કરતો નથી; કારણ કે આ નૈતિકતાએ જ માનવતા માટે દરેક બાજુથી હજારો સમસ્યાઓ ઊભી કરી છે. શું સાચું છે અને શું ખોટું છે તે વિશે તમને પૂર્વધારણા આપવામાં આવી છે. તૈયાર સિદ્ધાંતો જીવનમાં કામ કરતા નથી, કારણ કે જીવન નદીની જેમ સતત બદલાતું રહે છે, દરેક પગલે નવા વળાંક લે છે, અજાણી સીમાઓમાં પ્રવેશ કરે છે... પર્વતોથી ખીણોમાં, ખીણોથી મેદાનોમાં અને પછી મેદાનોથી સમુદ્રમાં.

હેરાક્લિટસ સાચું કહે છે જ્યારે તે કહે છે, "તમે ફરી ક્યારેય એ જ નદીમાં પગ મુકી શકશો નહીં." કારણ કે તે સતત વહેતું રહે છે. જ્યારે તમે ફરી પગ મૂકશો ત્યાં સુધીમાં ત્યાં અલગ પાણી છે. હું હેરાક્લિટસ સાથે એટલો સહમત છું કે હું કહું છું કે તમે એક પણ વાર નદીમાં પગ મૂકી શકતા નથી. કારણ કે જ્યારે તમારા પગ પાણીની સપાટીને સ્પર્શે છે ત્યારે તળિયાનું પાણી વહી જતું હોય છે, જેમ જેમ તમારા પગ ઊંડા જાય છે તેમ તેમ સપાટી પરનું પાણી પણ વહી જતું હોય છે. જ્યારે તમે તળિયે સ્પર્શ કરો છો, ત્યારે ઘણું પાણી વહી ગયું છે... તે સમાન પાણી નથી. તમારાં પગલાં એ જ નદીમાં પડી રહ્યાં છે એવું કહી શકાય નહીં.

જીવન એક નદી જેવું છે - સતત વહેતું રહેતું. અને તમે બધા બંધાયેલા સિદ્ધાંતો અને મંતવ્યો ધરાવો છો. તે પૂર્વ ધારણાના કારણે તમે હંમેશા તમારી જાતને 'અનફિટ' માનો છો, તમે જીવન સાથે સુમેળમાં નથી. કારણ કે જો તમે એ સિદ્ધાંતોને અનુસરશો તો તમારે જીવનની વિરુદ્ધ જવું પડશે, અને જો તમે જીવનને અનુસરશો તો તમારા સિદ્ધાંતો રસ્તામાં આવશે, તમારે તેમની વિરુદ્ધ જવું પડશે.

તેથી જ હું તમારી નૈતિકતાને કુદરતી ઘટના બનાવવા માટે મારા શ્રેષ્ઠ પ્રયાસો કરું છું. સભાન અને જાગૃત રહો, અને દરેક પરિસ્થિતિમાં, તમારી અંદરથી જે પ્રતિભાવ આવે છે તે સંપૂર્ણ જાગૃતિથી આવવો જોઈએ. પછી તમે જે કરો છો તે યોગ્ય છે. કોઈપણ ક્રિયા સાચી કે ખોટી હોવાનો પ્રશ્ન નથી, પરંતુ તમારી ચેતનાનો પ્રશ્ન છે - શું તમે તે સભાનપણે કરી રહ્યા છો, અથવા તમે તે રોબોટની જેમ અજાગૃતપણે, યાંત્રિક રીતે કરી રહ્યા છો?

મારી સંપૂર્ણ ફિલસૂફી ચેતનાના વિકાસ પર આધારિત છે. તમારી ચેતના ઊંચે ચઢે, ઊંડે સુધી જાય - જ્યાં તમારી અંદર સહેજ પણ બેભાન ન રહે ત્યાં સુધી તમે પ્રકાશનું દીવાદાંડી બનો. તે પ્રકાશમાં, તે સ્પષ્ટતામાં, કંઈપણ ખોટું કરવું અશક્ય બની જાય છે. એવું નથી કે તમારે એનો ત્યાગ કરવો, ટાળવું, ના; તમે ઈચ્છો તો પણ તે કરી શકતા નથી. અપરાધની તે સ્થિતિમાં, તમે જે કરો છો તે વરદાન, આશીર્વાદ બની જાય છે.

સમગ્ર વિશ્વમાં લોકો મૃત ખ્યાલો અનુસાર જીવે છે, અને તે મૃત ખ્યાલો વાસ્તવિકતા સાથે સુસંગત નથી, 'ફિટ' નથી. તે ફિટ થઈ શકતા નથી. માત્ર એક સરળ, સ્વયંસ્ફુરિત ચેતના...

આ તફાવતને એવું વિચારો કે તમારી પાસે ગયા વર્ષનો કે તમારા બાળપણનો ફોટોગ્રાફ છે, અને જો તમને ખબર ન હોય કે તે તમારા બાળપણનો ફોટોગ્રાફ છે, તો તમે તેને ઓળખી પણ શકશો નહીં કારણ કે તમે ઘણા બદલાઈ ગયા છો! તે ચિત્ર મરી ગયું છે, તે વધતું નથી, તેનો વિકાસ થતો નથી; તમે હંમેશા વધતા જાઓ છો. નૈતિકતા ફોટોગ્રાફ જેવી છે. અને ન્યાયીપણું અરીસા જેવું છે. જ્યારે બાળક આગળ આવે છે, ત્યારે તે બાળકને પ્રતિબિંબિત કરે છે, અને જ્યારે વૃદ્ધ માણસ આગળ આવે છે, ત્યારે તે વૃદ્ધ માણસને પ્રતિબિંબિત કરે છે. તે હંમેશા સ્વયંસ્ફુરિત છે, ક્ષણમાં અને વાસ્તવિકતાને પ્રતિબિંબિત કરે છે.

સભાન વ્યક્તિ અરીસાની જેમ જ છે - તે વાસ્તવિકતાને પ્રતિબિંબિત કરે છે, અને તે મુજબ પ્રતિક્રિયા આપે છે. તેની પ્રતિક્રિયા, તેની ક્રિયા નૈતિક છે. તેથી હું આચરણ પર નહીં, જાગૃતિ પર ભાર મૂકું છું. હું નૈતિકતાનો આધાર બદલી રહ્યો છું, મારો ભાર કર્મ પર નહીં, જાગૃતિ પર છે.

જો વધુને વધુ લોકો જાગૃત થવા લાગશે તો આ દુનિયાનો એક અલગ આકાર હશે. જાગૃત માણસ યુદ્ધમાં જશે નહીં. જો કે શાસ્ત્રો ચોક્કસપણે કહે છે કે પોતાના દેશ અને ધર્મ માટે બલિદાન આપવું એ પુણ્યનું કાર્ય છે, પરંતુ જાગૃત વ્યક્તિ આ મૃત ધારણાને અનુસરી શકતો નથી. તેના માટે, રાષ્ટ્રનો વિચાર એક અનૈતિક વિચાર છે, કારણ કે તે માનવતાને વિભાજિત કરે છે, અને પછી યુદ્ધ ચોક્કસપણે અનૈતિક છે. તમે સારા નામો અને સુંદર શબ્દો શોધી શકો છો - ક્યારેક ધર્મ, ક્યારેક રાજકીય વિચારધારા, ક્યારેક ખ્રિસ્તી, ક્યારેક સમાજવાદ - ખૂબ જ ઉચ્ચ વિચારો! પરંતુ સત્ય એ છે કે આ સારા વિચારોએ માણસોને કસાઈ બનાવી દીધા છે.

જો આ જગત થોડું વધારે સતર્ક થઈ જાય તો સૈનિકો પોતાના હથિયારો નીચે ફેંકીને એકબીજાને ભેટી પડશે અને ઝાડની છાયા નીચે બેસીને એકબીજા સાથે ગપ્પાં મારશે. રાજકારણીઓ આ બધા સૈનિકોને મારવા માટે દબાણ કરી શકશે નહીં. પોપ કે અન્ય ધર્મગુરુઓ પણ કોઈને સમજાવી શકશે નહીં કે તમારે ભગવાનના નામે મારવા પડશે. તે ખૂબ જ વિચિત્ર વાત છે... કારણ કે ભગવાને દરેકને બનાવ્યા છે, કોઈપણને મારી નાખો, તો તમે ભગવાનની રચનાનો નાશ કરી રહ્યા છો. જો તે સાચું છે કે ભગવાને વિશ્વનું સર્જન કર્યું છે, તો વિશ્વમાં કોઈ યુદ્ધ ન થવું જોઈએ, કારણ કે પછી આખું વિશ્વ એક કુટુંબ છે, અને પછી ત્યાં દેશો પણ ન હોવા જોઈએ. આ બધી અનૈતિક વસ્તુઓ છે - આ રાષ્ટ્રો, આ ધર્મો, આ બધી વસ્તુઓ, જે લોકોમાં ભેદભાવ અને સંઘર્ષ પેદા કરે છે.

સાચી નૈતિકતા એ ચેતના, ચેતનાની આડપેદાશ છે. અને સજાગ રહેવાની કળા એ અધિકૃત ધર્મ છે. ન તો હિંદુ ધર્મ કોઈ ધર્મ છે, ન તો ખ્રિસ્તી ધર્મ છે, ન તો ઈસ્લામ કોઈ ધર્મ છે. માત્ર એક જ ધર્મ છે, અને તે છે જાગૃતિનો ધર્મ - કોઈપણ ભૂલ વિના એટલા સભાન, એટલા પ્રબુદ્ધ બનવું કે તમને સ્પષ્ટ દ્રષ્ટિ, આંખો મળે અને તમારી ક્રિયાઓ એ સ્પષ્ટતાથી ખીલે.

જાગૃત માણસને શબ્દોથી છેતરી શકાતો નથી. મુસ્લિમો કહે છે કે જો તમે જેહાદમાં માર્યા ગયા હો, ધર્મયુદ્ધમાં... કોઈ યુદ્ધ કેવી રીતે ધર્મયુદ્ધ હોઈ શકે? યુદ્ધ મૂળભૂત રીતે અધાર્મિક છે.

પરંતુ ખ્રિસ્તીઓ, મુસ્લિમો અને અન્ય તમામ ધર્મો કહે છે કે ધર્મયુદ્ધમાં મૃત્યુ પછીના વિશ્વમાં મહાન પુરસ્કારો અને સદ્ગુણો લાવશે. લોકોના જીવ લેવાના આ અનૈતિક કૃત્ય માટે તમને પુરસ્કાર આપવામાં આવશે. પરંતુ સુંદર શબ્દો - ધર્મયુદ્ધ, જેહાદ - તે બધી કુરૂપતાને ઢાંકી દે છે.

બેભાન થઈ ગયેલી વ્યક્તિ ખૂબ જ તીક્ષ્ણ આંખે શબ્દોમાં ઊંડાણપૂર્વક જુએ છે. ન તો તમારા ભગવાન, ન તમારા શાસ્ત્રો, ન તમારું રાષ્ટ્ર, ન તમારા રાજકારણીઓ તેને છેતરી શકે છે. તે પોતાની જાગૃતિ પ્રમાણે જીવે છે. તેનું પોતાનું વ્યક્તિત્વ છે - પારદર્શક અને સ્ફટિક મણિની જેમ સ્પષ્ટ. એક અવરોધ વિનાના શુદ્ધ અરીસાની જેમ, જેના પર કોઈ ધૂળ સ્થિર નથી.

પરંતુ લોકો પોતે નાખુશ છે, ખૂબ જ દુઃખી છે, ખૂબ જ પરેશાન છે, તેથી તેઓ અન્યને ત્રાસ આપવામાં, નુકસાન પહોંચાડવામાં, મારવામાં રસ લે છે. તેમની પાસેથી એ જોઈ શકાતું નથી કે કોઈ ખુશ છે અને મજામાં છે. તેઓ ઇચ્છે છે કે અન્ય લોકો તેમના કરતાં વધુ પીડા અને તકલીફ સહન કરે.

લોકોને દુઃખ પહોંચાડવા માટે નૈતિકતા એ એક સરસ રીત છે - તમારે તેમને નુકસાન પહોંચાડવા માટે કંઈ કરવાની પણ જરૂર નથી, તેઓ પોતાને નુકસાન પહોંચાડે છે, જેમ કે... તમારી પત્નીને પ્રેમ કરવો એ પણ પાપ છે. તેઓ કોઈ બીજાની પત્ની વિશે નથી કહેતા, તેઓ માત્ર એટલું જ કહે છે કે વાસના એ પાપ છે, અને વાસનાથી સંબંધિત દરેક વસ્તુ પાપ બની જાય છે.

હવે વાસના, મૈથુન એ સ્વાભાવિક બાબત છે-તેથી બચવું શક્ય નથી-એટલે તમે વ્યક્તિને મૂંઝવણમાં મૂકી રહ્યા છો, તેનો સ્વભાવ કામુક આનંદની લાલસા અને વાસનાથી ભરેલો છે, પણ તમે તેની બુદ્ધિમાં એવું બેસાડી દીધું છે કે વાસના અનૈતિક છે.

સંશોધનમાં સામે આવ્યું છે કે વિશ્વમાં લાખો લોકો સંભોગ કર્યા પછી માથાનો દુખાવો, 'માઇગ્રેન'થી પીડાય છે. હું એક ખ્રિસ્તી વૈજ્ઞાનિકનો અહેવાલ વાંચી રહ્યો હતો, અને કારણ કે તે એક ખ્રિસ્તી છે, એટલે તેનું પોતાનું એક ખ્રિસ્તી મન છે - જે લોકોને માઇગ્રેન થવાનું કારણ શું છે તે શોધવાનો પ્રયાસ કરી રહ્યો હતો. તેઓ ગયા વર્ષથી આ વિષય પર સતત કામ કરી રહ્યા છે. તેમનો રિપોર્ટ તાજેતરમાં પ્રકાશિત થયો છે, જેમાં વિવિધ શારીરિક, રાસાયણિક અને અન્ય ઘણા કારણો આપવામાં આવ્યા છે - પરંતુ હકીકત એટલી સ્પષ્ટ છે કે વધુ તપાસની જરૂર નથી.

વાસ્તવિકતા એ છે કે માણસનું મન બે ભાગમાં વહેંચાઈ ગયું છે. એક ભાગ કહે છે "તમે શું કરી રહ્યા છો! તે ખોટું છે, તે ન કરો." અને બીજો ભાગ કહે છે "હું તે કરીશ, આ લાલચને ટાળવી અશક્ય છે." આ બે ભાગો એકબીજામાં લડવા અને સંઘર્ષ કરવાનું શરૂ કરે છે.

આધાશીશી એ બીજું કંઈ નથી પરંતુ આ આત્મ-સંઘર્ષનું પરિણામ છે, તમારા મનમાં આ ઊંડા બેઠેલા સંઘર્ષ. સેક્સ કર્યા પછી કોઈ આદિવાસીને માથાનો દુખાવો થતો નથી. કેથોલિક ખ્રિસ્તીઓ અન્ય કોઈ કરતાં વધુ માઇગ્રેનથી પીડાય છે, કારણ કે તેમનું નૈતિક શિક્ષણ, તેમના સંસ્કાર, ખૂબ ગહન છે, તે તેમના મનને વિભાજિત કરે છે. તેઓ સદીઓથી જે કહેતા આવ્યા છે તે તદ્દન પાયાવિહોણુ અને કોઈ પુરાવા વિનાનું છે, પરંતુ તેઓ તેનું પુનરાવર્તન કરતા રહે છે. અને યાદ રાખો કે જ્યારે અસત્યનું પુનરાવર્તન થાય છે, ત્યારે તે પણ સત્ય જેવું લાગવા માંડે છે. વ્યક્તિએ શબ્દો પ્રત્યે ખૂબ કાળજી લેવી જોઈએ ...

એક માણસ બારમાં બેઠો હતો અને પોલિસનો જોક્સ કહેતો હતો. તેમની બાજુમાં બેઠેલા એક વિશાળ, અત્યંત શક્તિશાળી માણસે ફરીને તેમની સામે જોયું અને કહ્યું, "હું પોલિસ છું. કૃપા કરીને એક મિનિટ રાહ જુઓ, હું મારા બાળકોને બોલાવી લઉં, પછી તમે કહો."

તેણે જોરથી બૂમ પાડી, "ઈવાન, અહીં આવ, તારા ભાઈને સાથે લઈ આવ." પાછળના ઓરડામાંથી બે ઉંચા, મજબૂત યુવાન, જેઓ તેમના પિતા કરતા વધુ મજબૂત દેખાતા હતા, બહાર આવ્યા. "જોસેફ," તે માણસે ફરીથી કોઈને બોલાવ્યો, "તમે પણ તમારા પિતરાઈ ભાઈ સાથે અહીં આવો." બીજા દરવાજેથી વધુ બે કુસ્તીબાજો પ્રવેશ્યા. પાંચેય નબળા જોક કહેનારના ટેબલને ઘેરી વળ્યા.

"હા, હવે મને કહો," પ્રથમ પોલિસ માણસે કહ્યું, "હવે તમે તમારી મજાક પૂરી કરો."

"ના, હું કહીશ નહીં." માણસે ગભરાઈને જવાબ આપ્યો.

"હવે કેમ કહેતો નથી?" પોલિસ માણસે તેની મુઠ્ઠી ઉંચી કરીને પૂછ્યું, "તમે ડરી ગયા છો?"

"ના," તેણે થોડી સાવધાનીથી કહ્યું, "ખરેખર, હું એક જ મજાક પાંચ લોકોને વારંવાર સમજાવવાના મૂડમાં નથી."

લોકો ભાષા સાથે રમવામાં બહુ હોંશિયાર હોય છે. તેઓ શબ્દો પાછળ કોઈપણ સત્ય છુપાવવામાં કુશળ છે. તે માણસ ગભરાઈ ગયો - પાંચેય જણ તેનો જીવ લઈ શકે છે - પણ તે સરસ શબ્દોનું બહાનું શોધી કાઢે છે કે હું પાંચ લોકોને મજાકનો અર્થ સમજાવવાના મૂડમાં નથી.

બધા ધર્મો શબ્દો સાથે રમે છે, અને માણસને શબ્દોની બહાર જોવા માટે પૂરતો બુદ્ધિશાળી બનવા દીધો નથી. તેઓએ શબ્દો, સિદ્ધાંતો, જુદા જુદા મંતવ્યો, સંપ્રદાયો, વિભાવનાઓ અને સંપ્રદાયોનું જંગલ રચ્યું છે અને બિચારો નૈતિકતાના નામે આ બધો બોજ વહન કરતો રહે છે.

હું તમને કહું છું કે નૈતિકતા વિશે ચિંતા કરવાનું બંધ કરો.

સાચા સાધકની એકમાત્ર શોધ જાગૃત થવાની, વધુ સભાન બનવાની છે. અને તમારી ચેતના, તમારી ચેતના જ તમારી ક્રિયાઓ, તમારા કાર્યોનું ધ્યાન રાખશે. કોઈપણ પ્રયાસ વિના, તમારી ક્રિયાઓ નૈતિક બની જશે, ફૂલોની જેમ - કોઈપણ મહેનત વિના, કોઈપણ પ્રયત્નો વિના તેઓ તમારી આસપાસ ખીલવા લાગશે.

નૈતિકતા એ બીજું કંઈ નથી પરંતુ જાગૃત વ્યક્તિની જીવનશૈલી છે.

●●

10

હું પરિવર્તન શીખવું છું, જુલમ નહીં

પ્રિય ઓશો,
શા માટે બધા ધર્મો જાતિયતા વિરુદ્ધ છે?

આ જીવનના સૌથી સંવેદનશીલ ક્ષેત્રોમાંનું એક છે, કારણ કે તે મૂળભૂત જીવન ઊર્જા સાથે સંબંધિત છે. વાસના...આ શબ્દ અત્યંત નિંદનીય બની ગયો છે. કારણ કે તમામ ધર્મો એ દરેક વસ્તુના દુશ્મન છે જે માણસને સુખ આપી શકે છે, તેથી સેક્સની નિંદા કરવામાં આવી છે. લોકો દુ:ખી રહે, એમને કોઈ પણ પ્રકારની શાંતિ ન મળે, થોડું આશ્વાસન પણ ન મળે અને આ સૂકાં રણમાં ક્ષણભર માટે પણ હરિયાળી મળવાની શક્યતાઓ પણ બાકી ન રહે. ધર્મો માટે માણસના સુખી થવાની તમામ શક્યતાઓને નષ્ટ કરવી એકદમ જરૂરી હતું.

આ તેના માટે આટલું મહત્વનું કેમ હતું? આ અગત્યનું હતું કારણ કે તેઓ તમને, તમારા મનને કોઈ બીજી દિશામાં – બીજી દુનિયા તરફ વાળવા માંગતા હતા. જો તમે અહીં-આ જગતમાં સાચે જ સુખી છો, તો પછી તમે બીજી દુનિયાની ચિંતા શા માટે કરશો? પછીના જીવનના અસ્તિત્વ વિશે તમારી ઉદાસી માટે તે અત્યંત જરૂરી છે. તેનું પોતાનું કોઈ અસ્તિત્વ નથી, તે તમારા દુ:ખમાં, તમારી પીડામાં, તમારા વિષાદમાં અસ્તિત્વ ધરાવે છે.

દુનિયાના તમામ ધર્મો તમારું નુકસાન કરતા આવ્યા છે. ભગવાનના નામ પર, સુંદર અને સારા શબ્દોની આડમાં, તેઓ તમારામાં વધુ પીડા, વધુ વેદના, વધુ નફરત, વધુ ગુસ્સો, વધુ ઘા પેદા કરતા આવ્યા છે.

તેઓ પ્રેમ વિશે વાત કરે છે, પરંતુ તેઓ તમારી રોમેન્ટિક બનવાની તમામ શક્યતાઓને નષ્ટ કરે છે.

હું કામનો દુશ્મન નથી. મારી દ્રષ્ટિએ, જીવનની દરેક વસ્તુ જેટલી જ પવિત્ર કામ પણ છે. વાસ્તવમાં કંઈપણ પવિત્ર નથી કે અશુદ્ધ પણ નથી; જીવન એક છે - બધા વિભાગો ખોટા છે, અને કાર્ય એ જીવનનું કેન્દ્રબિંદુ છે.

તેથી તમારે સમજવું પડશે કે સદીઓથી શું થઈ રહ્યું છે. જેવા તમે કામનાને દબાવી દો છો, તમારી ઊર્જા પોતાને વ્યક્ત કરવા માટે નવા રસ્તાઓ શોધવાનું શરૂ કરે છે. ઊર્જા સ્થિર રહી શકતી નથી. જીવનનો એક મૂળભૂત નિયમ છે કે ઊર્જા હંમેશા ગતિશીલ હોય છે, ગતિશીલતાનું નામ ઊર્જા છે. તે રોકાઈ શકતી નથી, રોકી શકાતી નથી. જો તેને ફરજ પાડવામાં આવે છે, જો એક દરવાજો બંધ હોય, તો તે અન્ય ખોલશે, પરંતુ તેને બાંધી શકાતી નથી. જો ઊર્જાના કુદરતી પ્રવાહને અવરોધિત કરવામાં આવે છે, તો તે કેટલાક અકુદરતી માર્ગ દ્વારા વહેવાનું શરૂ કરશે. આ કારણે જે સમાજોએ કામને દબાવી દીધું હતું તે વધુ સમૃદ્ધ અને સંપન્ન બન્યા.

જ્યારે તમે વાસનાને દબાવો છો, ત્યારે તમારે તમારા પ્રેમ-પાત્રને બદલવું પડશે. હવે સ્ત્રીને પ્રેમ કરવો ખતરનાક છે, તે નરકનો દરવાજો છે. તમામ શાસ્ત્રો પુરુષો દ્વારા લખવામાં આવ્યા હોવાથી, નરકનો એકમાત્ર રસ્તો સ્ત્રીઓ જ છે. પુરુષો વિશે શું વિચારવું?

હું હિંદુઓ, મુસ્લિમો અને ખ્રિસ્તીઓને કહેતો આવ્યો છું કે જો સ્ત્રી નરકનો માર્ગ છે, તો માત્ર પુરુષો જ નરકમાં જઈ શકે છે, સ્ત્રીઓ જઈ શકતી નથી. માર્ગ હંમેશા તેની જગ્યાએ રહે છે, તે ક્યાંય ખસતો નથી. તેના પર માત્ર લોકો જ મુસાફરી કરે છે. વાસ્તવમાં, આપણે કહીએ છીએ કે આ રસ્તો આવા અને આવા સ્થળે જાય છે, પરંતુ ભાષામાં ભૂલ છે. રસ્તો ક્યાંય આવતો-જતો નથી, તે તેની જગ્યાએ આરામથી રહે છે, ફક્ત લોકો જ તેના પર આવે છે અને જાય છે. જો સ્ત્રીઓ નરકનો માર્ગ છે, તો ચોક્કસ નરક ફક્ત પુરુષોથી જ ભરાશે. નરક 'ઓન્લી મેન્સ ક્લબ' હશે.

સ્ત્રી નરકનો માર્ગ નથી. પરંતુ એકવાર આ ખોટી સંસ્કૃતિ તમારા મગજમાં રોપાઈ જશે, પછી તમે સ્ત્રીને કંઈક બીજું રજૂ કરવાનું શરૂ કરશો; પછી તમારે અન્ય પ્રેમ રસની જરૂર છે. પૈસા તમારા પ્રેમનો રસ બની શકે છે. લોકો પાગલ થઈને સંપત્તિને વળગી રહે છે, તેને ચુસ્તપણે પકડી રાખે છે, શા માટે? આટલો લોભ અને મોહ કેમ છે? કારણ કે

સંપત્તિ પોતે જ તેનો પ્રેમી બની ગઈ હતી. તેણે જીવનની તમામ શક્તિ પૈસા તરફ વાળી દીધી.

હવે જો કોઈ તેમને તેમના પૈસા છોડવાનું કહેશે તો તેઓ મોટી મુશ્કેલીમાં મુકાઈ જશે. ત્યારપછી તેમના પ્રેમપ્રકરણની શરૂઆત રાજનીતિથી થશે. તેમનું એકમાત્ર લક્ષ્ય રાજકારણમાં સીડી ઉપર ચઢવાનું રહેશે. એક રાજનેતા વડાપ્રધાન અને રાષ્ટ્રપતિ પદને એટલી જ ઝંખનાથી જુએ છે જે રીતે પ્રેમી પોતાની પ્રિયતમા તરફ જુએ છે. આ એક વિકૃતિ છે.

વ્યક્તિ અન્ય દિશામાં જઈ શકે છે, જેમ કે શિક્ષણ; પછી પુસ્તકો તેમના પ્રેમની વસ્તુઓ બની જાય છે. માણસ ધાર્મિક બની શકે છે, પછી ભગવાન તેના પ્રેમની વસ્તુ બની જાય છે... તમે તમારા પ્રેમને કોઈપણ કાલ્પનિક વસ્તુ પર રજૂ કરી શકો છો, પરંતુ યાદ રાખો, તે તમને સંતુષ્ટ કરી શકતું નથી.

●●

11

વિકૃતિના મૂળ સ્ત્રોત : અકુદરતી જાતીય દમન

પ્રિય ઓશો,
મેં તમને કહેતા સાંભળ્યા છે કે એઇડ્સ માટે ધર્મ જવાબદાર છે. શું તમે કૃપા કરીને આ વિષય પર વધુ પ્રકાશ પાડશો?

આ દુનિયામાં ફેલાતા એઇડ્સ રોગ માટે ધાર્મિક લોકો જવાબદાર છે, કારણ કે તેઓએ બ્રહ્મચર્યનો ખ્યાલ બનાવ્યો હતો, જે સંપૂર્ણપણે અકુદરતી છે. જો કોઈ વ્યક્તિ નપુંસક ન હોય તો તે બ્રહ્મચારી ન હોઈ શકે.

અને એ સમજવું અગત્યનું છે કે સમગ્ર ઈતિહાસમાં કોઈ નપુંસક માણસ કોઈ પણ પરિમાણમાં સર્જનાત્મક રહ્યો નથી – કોઈ મહાન સંગીતકાર, મહાન કવિ, મહાન વૈજ્ઞાનિક કે ઋષિ – કોઈ નથી. કારણ કે કામ એ તમારી ઊર્જા છે - તમારી સર્જનાત્મક ઊર્જા, વિશ્વના તમામ સર્જનાત્મક લોકોમાં સૌથી વધુ વિષયાસક્ત લોકો છે.

બ્રહ્મચર્યનું શિક્ષણ પ્રકૃતિ વિરુદ્ધ છે. સાધુઓને મઠમાં અને સાધ્વીઓને નનરીમાં રાખવાથી, તેઓને એકબીજાને મળવા દેવામાં આવતા ન હતા.

તેને મંજૂરી ન આપવાને કારણે સમલૈંગિકતા ઊભી થઈ છે. પુરૂષો સમલૈંગિક બન્યા, સ્ત્રીઓ લેસ્બિયન બની અને આ સમલૈંગિકતાએ આજે એઇડ્સનો રોગચાળો ઉભો કર્યો છે.

વિશ્વની દરેક સરકારે 'બ્રહ્મચર્ય - અપરાધ' જાહેર કરવું જોઈએ, અને બ્રહ્મચર્યનો પ્રચાર કરનાર કોઈપણ વ્યક્તિને તરત જ જેલમાં ધકેલી દેવો જોઈએ, કારણ કે તે વ્યક્તિ આ જીવલેણ રોગના બીજ વાવે છે, જે દૂર દૂર સુધી ફેલાઈ રહ્યો છે. જો પરમાણુ શસ્ત્રો તમને મારી નાખશે નહીં, તો આ એઇડ્સ તમને મારી નાખશે.

આ નીચ રોગના મૂળ સંપૂર્ણપણે અતાર્કિક અને બૌદ્ધિક રીતે અસંગત વિચારો અને વલણોમાં છે. કુદરતે તમને પ્રજનન શક્તિ આપી છે - શું પ્રકૃતિ ભગવાનની વિરુદ્ધ છે?

બહુ નવાઈની વાત એ છે કે એક તરફ આ લોકો કહે છે કે “દુનિયા ભગવાને બનાવી છે, ભગવાને બધું જ બનાવ્યું છે” તો વાસના પણ ભગવાને જ બનાવી હશે! શું તમે એ વિભાજન વિશે વિચારો છો કે ઈશ્વરે માણસને કામરહિત બનાવ્યો, પછી શેતાને માણસને કામી બનાવ્યો?

પણ સવાલ એ થાય છે કે શેતાનને કોણે બનાવ્યો? જો તમે વિચારો છો કે ભગવાન બધી વસ્તુઓનો સર્જક છે, તો તે એ છે જેણે શેતાનને બનાવ્યો છે, તે દુષ્ટતાનો સર્જક છે, તે કામનો સર્જક છે. ભગવાન અસ્તિત્વમાં છે તે દરેક વસ્તુના સર્જક છે.

તે ખૂબ જ રસપ્રદ છે કે ભગવાને વાસનાને જન્મ આપ્યો છે, પરંતુ તેમના પ્રતિનિધિઓ વાસના વિરુદ્ધ છે અને કહે છે કે લોકોએ બ્રહ્મચારી બનવું જોઈએ. તેઓ શરીરવિજ્ઞાન, જીવવિજ્ઞાન અને શરીરના રસાયણો અને હોર્મોન્સની સંપૂર્ણ સમજ ધરાવતા નથી. માણસ ભલે બ્રહ્મચર્યનું વ્રત લે, પરંતુ તે તેના શરીર, તેની કામગીરી અને તેની રાસાયણિક પ્રક્રિયાઓને બદલવા માટે શું કરી શકે? તેની રાસાયણિક અને જૈવિક પ્રક્રિયાઓ પવિત્ર બાઇબલ વાંચતા નથી, તેઓ પોપને સમજી શકતા નથી, તેઓ અર્થહીન બકવાસ સાંભળતા નથી. તે શાંતિથી પોતાના કામમાં વ્યસ્ત રહે છે.

ઋષિ-મુનિઓના શરીરમાં પણ જાતીય ઉર્જા ઉત્પન્ન થાય છે, જીવંત શુક્રાણુઓ ઉત્પન્ન થતા રહે છે, અને શુક્રાણુઓને રહેવા માટે શરીરમાં થોડી જગ્યા હોય છે. સંત પણ ખાય છે, શ્વાસ લે છે, બધા કામ કરે છે જે ઊર્જા ઉત્પન્ન કરે છે.

તે થાય છે, શક્તિ પ્રાપ્ત થાય છે; અને જૂના શુક્રાણુ બહાર નીકળવાની ઉતાવળમાં છે.

હવે તમે તે બિચારાને આવી મુશ્કેલ પરિસ્થિતિમાં, આવી અઘરી પરિસ્થિતિમાં મૂકી દીધો છે... અને તે કંઈ કરી શકતો નથી.

તમે તેને 'રામ રામ' બોલવા કે 'અવે મારિયા, એવે મારિયા, એવે મારિયા' કે 'નમો અરિહંતાણં, નમો સિદ્ધાણં' કહેવા માટે સમજાવવાનો

પ્રયત્ન કરો - પણ એ વીર્ય કણ આ બધા મંત્રોની બકવાસ સાંભળતા નથી. તેઓ મંત્રોમાં માનતા નથી, તેઓ ભક્ત નથી, તેઓ માત્ર બહાર નીકળવાની ઉતાવળમાં છે, કારણ કે તેમનું આયુષ્ય ખૂબ જ ટૂંકું છે.

અને તેઓ બહાર નીકળવાનો માર્ગ શોધતા રહેશે. જો કુદરતી માર્ગ ન મળે તો જાતીય વિકૃતિઓ ઊભી થશે.

તમારા ધર્મોને લીધે જ વાસનાના બધા દુર્ગુણો ઉત્પન્ન થયા છે.

માનવતા અને તેના કલ્યાણને લગતી દરેક બાબત વિશે હું પોપ સાથે ચર્ચા કરવા તૈયાર છું. અને હું ઈચ્છું છું કે તેમના કાર્ડિનલ્સ, તેમના બિશપ્સ અને બધા લોકો જેમણે તેમને અહીં ચૂંટ્યા છે, જેથી તેઓ જોઈ શકે કે તેમના પોપ પાસે કંઈપણ માટે કોઈ જવાબ નથી. આ આખી દગાખોરી ચાલે છે, ચાલી રહી છે, કારણ કે બધા ધર્મો એક જ હોડીમાં છે, તેથી તેઓ જીવનની મૂળભૂત અને મહત્વપૂર્ણ બાબતો પર એકબીજા સાથે ચર્ચા કરતા નથી.

હું કોઈ ધર્મનો નથી, તેથી મારા માટે ડરવાનું કોઈ કારણ નથી. મારી પાસે કોઈ ફિલસૂફી નથી, હું કોઈને શિક્ષિત કરવા માંગતો નથી, બલ્કે હું સમગ્ર માનવતાને નૈતિક અને ધાર્મિક મૂલ્યોથી મુક્ત કરવા માંગુ છું.

અને હું નથી ઈચ્છતો કે માનવતાને ફરીથી નવા સંસ્કારો આપવામાં આવે - જેથી તે શાંતિ અને આનંદમાં, તેની નિર્દોષતા અને સાદગીમાં, કોઈપણ માનસિક વિભાજન અને તકરાર વિના જીવી શકે.

●●

12

ધર્મોની સંગઠિત અપરાધ વ્યવસ્થા

પ્રિય ઓશો,
મેં તાજેતરમાં એક પુસ્તક વાંચ્યું જેમાં રોમન કેથોલિક ચર્ચના અંધકારમય કાર્યો - હત્યાઓ, આતંકવાદી પ્રવૃત્તિઓ, ઉચાપત, ડ્રગ હેરફેર, અવિશ્વસનીય મોટી રકમની ઉચાપત, યુનાઇટેડ સ્ટેટ્સ, ઇટાલી, પોલેન્ડ અને દક્ષિણ અમેરિકન દેશોમાં રાજકીય હસ્તક્ષેપ, અને અન્ય ગેરકાયદેસર પ્રવૃત્તિઓની લાંબી ગુનાની સૂચિ છે... યાદી જેટલી અદ્ભુત છે, એટલી જ તે નજારથના મોટા પુત્રના સંદેશાથી દૂર છે! મહેરબાની કરીને આ બાબતે કંઈક કહો.

આ પુસ્તકે કેથોલિક ચર્ચની ખૂની વૃત્તિઓનો પર્દાફાશ કરવામાં મહત્વનો ફાળો આપ્યો છે. બધા ધર્મો સાથે સમાન સંશોધન કરવું જરૂરી છે, કારણ કે તે બધા સમાન પ્રવૃત્તિઓમાં જ રોકાયેલા છે. કદાચ કેથોલિક ચર્ચ તેમની સિદ્ધિઓનું શ્રેષ્ઠ ઉદાહરણ છે, કારણ કે તે વિશ્વનો સૌથી સંગઠિત ધર્મ છે, અને તેના અનુયાયીઓની સંખ્યાઓ પણ ખૂબ ઊંચી છે - આ પૃથ્વી પર આશરે સિત્તેર મિલિયન કેથલિકો છે.

આ ધર્મે કલ્પના કરી શકાય તેવા તમામ અપરાધો કર્યા છે. તેણે હજારો મહિલાઓને જીવતી સળગાવી – એક ખોટી માન્યતાની આડમાં – તેમને ડાકણ તરીકે ઓળખાવી. ક્યાંય કોઈ શેતાન નથી, અને ક્યાંય કોઈ ચૂડેલ નથી; પરંતુ આ મહિલાઓ કેથોલિક સંપ્રદાયની સ્પર્ધકો હતી, તેથી તેઓ પસંદગીપૂર્વક નાશ પામી. જ્યારે પૃથ્વી પર કોઈ ધર્મો ન હતા, અને આ વિશ્વ 'મૂર્તિપૂજક' હતું - તે સ્ત્રીઓ ખૂબ જ પ્રાચીન અને

સૌથી જૂની પરંપરાઓનું પાલનપોષણ કરતી હતી જે ત્યારથી ચાલી રહી હતી. તેઓ પ્રકૃતિની પૂજા કરતા હતા, અને કેથોલિક ધર્મની નજરમાં આ સૌથી ખરાબ ગુનો છે, કારણ કે તેનો અર્થ એ છે કે પ્રકૃતિ પર્યાપ્ત છે, તેથી ભગવાનની કોઈ જરૂર નથી. પછી બચાવકર્તા તરીકે ઈસુ ખ્રિસ્તની કોઈ જરૂર નથી, કારણ કે અસ્તિત્વના મહાસાગરમાં કોઈ ડૂબતું નથી. કેથોલિક પાદરીઓ અથવા તેમની પહેલાં પસ્તાવો કરનારાઓની કોઈ જરૂર નથી - કારણ કે પ્રકૃતિ જાણે છે કે કંઈપણ પાપ નથી.

તે સ્ત્રીઓને જીવતી સળગાવી દેવામાં આવી હતી કારણ કે તેઓ 'મૂર્તિપૂજક' નહીં, પ્રકૃતિની ઉપાસક હતી. પરંતુ તેઓ મૂર્તિપૂજક ન હોવાને કારણે તેમને બાળી નાખવું એ પૂરતું બહાનું નહોતું, તેથી તેમને જીવતા સળગાવવાનું બૌદ્ધિક રીતે સમર્થન કરી શકાય એટલી હદે તેમની નિંદા કરવી જરૂરી બની ગઈ. અગાઉ તેને ઘણા દિવસો સુધી હેરાન કરવામાં આવતી હતી. તેમને હેરાન કરવા માટે ખાસ યુક્તિઓ શોધાઈ. એકાદ-બે અઠવાડિયા સુધી ભૂખ્યા રહેવું, દરેક શક્ય રીતે ત્રાસ આપવો, માર મારવો, તેમને ઊંઘવા ન દેવી... આખરે, પોતાને એક લાચાર અને દયનીય સ્થિતિમાં જોઈને, ગરીબ મહિલાઓએ સ્વીકારવું પડ્યું કે તેઓ ડાકણ છે, કારણ કે જ્યાં સુધી તેઓ સ્વીકારશે નહીં ત્યાં સુધી તેઓ અત્યાચારો ચાલુ રાખશે. અને તેમના માટે છટકી જવાનો કોઈ રસ્તો નહોતો, તેથી તેમના વિરોધ અને અસ્વીકારનો કોઈ હેતુ અને કોઈ અર્થ નહોતો.

ચર્ચ અત્યંત શક્તિશાળી હતું, માત્ર ધર્મની લગામ જ નહીં પરંતુ શાસનની લગામ પણ તેના હાથમાં હતી. ચર્ચ ધાર્મિક અને રાજકીય બંને સત્તા પર પ્રભુત્વ ધરાવે છે. તેથી જે પણ પ્રશ્નો પૂછવામાં આવ્યા હતા, તે મહિલાઓને સ્વીકારવાની ફરજ પડી હતી... સ્વીકારવાની ફરજ પડી હતી.

ચર્ચની સર્વોપરિતા ચાલુ રહી, હા, તેનો શાસન સંકોચાઈ ગયો અને આઠ ચોરસ માઈલના વિસ્તારના વેટિકન પૂરતો મર્યાદિત હતો. પરંતુ વેટિકન હજુ પણ એક સામ્રાજ્ય છે; રાજકીય રીતે સ્વતંત્ર રાષ્ટ્ર છે; અને પોપ તે રાષ્ટ્રના વડા પણ છે.

આજકાલ વેટિકન બેંકના મેનેજર છુપાયેલા છે, કારણ કે તપાસમાં તેના મોટા ગુનાઓ પ્રકાશમાં આવ્યા છે; અને તેની ધરપકડ માટે ઈટાલીની સરકાર પાસે વોરંટ છે. પરંતુ તેઓ ધરપકડ કરવા વેટિકનમાં પ્રવેશી શકતા નથી, કારણ કે વેટિકન એક આઝાદ દેશ છે.

વિશ્વની સૌથી મોટી ગુનેગાર ગેંગ 'માફિયા' કદાચ પોપ દ્વારા ચલાવવામાં આવી રહી છે. અને વેટિકનમાં પોપની બેંક ડ્રગના વેપારના

તમામ ગેરકાયદેસર નાણાંને કાયદેસરના નાણાંમાં રૂપાંતરિત કરી રહી છે, કાળા નાણાને સફેદમાં ફેરવી રહી છે - અઠવાડિયામાં લાખો ડોલર! ઇટાલિયન સરકાર બેંકના ચીફ એક્ઝિક્યુટિવની શોધમાં છે. ઇટાલિયન પોલીસ જામીન વિના તેની ધરપકડ માટે વોરંટ સાથે વેટિકનની આસપાસ તેની રાહ જોઈ રહી છે. અને પોપે તે બેંક મેનેજરને પુરસ્કાર આપ્યો અને તેને બિશપથી કાર્ડિનલ તરીકે બઢતી આપી.

આ પોપ વિશ્વ પ્રવાસ પર એટલા પૈસા ખર્ચી રહ્યા છે કે આટલો ખર્ચ કોઈ પોપે કર્યો નથી. તાજેતરમાં, થોડા મહિના પહેલા ઓસ્ટ્રેલિયાના પ્રવાસ દરમિયાન, તેણે ઓસ્ટ્રેલિયાની મુલાકાત વખતે ઇંગ્લેન્ડની રાણીએ જે ખર્ચ કર્યો હતો તેના કરતાં પણ વધુ નાણાં ખર્ચ્યા હતા. તે દર વર્ષે લગભગ નવ કરોડ ડૉલર તેના વિશ્વવ્યાપી પ્રવાસ પર ખર્ચે છે. આ તમામ પૈસા હેરોઈન અને અન્ય ડ્રગ્સ દ્વારા આવે છે.

માનવતા કેટલી આંધળી છે તે આશ્ચર્યજનક છે. આ એ જ લોકો છે જેઓ ખૂબ સારી વસ્તુઓ વિશે વાત કરે છે - તેઓ ડ્રગ્સની વિરુદ્ધ છે, અને તેમનું સમગ્ર સામ્રાજ્ય તે દવાઓ પર આધારિત છે. તેઓ જે નિંદા કરે છે તે તમામ બાબતો તેમને જ લાગુ પડે છે. તેઓ સમલૈંગિકતાની ટીકા કરે છે અને લગભગ પચાસ ટકા કેથોલિક સાધુઓ ગે છે. પચાસ ટકાની આ ગણતરી ખૂબ જ રૂઢિચુસ્ત અંદાજ છે, તે તરફેણમાં વિચારનારાઓનો અભિપ્રાય છે. વાસ્તવમાં, વધુ ટકાવારીનો આંકડો સાચો હશે. આશ્રમોમાં રહેતા સાધુઓની તો શું વાત કરવી - વર્તમાન પોલોક પોપ પહેલા જે વ્યક્તિ પોપ હતા તે પોતે હોમોસેક્સ્યુઅલ હતા. પોપ તરીકે ચૂંટાયા પહેલા, તેઓ મિલાન શહેરમાં કાર્ડિનલ હતા. તેને ત્યાં એક બોયફ્રેન્ડ હતો, અને તેમના સંબંધોની ચર્ચા ટોક ઓફ ધ ટાઉન હતી. પોપ બન્યા પછી તેણે સૌથી પહેલું કામ તેના બોયફ્રેન્ડને બોલાવીને તેને તારણહારના પદ પર નિયુક્ત કરવાનું હતું. વિશ્વને ખબર પડે કે તે સમલૈંગિક છે તે પહેલાં-કેથોલિક ચર્ચ સમલૈંગિકતાની વિરુદ્ધ છે; અને મોટાભાગના ચર્ચઅગ્રણી પ્રતિનિધિ પોતે સમલૈંગિક જીવન જીવે છે. અદ્ભુત અપ્રમાણિકતા, અદ્ભુત દંભ!

ભગવાન અને ધર્મના નામે, કહેવાતા ધર્મયુદ્ધ અને જેહાદમાં કરોડો અને સેંકડો લોકોની હત્યા કરવામાં આવી છે. આ પુસ્તક રોમન કેથોલિક ચર્ચ દ્વારા હત્યાઓ, ઉગ્રવાદી ઘટનાઓ, ડ્રગ્સનો વેપાર, દુરુપયોગ અને જંગી ભંડોળની ઉચાપત, યુનાઇટેડ સ્ટેટ્સ, દક્ષિણ અમેરિકા, ઇટાલી અને પોલેન્ડમાં રાજકીય દખલગીરી અને અન્ય ગેરકાયદેસર પ્રવૃત્તિઓમાં ભજવવામાં આવેલી સ્પષ્ટ ભૂમિકાઓને ઉજાગર કરવામાં મહત્વપૂર્ણ યોગદાન આપે છે.

થોડા દિવસ પહેલા જ પોપે જાહેરાત કરી હતી કે ચર્ચે કોઈપણ પ્રકારની રાજનીતિમાં ભાગ લેવો જોઈએ નહીં અને ખ્રિસ્તી પાદરીઓ, બિશપ, કાર્ડિનલ્સ અને સાધુઓએ રાજકારણથી દૂર રહેવું જોઈએ. અને તે આ નિવેદન આપી રહ્યો હતો તે જ સમયે તે પોલેન્ડની એક રાજકીય પાર્ટીને કમ્યુનિસ્ટ પાર્ટી સામે ચૂંટણી લડવા માટે લાખો ડોલર મોકલી રહ્યો હતો. એવી ગણતરી કરવામાં આવી છે કે તેમણે ચૂંટણી પ્રચાર માટે અંદાજે એક અબજ ડોલર એટલે કે પંદર અબજ રૂપિયા આપ્યા હતા. આ લોકો પાસે ઘણા મહોરા છે, ઘણા ખોટા ચહેરા છે! જો તમે રાજકારણમાં ભાગ લેવા માંગતા નથી, તો પછી પોલેન્ડમાં સામ્યવાદી પક્ષ સત્તામાં ન હોવો જોઈએ તે હકીકતમાં તમને આતુરતા અને રસ કેમ છે? અને વિરોધી પક્ષને ટેકો આપવા માટે આ પંદર અબજ રૂપિયા તમારી પાસે ક્યાંથી આવ્યા – ડ્રગ્સમાંથી?

પણ આ કોઈ નવી વાત નથી. આ બધો ભ્રષ્ટાચાર જિસસ ક્રાઇસ્ટના વધસ્તંભથી ચાલી રહ્યો છે. જો ગરીબ સુથારનો પુત્ર જાણતો હોત કે તેના ઉપદેશો અને આદેશોના આખરે આવા પરિણામો આવવાના છે, તો યહૂદીઓએ તેને વધસ્તંભ પર ચઢાવવાની જરૂર ન પડી હોત, તેણે પોતે આત્મહત્યા કરી હોત.

જે રીતે આ પુસ્તકમાં સંશોધન દ્વારા કેથોલિક ચર્ચ અંગેના તથ્યો પ્રકાશમાં આવ્યા છે, તે જ રીતે અન્ય તમામ ધર્મો અંગે પણ થવું જોઈએ - તેમની પ્રવૃત્તિઓની પણ સંપૂર્ણ તપાસ થવી જોઈએ અને તેઓ કેથોલિક ખ્રિસ્તીઓ કરતાં ઓછા દોષિત નથી.

શું તમે જાણો છો કે બૌદ્ધોનું શું થયું? ગૌતમ બુદ્ધનો જન્મ ભારતમાં થયો હતો. તેમનો પ્રભાવ એટલો વ્યાપક અને જબરદસ્ત હતો કે લગભગ સમગ્ર દેશ તેમના પ્રભાવ હેઠળ આવી ગયો. લાખો લોકોએ બૌદ્ધ ધર્મમાં દીક્ષા લીધી. પરંતુ બુદ્ધના મૃત્યુ પછી તે લાખો બૌદ્ધોનું શું થયું? તેઓની હત્યા કરવામાં આવી હતી, તેમને જીવતા સળગાવી દેવામાં આવ્યા હતા અને આ દેશમાંથી હાંકી કાઢવામાં આવ્યા હતા.

સમગ્ર એશિયા ખંડ બૌદ્ધ બની ગયો - કારણ કે જે લોકો પોતાનો જીવ બચાવવા ભારતમાંથી ભાગી ગયા હતા તેઓ ચીન, કોરિયા, વિયેતનામ, થાઈલેન્ડ, બર્મા, જાપાન અને શ્રીલંકા ગયા હતા, જે સમગ્ર સુદૂર પૂર્વને આવરી લે છે. ભારત સિવાય સમગ્ર સુદૂર પૂર્વ બૌદ્ધ છે, અને છેલ્લી પચીસ સદીઓથી ભારતમાં એક પણ બૌદ્ધ નથી.

આટલી વિશાળ ચળવળ - તેઓ એટલી સરળતાથી બાષ્પીભવન કરી શકતા નથી! પરંતુ તે આંદોલન બ્રાહ્મણો વિરુદ્ધ હતું, હિંદુઓ વિરુદ્ધ હતું, તેથી બ્રાહ્મણો તેને સહન ન કરી શક્યા, હિંદુઓ તેને સહન કરી

શક્યા નહીં. તે તેમનો ધંધો બરબાદ કરી રહ્યો હતો, સમગ્ર ધંધાને નષ્ટ કરી રહ્યો હતો - કારણ કે બ્રાહ્મણો સમાજમાં પરોપજીવી બનીને જીવે છે; ધાર્મિક વિધિઓ સિવાય તેઓ બીજું કંઈ કરતા નથી.

બુદ્ધ તમામ ધાર્મિક વિધિઓના વિરોધી હતા. તેઓ વેદોની વિરુદ્ધ હતા, જે નકામી વસ્તુઓથી ભરેલા છે. જ્યાં સુધી તે જીવતો હતો ત્યાં સુધી હિંદુઓએ મૌન જાળવવું પડ્યું કારણ કે તેમની પાસે બુદ્ધને હરાવવા માટે કોઈ દલીલો ન હતી. તે જે કહેતો હતો તે એટલું સ્પષ્ટ, ચોક્કસ અને એટલું સમયસર હતું કે તેની સાથે આવીને દલીલ કરવી અશક્ય હતી. પરંતુ તે જતાની સાથે જ બૌદ્ધોનો ભીષણ નરસંહાર શરૂ થયો.

જૈનો સામે આવું જ થયું છે. પણ કોઈ કશું કહી શકે નહીં, નહીં તો સરકાર તરત જ એમ કહીને દખલ કરવાનું શરૂ કરે છે કે તમારે કોઈની ધાર્મિક લાગણીને ઠેસ ન પહોંચાડવી જોઈએ.

તે ખૂબ જ આશ્ચર્યજનક છે કે ભલે લોકો હત્યાઓ કરતા રહે છે, પરંતુ તમારે તે સંદર્ભમાં કંઈપણ કહેવું જોઈએ નહીં. આ કારણે ભારતમાં એક પણ પુસ્તક નથી જેની સરખામણી આ પુસ્તક સાથે કરી શકાય – કારણ કે સરકાર મતદારોને જુએ છે, સરકાર મતો પર નિર્ભર છે અને હિંદુઓ બહુમતીમાં છે.

મુઘલ શાસન દરમિયાન મુસલમાનોએ હિંદુઓ કે જૈનો પર કેવા અત્યાચારો કર્યા - કેટલા સુંદર મંદિરોનો નાશ કર્યો, કેટલી સદીઓની મહેનતથી કેટલી હજારો પ્રતિમાઓ અને કલાકૃતિઓ બનાવી, કેટલી સ્ત્રીઓ પર બળાત્કાર કર્યા અને કેટલા પુરૂષોને બળજબરીથી માર્યા તેનો ઈતિહાસ કોઈએ લખ્યો નથી.

મુસ્લિમ બનો, અથવા તમારું મૃત્યુ સ્વીકારો!

ભારતમાં બધા મુસ્લિમો અરબસ્તાનમાંથી આવ્યા નથી. તેઓ બધાને માર મારીને મુસ્લિમ બનાવવામાં આવ્યા છે - તલવારના જોરે, તર્ક દ્વારા, બૌદ્ધિક સમજાવટ દ્વારા નહીં. ઇસ્લામ અન્ય ધર્મો કરતાં શ્રેષ્ઠ છે તે સાબિત કરીને નહીં. મુસલમાનોએ એક જ દલીલ વાપરી, તે હતી તેમની તલવાર! પરંતુ લગભગ પંદર સદીઓથી સતત ચાલતી આ હત્યાઓ અને બળાત્કારોની વાર્તા કહેતું એક પણ પુસ્તક નથી.

દરેક ધર્મને ધ્યાનથી જોવો પડશે, સંશોધન કરવું પડશે અને આ લોકો માનવતા વિરુદ્ધ કેવા ગુનાઓ આચરે છે તેની સંપૂર્ણ માહિતી જનતાને આપવી પડશે. તેમની ધાર્મિક ભાવનાઓને ઠેસ પહોંચે છે, આ મૂર્ખતાપૂર્ણ બાબતોને અવગણવી જોઈએ નહીં. તેઓ માનવતા પર વિનાશ વેરતા રહે છે, ગુનાઓ કરતા રહે છે... અને સાચું કહું તો, તેમની ધાર્મિક લાગણીઓને ઠેસ પહોંચે છે!

હવે સમય આવી ગયો છે કે તે બધાને નિર્દયતાથી ખુલ્લા પાડવામાં આવે, કારણ કે ત્યારે જ એક નવા માણસના જન્મ માટે જમીન તૈયાર થશે, જેને હું બળવાખોર કહું છું. તે આ બધી નીચ સંસ્થાઓ અને સંપ્રદાયો સામે એક મહાન વિદ્રોહને જન્મ આપશે, અને સમગ્ર માનવતા પ્રેમભર્યા સંબંધમાં એક થઈ જશે - રાષ્ટ્રો વિના, ધર્મો વિના, પરંતુ ઊંડી ધાર્મિકતામાં ડૂબેલી, જીવન પ્રત્યે આદર અને અસ્તિત્વ પ્રત્યે ઉદાસીનતાની ભાવનાથી ભરેલી.

જરૂર છે તે વ્યાપક બળવો; ખાસ કરીને યુવા પેઢીમાં, કારણ કે ભવિષ્ય તેમનું છે... અને ભૂતકાળનું પુનરાવર્તન ન થવું જોઈએ.

●●

13

હું આત્મજ્ઞાન શીખવું છું, શિસ્ત નહીં

પ્રિય ઓશો,
કહેવાતા ધર્મોથી માનવતાને સૌથી મોટું નુકસાન શું છે?

કહેવાતા ધર્મોએ માનવતાને જે સૌથી મોટું નુકસાન પહોંચાડ્યું છે તે એ છે કે તેઓ માનવતાને વાસ્તવિક ધર્મ શોધતા રોકે છે. તેઓ છેતરતા રહ્યા કે તે જ સાચો ધર્મ છે.

વિશ્વના તમામ ધર્મોએ નાનપણથી જ માણસના મનને એવી શરત આપી છે કે તે જે ધર્મમાં કુટુંબમાં જન્મ્યો છે તે જ સાચો ધર્મ છે. હિન્દુ માને છે કે તેમનો ધર્મ એકમાત્ર અધિકૃત અને સનાતન ધર્મ છે, બાકીના બધા ધર્મો ખોટા છે. અને યહૂદીઓ, ખ્રિસ્તીઓ, મુસ્લિમો અને બૌદ્ધોની પણ આ માન્યતા છે.

આ બધા ધર્મો ફક્ત એક જ વાત પર સંમત છે કે અધિકૃત ધર્મ શોધવાની જરૂર નથી, વાસ્તવિક ધર્મ તમને પહેલેથી જ ઉપલબ્ધ છે, તમને તે મળી ગયો છે, તમે તેમાં જન્મ્યા છો.

હું આને તેમનાથી થયેલું સૌથી મોટું નુકસાન કહું છું, કારણ કે વાસ્તવિક ધર્મને જાણ્યા વિના, માણસ ફક્ત નામ પર જ જીવતો રહે છે.

હા, તેને ખરેખર જીવંત કહી શકાય નહીં. તેનું અસ્તિત્વ ખૂબ જ ઉપરછલ્લું અને પોકળ છે. તે જીવનની ઉંડાણ અને વાસ્તવિકતા જાણવામાં અસમર્થ છે, તે પોતાની અંદરના ઊંડાણથી અજાણ રહે છે. જેમ આપણે અરીસા દ્વારા આપણો ચહેરો જાણીએ છીએ, તેમ લોકો બીજાના ઇરાદા દ્વારા પણ પોતાના વિશે જાણતા હોય છે. અન્ય લોકો તમારા વિશે શું કહે છે તેના દ્વારા તમે તમારા વિશે જાગૃત થાઓ છો.

તમને તમારા વિશે કોઈ સીધું જ્ઞાન નથી. અને મંતવ્યો કે જેના પર તમે નિર્ભર છો તે એવા લોકો દ્વારા આપવામાં આવે છે જેઓ તમારા જેવી જ સ્થિતિમાં છે અને જેમને પોતાને વિશે કોઈ જાણકારી નથી.

આ જ ધર્મોએ અંધજનોનો સમાજ બનાવ્યો છે અને તેઓ કહેતા જાય છે કે તમારે તમારી પોતાની આંખોની જરૂર નથી. ઈસુને આંખો હતી, તો પછી ખ્રિસ્તીઓને આંખોની જરૂર કેમ છે? તમારે ફક્ત ઈસુ પર વિશ્વાસ કરવાની જરૂર છે, વિશ્વાસ રાખો, તે તમને સ્વર્ગના માર્ગ પર લઈ જશે, તમારે ફક્ત તેને અનુસરવાનું છે.

તમને વિચારવાની સ્વતંત્રતા આપી શકાતી નથી કારણ કે વિચારવાની પ્રક્રિયા તમને ગેરમાર્ગે દોરી શકે છે. વિચારો તમને એક અલગ માર્ગ પર લઈ જશે, જ્યાં તેઓ તમને જવા દેવા માંગતા નથી. કારણ કે ચિંતન એટલે તમારી બુદ્ધિને તીક્ષ્ણ કરવી, તમારી શંકાઓને તીક્ષ્ણ કરવી અને આ કહેવાતા ધર્મો માટે અત્યંત જોખમી સાબિત થશે.

આ ધર્મો ઈચ્છે છે કે તમે કોઈક રીતે તમારી જાતને મૃતમાંથી મૃત તરફ ખેંચતા રહો, નિસ્તેજ અને પ્રતિભાહીન રહો. પરંતુ તેઓ તમને સુંદર અને સારા નામ આપવામાં ખૂબ જ હોંશિયાર છે, તેઓ તેને વિશ્વાસ કહે છે, તેઓ તેને આદર કહે છે, જ્યારે વાસ્તવમાં તે પ્રતિભાની હત્યા સિવાય બીજું કંઈ નથી.

વાસ્તવિક ધર્મ તમારી પાસેથી વિશ્વાસ અને આસ્થાની અપેક્ષા રાખશે નહીં, તે ઈચ્છશે કે તમે તેનો જાતે અનુભવ કરો. તે તમને તમારી શંકાઓ છોડવા માટે કહેશે નહીં, પરંતુ તમારી શંકાઓને તીક્ષ્ણ કરશે, તેમને એક ધાર આપશે, જેથી તમે તમારી શોધને અંત સુધી ચાલુ રાખી શકો.

વાસ્તવિક ધર્મ તમને તમારું પોતાનું સત્ય શોધવામાં મદદ કરશે. અને યાદ રાખો, મારું સત્ય ક્યારેય તમારું સત્ય બની શકે નહીં. સત્યને એક વ્યક્તિથી બીજામાં સ્થાનાંતરિત કરવાનો કોઈ રસ્તો નથી.

મુહમ્મદનું સત્ય માત્ર મુહમ્મદનું સત્ય જ રહેશે, તે માત્ર એટલા માટે તમારું નહીં બની શકે કારણ કે તમે મુસ્લિમ બનો. તે તમારા માટે માત્ર એક માન્યતા રહેશે. અને કોણ જાણે મુહમ્મદ પોતે જાણતો હતો કે નહિ? કોણ જાણે છે, ઈસુ કદાચ એક તરંગી, અર્ધ-પાગલ વ્યક્તિ હશે?

આધુનિક મનોવૈજ્ઞાનિકો અને મનોવિશ્લેષકો એ જ નિષ્કર્ષ પર સંમત થયા છે કે ઈસુ માનસિક દર્દી હતા.

પોતાને ભગવાનનો એકમાત્ર પુત્ર જાહેર કરવો, અને કહે છે કે 'હું જ મસીહા છું જે આખા વિશ્વને તેના પાપ અને દુઃખમાંથી મુક્ત કરવા આવ્યો છે' - શું તમને લાગે છે કે આ સામાન્ય માણસના લક્ષણો છે? તેઓ વધુ કેટલા લોકોને બચાવી શકશે? મને નથી લાગતું કે તે એક

પણ વ્યક્તિને પાપ અને દુઃખમાંથી મુક્ત કરી શકશે. તે ચોક્કસપણે મેગાલોમેનિયાક હતો.

તમને આત્મવિશ્વાસ કેવી રીતે મળશે? ભલે ગૌતમ બુદ્ધને સત્ય ખબર હોય; છતાં તમારી પાસે એ જાણવાની કોઈ રીત નથી કે તેઓ ખરેખર જાણે છે કે નહીં? હા, તમે ઓળખી શકો છો કે કોઈ વ્યક્તિ સત્ય જાણે છે કે નહીં, જ્યારે તમે પોતે સત્ય જાણશો, ત્યારે જ તમે તેનો અનુભવ કરી શકશો. નહિંતર તમે ભીડ સામાન્ય રીતે જે માને છે તેના પર વિશ્વાસ કરવાનું ચાલુ રાખશો. તમે મોબ સાયકોલોજીમાં માનવાનું ચાલુ રાખશો, જે સૌથી નીચા ક્રમનું છે.

તેજસ્વી પ્રતિભામાં સત્ય અવતરે છે.

પરંતુ જો તમને શરૂઆતથી જ તે માનતા શીખવવામાં આવે તો તમે વિકલાંગ થઈ જાઓ, તમારી પ્રતિભા નાશ પામે છે. જો તમે શરૂઆતથી જ વિશ્વાસ રાખવા માટે તૈયાર છો, તો તમે તમારો આત્મા ગુમાવો છો. પછી કોઈક રીતે તમે જીવન ચાલુ રાખો, પરંતુ સંપૂર્ણ રીતે જીવંત રહેવા માટે અસમર્થ છો. અને વિશ્વમાં કરોડો લોકો આ જ કરી રહ્યા છે, કોઈક રીતે તેમનું જીવન જીવે છે.

તમારી પાસે કેવા પ્રકારનું જીવન હશે? તમે તમારા માટે પણ અજાણ્યા અને અબુધ છો. તમને એ પણ ખબર નથી કે તમે ક્યાંથી આવો છો, અને તમે ક્યાં જઈ રહ્યા છો? આ ટ્રાફિકનો હેતુ શું છે?

આ બધું જાણવાથી તમને કોણે રોક્યા છે? આપણને રોકનાર શેતાન નથી, પરંતુ આ પોપ, પાદરીઓ, રબ્બીઓ અને શંકરાચાર્યો હતા. સાચું કહું તો આ જ વાસ્તવિક શેતાનો છે. જ્યાં સુધી હું જોઈ શકું છું - આ મંદિરો, મસ્જિદો, ચર્ચો, સિનાગોગ્સ - તે બધા ભગવાનને નહીં પણ શેતાનને સમર્પિત છે. કારણ કે તેઓએ જે કંઈ કર્યું છે તે દૈવી નથી, તે નિર્ભેળ હત્યા છે - સમગ્ર માનવ મનની નિર્દય હત્યા!

પછી એમણે બીજાં ઘણાં કામો કર્યાં છે... આ પાયાની હાનિ જે થઈ છે તે એકલી ન થઈ શકે, તેની સાથે બીજી હાનિ પણ થઈ, એ અન્ય હાનિઓનો સહારો જરૂરી હતો. ઉદાહરણ તરીકે, ધર્મોએ બ્રહ્માંડને રહસ્યમય બનાવી દીધું છે, હું આને સૌથી મોટા ગુનાઓમાં ગણું છું.

હું પુનરાવર્તિત કરું છું કે તેઓએ બ્રહ્માંડના રહસ્યને તોડી નાખ્યું છે, અને હું તેને સૌથી મોટા ગુનાઓમાંનો એક ગણું છું, અને તેઓએ તે એટલી ચાલાકીપૂર્વક અને એટલી કપટી રીતે કર્યું છે કે તમને ખબર નથી કે તમારી સાથે શું કરવામાં આવી રહ્યું છે.

જ્યારે હું બ્રહ્માંડને રહસ્યમય બનાવવા વિશે વાત કરું ત્યારે મારો અર્થ શું છે? મારો હેતુ તેમના દ્વારા આપવામાં આવેલા તૈયાર જવાબો જોવાનો છે.

બધા ધર્મોના પોતપોતાના સિધ્ધાંતો, વાડાઓ છે. એકવાર ખ્રિસ્તીઓ મારી પાસે આવ્યા અને કહ્યું, "તમે તમારા મુખ્ય સિદ્ધાંતો ધરાવતી નાની પુસ્તિકા કેમ પ્રકાશિત કરતા નથી - કારણ કે તમારી પાસે ઘણા બધા પુસ્તકો છે કે તે બધામાંથી પસાર થવું અને તમારો મુખ્ય સંદેશ શું છે તે શોધવું મુશ્કેલ કાર્ય છે. તે વધુ સરળ, સહેલું હશે, જો તમે તમારા મૂળભૂત ઉપદેશોને પોસ્ટકાર્ડ પર છાપી શકો, જેમ કે ખ્રિસ્તીઓએ કર્યું છે."

મારે તેમને કહેવું પડ્યું કે તે મારા માટે શક્ય નથી, કારણ કે મારી પાસે કોઈ ધર્મનિષ્ઠા નથી, કોઈ સેટ સિદ્ધાંત નથી. તમારે મારા બધા પુસ્તકો વાંચવા પડશે - ફક્ત તે જંગલમાં પ્રવેશવાથી જ તમને મારો સંદેશ મળશે. અને મને ખાતરી નથી કે તમે કોઈપણ સંદેશા શોધી શકશો, કે તમે જાતે જ ખોવાઈ જશો. જોકે બીજી શક્યતા વધુ છે.

બધા ધર્મોએ તમને બોધ આપ્યો. કેટેકિઝમ શું છે? તે પ્રશ્નોના જવાબો છે જે તમે પૂછો તે પહેલાં જ આપવામાં આવ્યા છે, જે અનુત્તર છે - જેનો જવાબ આપી શકાતો નથી. પરંતુ કોઈ પણ ધર્મમાં એવું કહેવાની હિંમત નથી કે, "એવી વસ્તુઓ છે જેના વિશે તમે પ્રશ્નો ઉઠાવી શકો છો પણ જવાબ મેળવવાની અપેક્ષા રાખી શકતા નથી. જીવન એક રહસ્ય છે." અને જીવન ત્યારે જ એક રહસ્ય બની શકે છે જ્યારે એવા પ્રશ્નો હોય જે અનુત્તર હોય.

પરંતુ પછી ધર્મ તમારી ગરદન પરની પકડ ગુમાવે છે. જો એવા પ્રશ્નો છે કે જે અનુત્તર છે, તો પછી તમારા મસીહાઓ, પ્રબોધકો અને ભગવાનના અવતાર - આ બધા મૂર્ખ - શું કરી રહ્યા છે? તે બધા મૂળભૂત રીતે પ્રશ્નોના જવાબો આપવા અનુત્તર છે, અને તેને અનુત્તરિત છોડ્યા છે. સાચો અને પ્રામાણિક મન ધરાવતો માણસ એ હકીકત સ્વીકારશે કે "હા, અહીં પ્રશ્નો છે, પણ જવાબો નથી."

જેમ જેમ તમારી સમજણ પરિપક્વ થાય છે, અને તમે જુદા જુદા પરિમાણોથી અસ્તિત્વમાં આવવાનું શરૂ કરો છો, તેને પ્રેમ કરો છો, તેને અનુભવો છો અને તેને જીવો છો, તે એક સિદ્ધાંત બનવાનું બંધ કરે છે, તે કવિતા જેવું, કલા જેવું, નૃત્ય જેવું, સંગીત જેવું અને પ્રેમ સંબંધ જેવું બની જાય છે - ધીમે ધીમે તે વધુ રહસ્યમય બની જાય છે જે તમે ક્યારેય કલ્પના કરી શક્યા ન હોત કે તમે મારા આવા અદ્ભુત શાસ્ત્ર પર બેઠા છો.

પણ આ ધર્મોએ તમને બાંધીને તૈયાર જવાબો આપ્યા છે. તે અસ્તિત્વમાં છે, અને સ્વાભાવિક રીતે પ્રશ્ન ઊભો થાય છે, "તે કોણે બનાવ્યું?" આ પ્રશ્ન સાથે રહો, કોઈના જવાબને સ્વીકારશો નહીં... કારણ કે દરેક પ્રકારના દુકાનદારો ગ્રાહકોની શોધમાં ફરતા હોય છે - હિન્દુ,

મુસ્લિમ, ખ્રિસ્તી, જૈન, બૌદ્ધ, યહૂદી - તે બધા તમને કંઈક વેચવાનો પ્રયાસ કરી રહ્યા છે, જે શુદ્ધ ઝેર સિવાય બીજું કંઈ નથી.

તેઓ કહેશે, "ઈશ્વરે બનાવ્યું છે" અથવા "અલ્લાહે બનાવ્યું છે." પરંતુ શું તમે જાણો છો કે તેઓએ તમને કેટલું નુકસાન પહોંચાડ્યું છે, જો તમે તેમના જવાબને સ્વીકારો છો, તો તમારો પ્રશ્ન મરી જશે?

અને યાદ રાખો, પ્રશ્નના મૃત્યુ સાથે તમારી શોધ પણ મરી જાય છે. હવે તમે ફરી ક્યારેય શોધશો નહીં. જો તમે શોધ ચાલુ રાખી હોત તો... હું આ સંપૂર્ણ સત્તા સાથે કહું છું, અને મારી સત્તા કોઈ વેદ, કુરાન કે બાઈબલ પર આધારિત નથી, તે મારી પોતાની શોધ અને અનુભૂતિ પર આધારિત છે. તેથી હું મારા પોતાના અનુભવના આધારે કહું છું કે જો તમે કોઈના જવાબને સ્વીકાર્યા વિના પ્રશ્નો પૂછતા રહેશો - તે જવાબોમાં મારો પણ સમાવેશ થાય છે - તો ધીમે ધીમે તમને ખબર પડશે કે તમને જવાબ મળ્યો નથી, પણ પ્રશ્ન ઓગળી ગયો છે, અદૃશ્ય થઈ ગયો છે.

એ જ ક્ષણ રહસ્ય-અનુભવની ક્ષણ છે.

શું તમે તફાવત જુઓ છો? કહેવાતા ધર્મો તમારા પ્રશ્નોને દબાવી દે છે, તેને ઢાંકવા માટે તેઓ તમારા માથા પર જવાબ મૂકે છે - તેઓ જવાબ જાણે ભગવાને જ આપ્યો હોય તેમ આપે છે.

હિંદુઓ કહે છે કે વેદ ભગવાને બનાવ્યા છે. તે શુદ્ધ બકવાસ છે! કારણ કે વેદોમાં એવી ઘણી બાબતો છે જે સંપૂર્ણ રીતે અસંગત સાબિત થઈ છે.

જો ભગવાને પોતે આ બધી અર્થહીન, વાહિયાત વાતો લખી હોય તો તેને પદભ્રષ્ટ કરી દેવો જોઈએ.

તેઓ બધા તેમના જવાબોને મહત્વપૂર્ણ, મુદ્દા પર અને સંપૂર્ણપણે ભૂલ-મુક્ત બનાવવાનો પ્રયાસ કરે છે, જેથી તેઓ સીધા ભગવાન, ભગવાનના પુત્ર અથવા તેમના પ્રોફેટ તરફથી આવતા હોય તેવું લાગે. આ બધી ચતુર યુક્તિઓનો ઉપયોગ એટલા માટે કરવામાં આવ્યો છે કે તેના જવાબો તમારી અંદર ઊંડે સુધી ધૂસી જાય, અને મન પર એટલી ઊંડી છાપ છોડી જાય કે તમારા પ્રશ્નો મનના અચેતન ભોંયરાઓના અંધકારમાં અદૃશ્ય થઈ જાય.

સાચા ધર્મનું કામ એ છે કે ધર્મના સાધકોએ તમારી અંદર મૂકેલી સત્તા અને તેમના દ્વારા આપેલા જવાબોનો કચરો ફેંકી દેવો અને તમારા અધિકૃત પ્રશ્નો, શંકાઓ અને જિજ્ઞાસાઓને ઉશ્કેરીને અજ્ઞાત-અજાણ્યાને શોધવામાં મદદ કરવી. આ જોખમોથી ભરેલી યાત્રા છે.

ધર્મોએ તમને અનુકૂળ અને સરળ રીતે જીવવાની સરળ રીતો આપી છે. પરંતુ જ્યાં સુધી તમે જોખમ લેવા તૈયાર ન હો, અને તમારા પોતાના

પર અંધકારનું અન્વેષણ કરો, ત્યાં સુધી તમે ક્યારેય જીવનને યોગ્ય રીતે કેવી રીતે જીવવું તે જાણશો નહીં.

અને હું તમને કહું છું કે તમને કોઈ જવાબ મળશે નહીં. ક્યારેય કોઈને કોઈ જવાબ મળ્યો નથી. બધા જવાબો ખોટા છે.

હા, તમે સત્ય જાણશો, પરંતુ સત્ય તમારા પ્રશ્નનો જવાબ નહીં, પણ પ્રશ્નનું મૃત્યુ હશે.

અને જ્યારે તમારા બધા પ્રશ્નો અદૃશ્ય થઈ જાય છે, અને કોઈ જવાબો ઉપલબ્ધ નથી, તો પછી જે રદબાતલ રહે છે તે રહસ્ય છે. એ રહસ્ય-તત્વજ્ઞાન જ ખરા અર્થમાં ધર્મ છે.

જ્યારે વિજ્ઞાનની શરૂઆત થઈ ત્યારે શરૂઆતમાં તેણે પણ ધર્મોના પીટેલા માર્ગને અનુસરવાનો પ્રયાસ કર્યો, પરંતુ તે રેખાઓ પર તે ખૂબ આગળ ચાલી શક્યું નહીં, કારણ કે કહેવાતા ધર્મો કાલ્પનિક કલ્પનાઓ સાથે રમતા હતા, પરંતુ વિજ્ઞાનને વાસ્તવિકતા સાથે કામ કરવું હતું. ધર્મ ભલે તેની કલ્પનાની જાળમાં ફસાઈ જાય, પણ વહેલા કે મોડા વિજ્ઞાને વાસ્તવિકતાનો સામનો કરવો જ પડે છે.

વૈજ્ઞાનિકોનો વિચાર કે "ટૂંક સમયમાં આપણે સમગ્ર બ્રહ્માંડને જાહેર કરીશું, કે ટૂંક સમયમાં આપણે દરેક વસ્તુ વિશે બધું જાણીશું" એક સદી પણ ટકી શક્યો નહીં.

આજે એવા વૈજ્ઞાનિકોને પૂછો કે જેમણે દ્રવ્યના ગહન રહસ્યોમાં ડોકિયું કર્યું છે; આલ્બર્ટ આઈન્સ્ટાઈન અને લોર્ડ રધરફોર્ડને પૂછો - અને તમને આશ્ચર્ય થશે કે તેમના નિવેદનો રહસ્યવાદીઓના શબ્દો જેવા લાગે છે. હવે આ લોકો બહુ નમ્ર બની ગયા છે. અઢારમી અને ઓગણીસમી સદીના વૈજ્ઞાનિકોનો જૂનો અહંકાર દુનિયામાંથી ગાયબ થઈ ગયો છે. આજે વૈજ્ઞાનિક વિશ્વમાં સૌથી નમ્ર વ્યક્તિ છે, કારણ કે તે જાણે છે કે તે જાણવું અશક્ય છે.

આપણે વધુ સારી રીતે જીવવાની વ્યવસ્થા કરી શકીએ છીએ, વધુ વૈભવી વસ્તુઓ મેળવી શકીએ છીએ, લાંબુ જીવવાની વ્યવસ્થા કરી શકીએ છીએ - પણ આપણે જાણી શકતા નથી કે આ જીવન શું છે? આ પ્રશ્ન આખરે પ્રશ્ન જ રહેશે.

અહીં, મારો પૂરો પ્રયાસ છે કે તમે ફરીથી અજ્ઞાન બની શકો.

ધર્મો તમને જ્ઞાની બનાવતા આવ્યા છે, અને તમને નુકસાન પહોંચાડતા રહ્યા છે. તેણે તમને ક્રિશ્ચિયન કેટેકિઝમ એટલી સરળતાથી, એટલી સરળ રીતે સોંપ્યું છે કે તમે તેને એક કલાકમાં યાદ કરી શકો છો અને પોપટની જેમ તેનું પુનરાવર્તન કરી શકો છો. પરંતુ તમે તે સત્ય, તે વાસ્તવિકતા જે તમને અંદર અને બહારથી ઘેરી વળે છે તે જાણી શકશો નહીં. કેટેકિઝમ તમને તે સત્ય આપી શકતું નથી.

પરંતુ જ્ઞાન છોડવું એ સૌથી મુશ્કેલ સમસ્યાઓમાંની એક છે, કારણ કે જ્ઞાન અહંકારને એટલું પોષે છે, તે તેને મજબૂત કરે છે, અહંકાર તમામ જ્ઞાનને તેની પકડમાં રાખવા માંગે છે.

અને જ્યારે હું કહું છું કે તમારે વિદ્વતા છોડીને બાળકની જેમ બનવું પડશે, તો મારો મતલબ એ છે કે તમારે તે જગ્યાએથી શરૂઆત કરવી પડશે જ્યાંથી વિદ્વાનો અને પુરોહિતોએ તમને ગેરમાર્ગે દોર્યા હતા અને તમને વિચલિત કર્યા હતા. ફરી એ જ બિંદુ પર પાછા ફરવા માટે. તમારે ફરીથી સાદું, નિર્દોષ અને અજ્ઞાન બનવું પડશે, જાણે તમને કંઈ ખબર જ ન હોય, જેથી તમારી અંદર પ્રશ્નો ઊભા થવા લાગે, કુતૂહલ જાગે. અને જલદી જિજ્ઞાસા પુનઃજીવિત થશે, તમે પણ ફરીથી જીવંત થઈ જશો, અને તમે હવે આ રીતે જીવશો નહીં.

પછી જીવન એક જોખમી પ્રવાસ, સાહસિક શોધ બની જાય છે. પછી તેની આસપાસની દરેક વસ્તુ એક અદ્ભુત રહસ્યમય સુગંધથી ભરાઈ જાય છે. પછી જ્યારે ગુલાબ તમને બોલાવશે, ત્યારે તમે આ રીતે તેની પાસેથી પસાર થઈ શકશો નહીં! તેની સુવાસ અવાજ નથી તો શું છે? તે તેની ભાષા છે "જસ્ટ રાહ જુઓ, એક ક્ષણ માટે મારી નજીક રહો, હું ખૂબ જ એકલો છું, હું પ્રેમ માટે તરસ્યો છું." શું તમે આ રીતે ગુજરી જશો? ના, કોઈ બાળક આ રીતે મૃત્યુ પામી શકે નહીં.

પણ આ પંડિતો, આ મૌલવીઓ, આ રબારીઓ અને આ કહેવાતા વિદ્વાનો શાસ્ત્રોના ભારથી એટલા ખરાબ છે કે તેમના મનમાં કચરો ભરાઈ ગયો છે - તેઓ પ્રાચીન વસ્તુઓ અને ખોદકામમાં મળેલા મૃત હાડકાંના અવશેષો એકત્રિત કરવામાં એટલા વ્યસ્ત છે - કે તેઓને ગુલાબનો અવાજ પણ સંભળાતો નથી.

કોઈપણ રીતે તેઓ બધું જાણે છે. તેઓ એ પણ જાણે છે કે ભગવાન કેવી રીતે અસ્તિત્વમાં આવ્યા, આ બ્રહ્માંડ કેવી રીતે બન્યું, જેણે આત્માની રચના કરી; તો પછી આ બિચારા ગુલાબના ફૂલમાં શું ખાસ છે?

પરંતુ કવિને પૂછો, અને તે કહેશે, "ગુલાબ એ ગુલાબ છે - માત્ર એક ગુલાબ." શું આ પણ જવાબ છે? આ ન તો પ્રશ્ન છે કે ન તો જવાબ. આ ફક્ત તેનું વર્ણન છે, એક સરળ અને સ્પષ્ટ વર્ણન, તેણે જે જોયું તે ફક્ત શબ્દોમાં પ્રતિબિંબિત કર્યું. તેમણે કોઈ ધર્મગ્રંથો ટાંક્યા નથી.

પણ એવા લોકો છે જે ફક્ત શાસ્ત્રો ટાંકતા જ રહે છે. આ લોકો શાસ્ત્રીય જ્ઞાન અને શબ્દોથી ભરેલા છે જે તેમના પોતાના અનુભવો નથી. અને જ્યાં સુધી તમે તેને જાતે સમજો નહીં, ત્યાં સુધી આત્મ-છેતરપિંડી ન કરો. જ્ઞાન ખૂબ જ છેતરતી હોઈ શકે છે. અને લોકોને વિદ્વાન બનાવવાનો સંપૂર્ણ દોષ અને જવાબદારી આ ધર્મો પર છે.

ધર્મોએ લોકોને સરળ અને નિર્દોષ બનાવવામાં, તેમને ખોટા જ્ઞાનથી મુક્ત કરવામાં અને તેમનામાં જિજ્ઞાસા અને શોધની ઇચ્છા પેદા કરવામાં મદદ કરી હોવી જોઈએ. પરંતુ આ કરવાને બદલે, તેઓએ તમારી પ્લેટમાં તે બધી વસ્તુઓ પીરસી છે, જે તમારે તમારી જાતે શોધવાની હતી. દરેક પ્રશ્નનો જવાબ તમને આપવામાં આવ્યો છે. અને તેની પાસેથી આ ભેટ મેળવ્યા પછી તમે શું ગુમાવ્યું તેનો તમને ખ્યાલ પણ નથી. તમે બધું ગુમાવ્યું છે.

તમે ઉછીનું અને વાસી જીવન જીવો છો કારણ કે તેઓએ તમને કેવી રીતે જીવવું તે કહ્યું છે. તમારા જીવનને કેવી રીતે શિસ્તબદ્ધ કરવું. તમારા આચરણ અને તમારા સ્વભાવને કેવી રીતે નિયંત્રિત કરવું તે તેમણે શીખવ્યું છે. અને તમે ગૌતમ બુદ્ધનો જન્મ માત્ર એક જ વાર થયો છે તે સરળ નિયમને સમજ્યા વિના, તમે તેને અંધપણાથી અનુસરી રહ્યા છો.

છેલ્લી પચ્ચીસ સદીઓમાં લાખો લોકોએ ગૌતમ બુદ્ધ બનવા માટે અથાક પ્રયત્નો કર્યા છે. પરંતુ એક પણ સફળ થયો નહીં. આ એકદમ સ્પષ્ટ હકીકત છે. અને હું કહીશ કે આ એક ખૂબ જ નસીબદાર ઘટના છે કે કોઈ સફળ થયું નહીં, જો કોઈ સફળ થયું હોત તો મોટું દુર્ભાગ્ય થયું હોત. કોઈ પણ સફળ થયું નથી કારણ કે દરેક વ્યક્તિનું પોતાનું વ્યક્તિત્વ અને વિશિષ્ટતા હોય છે.

ગૌતમ બુદ્ધની પોતાની વિશિષ્ટતા હતી, તમારી પોતાની વિશિષ્ટતા છે. ન તો તેઓ તમને અનુસરતા હતા, ન તો તમારે તેમને અનુસરવાની જરૂર છે.

અનુસરવાથી અનુયાયીઓ, અનુકરણ કરનારા, અનુયાયીઓને જન્મ મળે છે. જ્યારે તમે કોઈનું અનુકરણ કરવાનું શરૂ કરો છો, ત્યારે તમે તમારા જીવન સાથેનો સંપર્ક ગુમાવો છો. જ્યારે હું કહું છું કે તમે મૃતકની જેમ જીવન જીવો છો, તો મારો મતલબ એ છે કે તમે તમારા વાસ્તવિક જીવનને સંપૂર્ણપણે ભૂલીને કોઈ બીજાની ભૂમિકા ભજવી રહ્યા છો.

કેથોલિક ખ્રિસ્તીઓના આવા આશ્રમો છે, જ્યાં એકવાર સાધુ પ્રવેશે છે, તે ફરી ક્યારેય બહાર આવતો નથી. અને તે આશ્રમોમાં હજારો સાધુઓ રહે છે. તેઓ બધા કયા કામમાં રોકાયેલા છે? તેઓ સતત પ્રયત્નશીલ છે, દરેક પ્રયત્નોમાં વ્યસ્ત છે, કોઈને કોઈ રીતે ખ્રિસ્ત જેવા બનવા માટે. જો કોઈ વ્યક્તિ સંપૂર્ણ રીતે ખ્રિસ્ત ન બની શકે, તો કમસેકમ આંશિક રીતે, કમસેકમ થોડુંક.

પણ આ અનુકરણ કોઈ કામનું નથી. તે તમને ખોટા કવર, નકલી મહોરા આપી શકે છે, પરંતુ તેને થોડું ફંફોસો અને તમે જોશો કે અસલી

માણસ હજી પણ અંદર છે. તમે અનુકરણ દ્વારા અસ્તિત્વને છેતરી શકતા નથી; હા, તમે ચોક્કસપણે સ્વ-છેતરપિંડી કરી શકો છો.

તમારે શું વિચારવું જોઈએ, તમારે શું કરવું જોઈએ અને તમારે શું બનવું જોઈએ તે બધું આ ધર્મોએ તમને આદર્શના રૂપમાં આપ્યું છે. તેણે તમારા માટે વિચારવા, સમજવા કે કરવા માટે કંઈ બાકી રાખ્યું નથી. તમારે ફક્ત તેમને અંધપણે અનુસરવાનું છે. તો પછી આખી માનવતા અંધ હોવા છતાં સભાન રહે તો આમાં નવાઈ શું ?

પણ આ અંધત્વ માટે જવાબદાર કોણ?

આ બધા ધર્મો તમારા જીવનને નકલી અને કાગળના ફૂલ જેવા બનાવવા માટે જવાબદાર છે. શું ખાવું જોઈએ, શું ન ખાવું જોઈએ, કયા સમયે સૂવું જોઈએ, ક્યારે જાગવું જોઈએ - દરેક બાબતમાં તેમણે વિગતવાર સૂચનાઓ આપી છે. તમારું સમગ્ર જીવન નિયંત્રિત છે. તમને રોબોટ, યાંત્રિક માનવમાં ફેરવી દીધા છે. અને જેટલું તમે રોબોટ જેવું યાંત્રિક વર્તન કરશો તેટલા તમે મહાત્મા કહેવાશો. પછી તમારી પૂજા કરવામાં આવશે, અને તમારા ધર્મના લોકો તમારું સન્માન કરશે. તમે જેટલા કૃત્રિમ અને ખોટા બનશો, તેટલા આદરને પાત્ર બનશો. પરંતુ યાદ રાખો, જે ક્ષણે તમે તમારી વાસ્તવિકતા જાહેર કરશો, તમારી સાચી ઓળખ બતાવશો, તમામ માન છીનવી લેવામાં આવશે.

ના, તમને કોઈ શિસ્ત આપી શકે નહીં, તમારે જાતે જ તમારી જાગૃતિમાં, તમારી જાગૃતિના પ્રકાશમાં તેને શોધવાનું છે.

જ્યારે મારા સન્યાસીઓ મને પૂછે છે કે તેઓએ કેવી રીતે જીવવું જોઈએ, તેઓએ શું કરવું જોઈએ અને શું ન કરવું જોઈએ? તેથી હું તેમને કહું છું, "તમે હજુ સુધી મને સમજી શક્યા નથી. મારો એક જ સંદેશ છે કે તમે તમારા વ્યક્તિત્વ માટે વધુને વધુ ઉપલબ્ધ રહો, તમારી જાતે જ બનો."

પ્રથમ વસ્તુ એ છે કે તમે તમારી જાતને નિર્માણ કરો.

અને બીજી મહત્વની વાત એ છે કે તમારી જાતને જાણવી કે તમે કોણ છો?

તો જેમ છો તેમ જ રહો. તમારી કુદરતી સ્થિતિમાં જીવો. અને આ ઉર્જા પ્રવાહ વિશે વધુને વધુ જાગૃત બનવાનો પ્રયાસ કરો જે તમારા જીવનને ગતિશીલ રાખે છે.

તમારા હૃદયમાં કોણ ધબકે છે?

અને તમારી અંદર શ્વાસ લેનાર કોણ છે?

ફક્ત તમારી ક્રિયાઓ, વિચારો અને લાગણીઓ વિશે વધુને વધુ જાગૃત બનો. સતર્ક રહો, પર્વતની ટોચ પર ઊભેલા સાવધાન પ્રેક્ષકની

જેમ બધું જોતા રહો - તે જોવું, તે સાક્ષી આપવી એ જ જીવનશૈલી, તે આચરણ, જેને તમારી સ્વ-શિસ્ત કહી શકાય તે શોધવામાં મદદ કરશે.

તે સભાન નિરીક્ષણ તમને એ જાણવામાં મદદ કરશે કે તમારે શું ખાવું જોઈએ અને શું ન ખાવું જોઈએ, શું કરવું યોગ્ય છે અને શું કરવું યોગ્ય નથી. સતત સભાન અવલોકન તમને બિનજરૂરી બોજ તરીકે વહન કરતી ઘણી વસ્તુઓને જવા દેવા માટે ચેતવણી આપશે; અને તે તમને ફક્ત તે જ વસ્તુઓ પસંદ કરવામાં મદદ કરશે જેમાં એક પ્રકારનો લય હોય, તમારી સાથે સંવાદિતા હોય - તે તમને નિર્ધારિત કરશે, તમારા પર બોજ નહીં બને.

જો તમે સભાનપણે જીવો છો, તો તમે યોગ્ય રીતે, સુયોગ્ય રીતે જીવો છો.

તમે જીવો.

જો તમે નકલ કરીને, અનુકરણ કરીને જીવો છો, તો તમે ખોટી રીતે જીવો છો.

મારી આંખોમાં ફક્ત એક જ પાપ છે, અને તે તમે નથી.

અને મને એક જ ગુણ દેખાય છે, અને તે છે આત્મજ્ઞાન, આત્મજ્ઞાન.

આ બધા ધર્મોએ આ અંતિમ ઘટનાને બનતી અટકાવી છે. હવે સમય આવી ગયો છે કે આપણે આપણી જાતને તે બધી મૂર્ખતા અને ભૂલોમાંથી મુક્ત કરીએ જેનો ભૂતકાળ આપણા પર બોજ લાવે છે.

જો તમે ફરીથી આદમ અને ઇવ બની શકો - મહાવીર નહીં, મુહમ્મદ નહીં, મોસેસ નહીં, ઇસુ નહીં, કન્ફ્યુશિયસ નહીં, લાઓ ત્ઝુ નહીં... જો તમે નવજાત આદમ અને ઇવ હોત, ફક્ત ઇડન ગાર્ડનમાંથી ફેંકી દેવામાં આવ્યા હોત, તો તમે શું કરશો? જો કોઈ વિદ્વાન, પાદરી, પોપ અને રબી ઉપલબ્ધ ન હોત, કોઈ તમને સૂચનાઓ આપવા, શિસ્ત જણાવવા, તમને સાચું અને ખોટું સમજાવવા માટે ત્યાં ન હોત, તો તમે શું કર્યું હોત?

હમણાં બરાબર તે જ કરો!

•••

ભાગ - 2

ધાર્મિકતા એટલે કે જીવનની કળા

સભાનતા અને હાસ્ય, આનંદ - અહોભાવ - મહોત્સવ

1

ઈડનના બગીચામાં પુનઃ પ્રવેશ

પ્રિય ઓશો,
ઈડનના બગીચામાં કેવી રીતે પાછા ફરવું?

તમે ક્યારેય ઈડનનો બગીચો છોડ્યો જ નથી. આ ખ્રિસ્તી વાર્તા ખોટી છે.

હું આ ખ્રિસ્તી વાર્તાની વિવિધ દ્રષ્ટિકોણથી ચર્ચા કરી રહ્યો છું. આ વાર્તા ખૂબ જ મીઠી છે, અને ચોક્કસપણે તેમાં ઘણી સંભાવનાઓ છુપાયેલી છે. પરંતુ આ પાસાને પણ ધ્યાનમાં લેવું જોઈએ કે તમે જ્યાં પણ હોવ, તમે હજી પણ ઈડનના બગીચામાં જ છો. તેની બહાર હાંકી કાઢવુ તે ભગવાનની શક્તિની પણ બહાર છે. જો તે ઈચ્છે તો પણ તે તમને બહાર ક્યાં લઈ જશે? કારણ કે ઈડનનો બગીચો તો સર્વવ્યાપી છે - દરેક જગ્યાએ હાજર છે. મને એ વાતથી હંમેશા નવાઈ લાગે છે કે છેલ્લા બે હજાર વર્ષોમાં એક પણ ખ્રિસ્તી ફિલસૂફ કે ધર્મશાસ્ત્રીએ ક્યારેય એવી શંકા વ્યક્ત કરી નથી કે ઈશ્વરે આદમ અને ઈવને ઈડનના બગીચામાંથી બહાર કાઢ્યા હતા, પરંતુ તેમને બહાર કાઢ્યા પછી તેમને ક્યાં મોકલ્યા? શું આ અસ્તિત્વની બહાર બીજું કંઈ છે ખરું?

જે કંઈ પણ હોય, બધું અસ્તિત્વની અંદર સમાયેલું છે, અસ્તિત્વની બહાર કશું થઈ શકતું નથી. સત્ય અનંત છે. તેની કોઈ સીમાઓ નથી, તેથી તમને તેમાંથી બહાર કાઢી શકાય નહીં. હકીકત ખૂબ જ સ્પષ્ટ છે કે તમે હજુ પણ ઈડનના બગીચામાં છો, તમે માત્ર ઊંઘી ગયા છો, બસ.

અને તમારી મૂર્છાનુ નિર્માણ થયું છે - તમારા સપનામાંથી, તમારી મહત્વાકાંક્ષાઓમાંથી, તમારી વાસનાઓ અને કામનાઓ માંથી - તમારા મનમાંથી- એકવાર તમે આ કચરો ફેંકી દો, તમે અચાનક જાગી જશો, અને જાગ્યા પછી તમે તમારી જાતને ઈડનના બગીચામાં જોશો.

ઈડનનો બગીચો એ ભગવાનનો વારસો નથી, તે તેની માલિકીનો નથી, તેના પર દરેકનો અધિકાર છે, દરેક જીવનો અધિકાર છે - કારણ કે વિશ્વમાં અસ્તિત્વ ધરાવતી તમામ ચેતનાઓ અને આત્માઓનું સામૂહિક નામ પરમાત્મા છે. પરમાત્મા કોઈ એક વ્યક્તિ નથી.

ખ્રિસ્તીઓની આ વાર્તામાં પરમાત્માને ખૂબ જ કુરુપ રીતે દર્શાવવામાં આવ્યા છે. ફરીથી, જો હું આ વાર્તા લખું, તો પહેલું સૂચન હું આદમ અને ઇવને આપીશ તે જ સૂચન હું તમને બધાને આપતો રહું છું કે જ્ઞાનનું ફળ ખાઓ, અમર જીવનનું ફળ ખાઓ. તમે પરમ ચેતનાના અંશ છો, તમે અમરત્વના પુત્ર છો - "અમૃતસ્ય પુત્રઃ". તમે બુદ્ધ છો, તમને ફક્ત હલાવવા ઢંઢોળવાની જરૂર છે.

એવું નથી કે તમારે આકરી તપસ્યા કરવી પડશે અને ભગવાનનો દરવાજો ખટખટાવવો પડશે અને આજીજીપૂર્વક પ્રાર્થના કરવી પડશે, «હે પરમ પિતા પરમેશ્વર, આપના દ્વાર ખોલો. હું તે ફળો ફરી ક્યારેય નહીં ખાઉં, હું ક્યારેય તેમની તરફ જોઇશ પણ નહીં.» તમે એ વૃક્ષોની છાયામાં જ બેઠા છો. ફક્ત તમારી આંખો ખોલો અને જુઓ એટલે પરમ જ્ઞાન તમારું છે, શાશ્વત જીવન તમારું છે. વાસ્તવમાં એ બે વૃક્ષો નથી, એક જ છે.

આ વાર્તા કેટલાક મુદ્દાઓ પર ખોટી છે. સૌ પ્રથમ, ભગવાન - જે પિતા છે, તમને જ્ઞાનનું ફળ ચાખતા અને અમૃતનો સ્વાદ ચાખતા રોકી શકતા નથી. બીજું, જ્ઞાન અને અમરત્વ અલગ નથી, તે એક જ અનુભવના બે પાસાં છે.

હું તમને કહું છું, હું જાહેર કરું છું કે ઈડનનો બગીચો અહીં જ છે.

●●

2

હું આહ્લાદ શીખવું છું, વિષાદ નહીં

પ્રિય ઓશો,
માનવતા આજે આટલી ઉદાસીમાં કેમ છે?

જ્યારે પ્રથમ રશિયન અવકાશયાત્રી, યુરી ગાગરીન, અવકાશ યાત્રામાંથી પાછા ફર્યા - તે ચંદ્રને આટલી નજીકથી અને પૃથ્વીને આટલા દૂરથી જોનાર પ્રથમ માનવ હતો - તેણે કહ્યું કે થોડી ક્ષણો માટે તે આશ્ચર્યચકિત થઈ ગયો. તે ક્ષણોમાં તેમને એવું પણ નહોતું લાગ્યું કે પૃથ્વીનો એક ભાગ સોવિયેત રશિયા છે, એક ભાગ અમેરિકા છે, એક ભાગ ભારત છે અને એક ભાગ ચીન છે. ત્યાંથી પૃથ્વી ભાગોમાં વહેંચાયેલી દેખાતી ન હતી. અને પૃથ્વી ત્યાંથી ચમકતી દેખાય છે, જેમ ચંદ્ર આપણને અહીંથી ચમકતો દેખાય છે - આ ચળકાટ માટે માત્ર એક મોટો અંતરાલ, વધુ લાંબું અંતર જરૂરી છે, કારણ કે સૂર્યના પ્રકાશ કિરણો પૃથ્વી પરથી પ્રતિબિંબિત થાય છે અને પાછા ફરે છે.

જો તમે ચંદ્ર પરથી જુઓ, તો પૃથ્વી ચંદ્ર જેવી લાગે છે અને ચંદ્ર પૃથ્વી જેવો દેખાય છે. ચંદ્ર પર ઊભા રહીને જુઓ તો ચંદ્ર ચમકતો નથી દેખાતો. પરંતુ જ્યારે આપણે તેને પૃથ્વીથી, આટલા દૂરથી જોઈએ છીએ, ત્યારે ચંદ્રમાંથી પ્રતિબિંબિત સૂર્યપ્રકાશ આપણી આંખો સુધી પહોંચે છે તે તેને પ્રકાશિત કરે છે. આ પહેલાં, યુરી ગાગરીનને કોઈ ખ્યાલ નહોતો કે એક ચમત્કાર થવાનો છે: ચંદ્ર પૃથ્વી જેવો બને છે અને પૃથ્વી પ્રકાશિત થાય છે. પૃથ્વી ચંદ્ર કરતાં છ ગણી મોટી છે, તેથી તેનો પ્રકાશ પણ ચંદ્રના પ્રકાશ કરતાં છ ગણો વધારે દેખાય છે. આ ખૂબ જ આશ્ચર્યજનક અને અકલ્પનીય લાગે છે.

મોસ્કો પરત ફરતી વખતે લોકોએ તેમને પૂછ્યું, «જ્યારે તમે ચંદ્ર પરથી પૃથ્વી જોઈ ત્યારે તમારા મગજમાં પહેલો વિચાર શું આવ્યો?» તેણે કહ્યું, «મને માફ કરો, હું સંપૂર્ણપણે ભૂલી ગયો હતો કે હું રશિયન છું. અનૈચ્છિક રીતે મારા મોંમાંથી નીકળી ગયું - આહા! માય ડિયર અર્થ! આ મારા મગજમાં આવેલા પ્રથમ શબ્દો હતા.»

શું આ સરળ હકીકત જોવા માટે આટલું દૂર જવું જરૂરી છે? આ સુંદર પૃથ્વી આપણી છે. તેની માલિકી કોઈ જાતિ કે રાષ્ટ્રની નથી. તે આપણા બધાની છે. પરંતુ માનવતાને સુખી અને આનંદી બનાવવાને બદલે, આપણે આપણી જીવનશક્તિ, ઉર્જા અને આપણી તમામ પ્રતિભા મૃત્યુની ગોઠવણ કરવામાં, આપણી પોતાની કબરો ખોદવાના સખત પરિશ્રમ માં વાપરી રહ્યા છીએ. એવું લાગે છે કે જાણે જીવનનો એકમાત્ર હેતુ મૃત્યુનું સર્જન કરવાનો છે, જે તદ્દન હાસ્યાસ્પદ છે.

આ ગ્રહ સ્વર્ગ બનવાની ક્ષમતા ધરાવે છે, પરંતુ તે આપણા પર નિર્ભર છે. આ બિચારા પહાડો કંઈ કરવા સક્ષમ નથી. આ ગરીબ વૃક્ષો સૂર્યના તડકામાં અને વરસતા વરસાદમાં નાચી ઉઠે છે, પરંતુ બીજું કંઈ કરવું તેમની ક્ષમતાની બહાર છે. માત્ર માણસ જ સમગ્ર પર્યાવરણને બદલી શકે છે, આ મૃત્યુલક્ષી વાતાવરણને જીવનની સેવામાં સમર્પિત કરી શકે છે.

મારા મતે, ફક્ત તે જ વ્યક્તિ પ્રમાણિક રીતે ધાર્મિક છે, જે જીવન પ્રત્યે આદર ધરાવે છે; દર રવિવારે ચર્ચમાં જતા લોકો નહીં; અથવા મંદિરો, મસ્જિદો અથવા સિનાગોગ જઈ આવે છે તેઓ નહીં. સ્વ-પરિવર્તનની પ્રક્રિયામાંથી પસાર થયા વિના, કંઈપણ દાવ પર મૂક્યા વિના, ધર્મનો ખૂબ સસ્તામાં સોદો કરીને, તેઓ પોતાને જ છેતરે છે. તેઓએ સુંદર રમકડાં સાથે રમવાની વ્યવસ્થા કરી છે - જેમાં ભગવાનની મૂર્તિઓ, સ્વર્ગમાંથી ઉતરેલા શાસ્ત્રો, ભગવાનનો સંદેશો લાવનારા પેગંબરો અને અવતારો, જે આપણા દ્વારા કલ્પવામાં આવેલા છે; કારણ કે તે વિચારમાત્ર આપણને ખૂબ જ સંતોષકારક અને રસપ્રદ લાગે છે કે ભગવાન આપણી કાળજી રાખે છે અને આપણા માટે સંદેશા મોકલે છે.

આપણા અહંકારને કારણે જ આપણે આ અવતારો અને પયગંબરો માં વિશ્વાસ મૂક્યો છે. અહંકારને કારણે જ આપણે ઈશ્વરમાં માનીએ છીએ કે ઈશ્વરે માણસને બનાવ્યો છે, અને તેણે માણસને પોતાના જેવા જ ચહેરા મહોરાં વાળો બનાવ્યો છે. તેણે માણસને એવી રીતે બનાવ્યો કે જાણે માણસ તેની સર્જનાત્મકતાનું અંતિમ શિખર હોય, ત્યાર પછી તેણે બીજું કંઈ બનાવ્યું નથી. આ તેમનું છેલ્લું કામ છે. આ પછી તેમણે રજા લીધી અને નિવૃત્ત થયા.

મારા માટે તેનો સંપૂર્ણ અલગ અર્થ છે. માણસ માને છે કે તે ભગવાનની રચના છે, કારણ કે આ માન્યતા તેના અહંકારને ખૂબ મજબૂત બનાવે છે કે «હું કોઈ ફાલતું વ્યક્તિ નથી, સામાન્ય વ્યક્તિ નથી, પરંતુ ભગવાનની રચના છું.»

પરંતુ મારી દ્રષ્ટિએ પરમાત્માનો વિચાર જ વાહિયાત છે; અને તેણે માણસને બનાવ્યો એ વિચાર, માણસને માત્ર કઠપૂતળી બનાવે છે. તમને કોઈના દ્વારા બનાવવામાં આવેલ છે - ફેક્ટરીમાં બનાવેલ છે, અથવા કદાચ તેણે તમને પોતાના હાથે બનાવ્યો છે - તે જ વિચાર તમારી બધી પ્રતિષ્ઠા, તમારા બધા ગૌરવ અને તમારા બધા આત્મસન્માનને છીનવી લે છે. પછી તમારી પાસે તમારો પોતાનો આત્મા હોઈ શકે નહીં. પછી તમે એક સાધન સિવાય બીજું કંઈ નથી; એટલું જ નહીં, તમારું જીવન એક ધૂની ભગવાનના હાથમાં છે. ધૂની એટલાં માટે કે, શા માટે તે કંઈપણ કર્યા વિના, અનંતકાળ સુધી શાંતિથી બેઠો હતો? અને પછી અચાનક એક દિવસ તેને કશુંક સર્જન કરવાની ધૂન ચઢી!.

ખ્રિસ્તી ધર્મ અનુસાર, ઇશ્વરે ઇસુ ખ્રિસ્તના બરાબર ચાર હજાર ચાર વર્ષ પહેલાં માણસની રચના કરી હતી. મારું અનુમાન છે કે તે જાન્યુઆરી અને સોમવારનો પહેલો દિવસ હોવો જોઈએ. આ એક તાર્કિક નિષ્કર્ષ છે, કારણ કે સર્જન પહેલાં કોઈ કૅલેન્ડર નહોતું, તેથી તે તમને અન્ય કોઈ દિવસે બનાવી શકતું નથી. જે દિવસે તેણે તમને બનાવ્યા તે જાન્યુઆરીનો પહેલો દિવસ હતો અને આપણા પ્રભુનું પ્રથમ વર્ષ હતું.

આ મને જર્મનીના એક યહૂદી જ્યોતિષીની યાદ અપાવે છે જેનું નામ સચોટ આગાહી કરવા માટે પ્રખ્યાત હતું. એડોલ્ફ હિટલરે, જેઓ ખૂબ સારી રીતે જાણતા હતા કે આ માણસ જે કહેશે તે સાચું પડવાનું છે, તે સાચું પડ્યું છે; અચકાતા હોવા છતાં તેણે, પણ આખરે પોતાનું ભવિષ્ય વાંચવા માટે સંમતિ આપી કારણ કે તેનું ભાગ્ય સમગ્ર દેશનું ભાગ્ય હતું. તેની નજરમાં, તેનું ભાગ્ય સમગ્ર વિશ્વનું ભાગ્ય હતું; અને આ એક-બે વર્ષની વાત નથી, તેમનો વિચાર સમગ્ર માનવતા પર હજાર વર્ષ સુધી શાસન કરવાનો હતો.

તે યહૂદી જ્યોતિષ આવ્યો. તેણે એડોલ્ફ હિટલરના જન્મ સમયે તારાઓ અને ગ્રહોની સ્થિતિનો અભ્યાસ કર્યો હતો; પછી તેણે તેના જ્યોતિષ શાસ્ત્રના પુસ્તકો જોતા કહ્યું, «એક જ વાત નિશ્ચિત છે કે તમે કોઈ પવિત્ર દિવસે, યહૂદીઓના કોઈ તહેવાર પર મૃત્યુ પામશો.»

એડોલ્ફ હિટલરે કહ્યું, «આ આગાહી કંઈક વિચિત્ર છે; તમારો અર્થ શું છે? કયા તહેવારના દિવસે?»

«તે ચોક્કસ નક્કી નથી,» જ્યોતિષીએ જવાબ આપ્યો, «પણ ફક્ત એટલું નક્કી છે કે તમારું મૃત્યુ યહૂદી તહેવાર પર થશે, અને નક્કી જ છે છે કારણ કે તમે જે દિવસે મૃત્યુ પામશો, તે જ દિવસ યહૂદીઓનો તહેવાર બનશે, અને બધા યહૂદીઓ ઉજવણી કરશે.»

તેવી જ રીતે, ભગવાને જે પણ દિવસે વિશ્વનું સર્જન કર્યું, તે જ દિવસ જાન્યુઆરીનો પહેલો દિવસ બની ગયો હશે, અને તેનો બીજો કોઈ ઉકેલ નથી. અને આ માત્ર છ હજાર વર્ષ પહેલાં થયું હતું... તે પહેલાં? તેથી જ હું તેને ધૂની કહું છું. તે તરંગી, ધૂની ભગવાન અનાદિ કાળથી નિષ્ક્રિય બેઠા હતા – કંઈપણ બનાવ્યા વિના, ચુપચાપ; પછી અચાનક છ દિવસમાં તેણે આખું વિશ્વ બનાવ્યું - અને ત્યાર બાદ તેના વિશે કોઈ સમાચાર નથી. સાતમે દિવસે તેણે આરામ કર્યો, ઠીક છે, તે કરી શકે. પરંતુ તે ભલા માણસને સોમવારે તો કામ પર પાછા ફરવું જોઈતું હતું. તે ફરી ક્યારેય ઓફિસે આવ્યો નહીં. અને જો તે ઓફિસમાં પાછા આવ્યા હોત, આ બધું ખૂબ જ ખતરનાક લાગે છે - તો તે કરત શું? વિનાશ સિવાય કશું કરવાનું બાકી નહોતું. જે ભગવાનમાં કોઈ કારણ વગર જગતનું સર્જન કરવાની હિંમત હોય તેની પાસે કોઈ કારણ વગર તેનો નાશ કરવાનું સામર્થ્ય પણ હોય જ ને.

ન તો તમારી પાસે તમારા એ પ્રશ્નનો કોઈ જવાબ છે કે તમને શા માટે બનાવવામાં આવ્યા? કે ન તો તમારી પાસે એ પૂછવા નો સમય રહે કે તમારો વિનાશ કેમ થયો? કારણ કે એકવાર તમે ખતમ થયા, બસ, પૂરું થઈ ગયું, પછી સવાલ કોણ પૂછશે?

ઈશ્વરે માણસને બનાવ્યો છે એવી આ આખી કલ્પનાએ જીવનની સુંદરતા અને આનંદ છીનવી લીધો છે અને તમને મશીનમાં ફેરવી દીધા છે. હું તમારા જીવનમાંથી ભગવાનને વિદાય આપવા માંગુ છું જેથી તમે પ્રથમ વખત તમારી જાતને આત્મનિર્ભર અને સ્વતંત્ર અનુભવી શકો; તમે તમારી જાતને કોઈએ બનાવેલી કઠપૂતળીની જેમ નહીં, પરંતુ જીવનના શાશ્વત સ્રોતની જેમ અનુભવી શકો તો જ તમે ખુશ રહી શકશો.

આ વિશ્વ ખૂબ ઉદાસ લાગે છે - ખ્રિસ્તીઓ ની જેમ. તે માત્ર ઈશુ ખ્રિસ્ત જ નથી જે ઉદાસ છે - તેને માફ પણ કરી શકાય છે, એ ક્રોસ પર લટકતા એ બિચારા વ્યક્તિ પાસે, તે સ્મિત કરે અને તમને ‹હેલો› કહે તેવી અપેક્ષા રાખવી યોગ્ય નથી! પરંતુ તેઓ લગભગ દરેકનું પ્રતિનિધિત્વ કરે છે. ફક્ત ખ્રિસ્તીઓ જ નહીં, પરંતુ બધા લોકો જાણે કે તેઓને કોઈ અદ્રશ્ય ક્રોસ પર ચડાવવામાં આવ્યા હોય તેવા દેખાય છે ... ખૂબ ગંભીર દેખાય છે. કદાચ ઈસુ સાચા હતા જ્યારે તેમણે કહ્યું કે દરેક વ્યક્તિએ પોતાનો ક્રોસ પોતાના ખભા પર ઉઠાવવો પડશે.

પ્રથમ સ્થાને, શા માટે દરેક વ્યક્તિએ ક્રોસ વહન કરવું જોઈએ? શું તમને બીજું કંઈ નથી મળતું જે તમે તમારી સાથે લઈ શકો? મને આ વાત બહુ ગમતી નથી. કોઈએ ક્રોસ વહન ન કરવું જોઈએ, ન તો પોતાના માટે કે અન્ય લોકો માટે. તમારે ક્રોસ બિલકુલ વહન ન કરવું જોઈએ. વિશ્વમાં સુંદર વસ્તુઓ છે - તમે તમારી સાથે ગિટાર રાખી શકો છો, તમે વાંસળી રાખી શકો છો. અને જો તમે માત્ર ભારે વસ્તુઓ રાખવાના શોખીન છો, તો પછી તમે મોટી વસ્તુઓ રાખી શકો છો, જેમ કે પેલા જુના જમાનાનો ભારેખમ પિયાનો, કોઈ સુંદર વસ્તુ શોધી કાઢો જે એક બુદ્ધિશાળી માણસને શોભે.

મને સમગ્ર માનવતાને ઊંડી ઉદાસીના સાગરમાં ડૂબેલી દેખાય છે. કારણ કે તમારામાં પીડીત અને દુઃખી રહેવાનાં સંસ્કારો નું સિંચન કરવામાં આવ્યું છે. તમારા ધર્મો બિલકુલ નથી ઇચ્છતા કે તમે હસો, ગાઓ અને નાચો; કારણ કે જે લોકો હસતા, નાચતા અને ગાતા હોય છે તેઓ મૂળભૂત રીતે સ્વતંત્ર આચરણ કરવાવાળા હોય છે. તેમની પોતાની વિશિષ્ટ પ્રકારની અંગતતા અને વિશિષ્ટતા ધરાવતા હોય છે. તેઓ કોઈના ગુલામ નથી હોતાં, અને પરિણામો ગમે તે હોય, તેઓ ગુલામ બનવા માટે ક્યારેય સંમત થઈ શકતા નથી.

આ દુનિયા તમને કામ અને મહેનતમાં વ્યસ્ત રાખવા માંગે છે માત્ર અમુક નિહિત સ્વાર્થ માટે. તમે ધ્યાન કરવામાં, ગિટાર વગાડવામાં અથવા તારાઓની રાત્રે નૃત્ય કરવામાં તમારો સમય બગાડો એ તેમના નિહિત હિતોને આ બધું ગમતું નથી. તેઓ તમને ઉદાસી અને દુઃખી જોવા માંગે છે, જેથી તેઓ તમને સરળતાથી ગુલામ બનાવી શકે, તમને ખરીદી શકે અને સરળતાથી તમારું શોષણ કરી શકે. એક ક્ષણ માટે કલ્પના કરો કે આખું વિશ્વ હસતું, નાચતું, ગાતું હોય- ભલે માત્ર એક કલાક માટે જ... તો પણ તમામ પ્રકારની ગુલામીનો અંત આવશે, તમામ રાષ્ટ્રો અદૃશ્ય થઈ જશે, અને બધા ધર્મો લુપ્ત થઈ જશે. સ્વાભાવિક રીતે, બધા રાષ્ટ્રપતિઓ, વડા પ્રધાનો, પોપ અને આયતુલ્લાઓ વગેરેને આંચકો લાગશે કે શું થઈ રહ્યું છે? અને વહેલા-મોડા તેઓ પણ ઉજવણીમાં જોડાશે, કારણ કે આ નાચતા, ગાતા અને માનવતાનો આનંદ માણતા લોકો વચ્ચે ઠુંઠાની જેમ ઉભા રહેવાનો શું અર્થ? અને કોઈ પૂછતું પણ નથી કે કેમ ભાઈ, શું વાત છે? તમારી સાથે શું ખોટું થયું છે? કોઈને પૂછવાનો સમય પણ નથી, દરેક પોતપોતાની મસ્તીમાં મગ્ન છે. ટૂંક સમયમાં તમે જોશો કે પોપ પણ ભીડમાં જોડાઈ જશે; કારણ કે આ આનંદી ટોળાની બહાર ઊભા રહીને તેમને જોવું એ કેટલું વિચિત્ર, વાહિયાત અને શરમથી ભરેલું લાગશે! બધી સંભાવનાઓમાં, જો ઇસુ જીવિત હોત, તો

તે પણ તેના વધસ્તંભ પરથી નીચે આવીને નૃત્ય કરવાનું શરૂ કરી દેત; વધસ્તંભ અને ખ્રિસ્તીઓ વગેરે વિશે ભૂલી ગયા હોત.

ભગવાનની ચિંતા કોણ કરે છે? - ફક્ત નાખુશ લોકો. ચર્ચોમાં કોણ જાય છે - જેઓ મૃત્યુની નજીક છે, વૃદ્ધ લોકો કે જેઓ નીરસતા, એકલતા, અંધકાર અને મૃત્યુથી ગભરાય છે; અને કોણ તેઓને કયામતના દિવસ માટે, છેલ્લા ચુકાદાના દિવસ માટે કબરમાં કેટલો સમય રાહ જોવી પડશે. ચોક્કસપણે તે એક લાંબી, ખૂબ લાંબી રાહ હશે, જ્યાં તમે હલનચલન પણ કરી શકશો નહીં, નૃત્ય કરવા નો તો પ્રશ્ન જ નથી.

હું ખાતરી સાથે કહી શકું છું, સંપૂર્ણ નિશ્ચિતતા સાથે, ન્યાયના દિવસે કોઈ નિર્ણય નહીં આવે, કારણ કે ત્યાં અબજો અને ટ્રિલિયન લોકો હાજર હશે - તે બધા લોકો જે સદીઓથી કબરોમાં સૂઈ રહ્યા છે, તમે બધા અને ભવિષ્યમાં જન્મ લેશે એ બધા લોકો પણ ત્યાં હાજર હશે. જ્યાં સુધી કયામતનો સમય આવશે ત્યાં સુધી એટલી મોટી દોડધામ હશે, ભીડ હશે કે ન્યાય વગેરે તો અશક્ય જ બની જશે. અને યાદ રાખો કે ભીડમાં અડધી મહિલાઓ હશે, ત્યાં ખૂબ વાતચીત થશે, બકબક થશે... અને એટલી બધી ગોતા ગોત થશે, કેટલાક તેમના પતિને શોધી રહ્યા હશે, કેટલાક તેમની પત્નીને શોધી રહ્યા હશે. મને નથી લાગતું કે કોઈ નિર્ણય લેવામાં આવશે, ખાસ કરીને અંતિમ નિર્ણયના દિવસે. આ આખી કલ્પના વાહિયાત છે. બધા નિર્ણયો એક જ દિવસમાં...? અને આ બિચારા કબરોમાં કેમ રાહ જોતા રહે?

તેથી જ્યારે મૃત્યુ નજીક આવે છે, અને જ્યારે એવું લાગે છે કે એક પગ કબરમાં લટકી રહ્યો છે, ત્યારે લોકો બીજા પગને ચર્ચમાં રાખવાનું શરૂ કરે છે, એવું વિચારીને કે કોણ જાણે કદાચ, ચર્ચમાં કહેવામાં આવેલી વાર્તાઓ સાચી હોય. અને આમેય એમાં કોઈપણ રીતે કોઈ વાંધાજનક તો છે નહીં - તો પછી શા માટે જોખમ લેવું?

મને ગ્રીસમાંથી હાંકી કાઢવામાં આવ્યો હતો; તે પહેલા, ત્યાંના આર્ક બિશપે સરકારને ધમકી આપી હતી કે જો મને તાત્કાલિક ત્યાંથી દૂર નહીં મોકલવામાં આવે તો તેઓ મારા ઘરને ડાયનામાઈટથી આગ લગાડી દેશે અને મારી સાથે રહેલા તમામ લોકોને જીવતા સળગાવી દેશે. આ એ જ ઈસુના પ્રતિનિધિઓ છે જેણે કહ્યું હતું કે, «તમારા દુશ્મનને પણ પ્રેમ કરો.» હું તો એમનો મિત્ર પણ નહોતો. અને જ્યારે તેણે કહ્યું, «તમારા પાડોશીને પ્રેમ કરો,» તે કહેવાનું ભૂલી ગયા, «તમારા દેશમાં આવતા પ્રવાસીઓને પણ પ્રેમ કરો.»

આવા લોકો ધર્મના ઠેકેદારો છે. અને આ આર્ચ બિશપ મારાથી આટલા પરેશાન કેમ થઈ ગયા? કારણ કે દરિયા કિનારે, ગ્રીસના એક

પ્રખ્યાત ફિલ્મ નિર્દેશકના આલીશાન મકાનમાં, જ્યાં હું મહેમાન હતો... તે ખૂબ જ સુંદર પ્રાચીન ઇમારત છે, જેને આધુનિક બનાવીને વધુ સુંદર બનાવવામાં આવી છે. નજીકમાં એક મોટો બગીચો છે; હું એક ઝાડ નીચે બેસીને મારા લોકો સાથે ચર્ચા કરતો.

અને આખી દુનિયામાંથી લોકો ભેગા થવા લાગ્યા, જેમણે મને એક વર્ષ, બે વર્ષ અથવા કેટલાક પાંચ વર્ષથી જોયો ન હતો. હું નજીકમાં હોવાથી એ બધા લોકો આવી ગયા હતા. અમે કોઈને કાંઈ નુકસાન પહોંચાડતા ન હતા. અમે ફક્ત નાચતા અને ગાતા હતા. ત્યાં સંગીત વગાડ્યું; અને હું લોકોના પ્રશ્નોના જવાબ આપતો હતો. આર્ચ બિશપને શું તકલીફ પડી? નક્કી તે ખૂબ જ પરેશાન થયા હશે, નહીંતર કોઈએ કોઈને જીવતા સળગાવી દેવાની ધમકી આપી ન હોત.

તે આનંદ, તે આનંદ... લોકો નૃત્ય કરે છે, એકબીજાને પ્રેમ કરે છે, આનંદ સિવાય બીજું કંઈ નથી - કોઈ પ્રાર્થના નથી, ત્યાં કોઈ ઈસુ ખ્રિસ્ત નથી, કોઈ ક્રોસ નથી - તેને ડર હતો કે «આ આપણી યુવા પેઢીને બગાડશે.»

ધર્મોની પકડ લોકોની ગરદન પરથી ઢીલી પડી છે, પણ તેમના અચેતન મન પરથી નહીં. ચેતનવંતા લોકો બધી હકીકત જોઈ શકે છે, તે તદ્દન સ્પષ્ટ છે કે આ પ્રકારનો દુર્વ્યવહાર માત્ર અમાનવીય નથી, પણ તેમના પોતાના ધર્મ, ખ્રિસ્ત અને પવિત્ર બાઇબલની પણ સંપૂર્ણપણે વિરુદ્ધ છે. પરંતુ તેમનું અચેતન મન તેમના પોતાના કાબૂમાં નથી. તેઓ આર્ચબિશપની પાસે જઈને તેને રોકી શક્યા નહીં, તેને કહી ન શક્યા કે, «તમે અમને નીચું જોવા માટે મજબૂર કરી રહ્યા છો, તમે ઈસુ ખ્રિસ્તનું અપમાન કરો છો, અને તમારું વર્તન ખ્રિસ્તી ધર્મના ઉપદેશોની વિરુદ્ધ છે.»

તેમજ ગ્રીક સરકાર આર્ચબિશપને કહી ન શકી કે, «તમારે રાજીનામું આપી દેવું જોઈએ કારણ કે તમે તે પદ માટે યોગ્ય નથી. એક નિર્દોષ માણસ,કે જેણે કોઈને કોઈ નુકસાન કર્યું નથી, તેની સાથે તમારું ખરાબ વર્તન અને તમારી સતત ધમકીઓ, તમે પચીસ માણસોને જીવતા સળગાવી નાખશો તેવી અભદ્ર ધમકીઓ - આને સજ્જનતા પૂર્ણ પણ કહી શકાય નહીં, ધાર્મિક વાત તો છોડી દો.»

પરંતુ પ્રજા કે સરકારમાં હિંમત દેખાતી નથી. એવું લાગે છે કે માણસમાં કોઈ તાકાત બાકી નથી. મેં આખી દુનિયામાં ભ્રમણ કર્યું છે અને મારો અનુભવ છે કે જેમ બંધન દ્વારા ભાવી સાંઢને બળદમાં પરિવર્તિત કરી શકાય છે, તેવી જ રીતે આ ધર્મો સદીઓથી માનવતાને ખતમ કરી

રહ્યા છે. તેઓ તમારી બધી હિંમત અને ગૌરવનો નાશ કરી રહ્યા છે. તમને ગુલામીની એટલી આદત પડી ગઈ છે કે હવે તમે બળવો પણ કરી શકતા નથી. અને આ જરૂરિયાત છે, આજે સૌથી મોટી જરૂરિયાત એ છે, કે સમગ્ર માનવતાએ તમામ સીમાઓ, મર્યાદાઓ, જેલ અને બંધનો સામે બળવો કરવો જોઈએ.

જો કે હું કાર્લ માર્ક્સ સાથે સહમત નથી, તેમ છતાં તેમનું એક નિવેદન છે જેને નકારવું અશક્ય છે. તે કહે છે, «તમારા બંધનોને બધા ધર્મોએ ફૂલોથી શણગાર્યા છે, જેથી તમને બંધનો ન દેખાય, તમે માત્ર ફૂલો જ જુઓ.»

બધા ફૂલો ફેંકી દો, અને બધી સાંકળો દૂર કરો. તો જ તમારી પાસે એક વ્યક્તિત્વ હશે, તમારી પાસે તમારું પોતાનું હૃદય હશે, અને અસ્તિત્વ હાસ્યથી ભરેલું હશે. આપણે અહીં બિનજરૂરી રીતે પીડા અને તકલીફ સહન કરવા નથી આવ્યા, પરંતુ એવું લાગે છે કે આપણે દુઃખી રહેવા માટે એટલા ટેવાયેલા છીએ, એટલા સારી રીતે પ્રશિક્ષિત છીએ કે જો સુખની તકો આપણા માર્ગે આવે તો પણ આપણે તેને ચૂકી જઈશું.

બાલીમાં એક જૂની કહેવત છે કે જો તમે ખુશખુશાલ છો, તો તમે હંમેશા નૃત્ય શીખી શકો છો. પરંતુ મૂળભૂત રીતે માણસ સુખી નથી, તે એટલો દુઃખી છે કે તે પોતાનું દુઃખ ભૂલી જવા માટે દારૂ પીવા લાગે છે; તેની હતાશાની સ્થિતિને ભૂલી જવા માટે, ભલે તે માત્ર થોડા કલાકો માટે જ હોય, તે અફીણ, ગાંજો, હશીશ અને અન્ય નશો કરવાનું શરૂ કરે છે.

દુઃખી થવાનું કોઈ કારણ નથી. ખરેખર દુઃખ એક અપવાદની જેમ હોવું જોઈએ, અને પ્રસન્નતા એક સહજ સ્વાભાવિક વસ્તુ. કોઈ ને પૂછવાની જરૂર ન પડવી જોઈએ કે «શું વાત છે, આજે તું બહુ ખુશ દેખાય છે?» - પરંતુ સ્થિતિ આવી જ છે.

જો તમે તમારી જાત સાથે ખુશ, હસતાં અને પ્રફુલ્લિત દેખાશો, તો લોકો તમારી તરફ જોશે, તમારી સામે તાકી રહેશે જાણે કંઈક ભૂલ થઈ રહી હોય એમ, આ બિચારાને શું થયું છે? તે શા માટે સ્મિત કરે છે? તે ખુશ કેમ દેખાય છે? કોઈ કારણ તો સમજાતું નથી. કોઈ ચોક્કસ પૂછશે, «શું વાત છે?» કોઈ પોલીસમેન આવીને પૂછશે, «સાહેબ, કેમ હસો છો? કેમ નાચી રહ્યા છો? અને અહીં ભીડ એકઠી કરીને ટ્રાફિક જામ કેમ કરો છો?»

શું સ્વસ્થ અને ખુશ રહેવાનું કારણ આપવું જરૂરી છે? પણ દુઃખી માણસને કોઈ કશું પૂછતું નથી, તેની સામે જોવા પણ કોઈ રોકાતું નથી. દુઃખી થવું એ આપણી કુદરતી સ્થિતિ તરીકે સ્વીકારવામાં લેવામાં આવે છે; તેના વિશે પૂછપરછ કરવાની કે કોઈ કારણ જાણવાની જરૂર નથી.

જો તમે તેના વિશે વિચારશો, તો તમને વિશ્વાસ નહીં આવે કે માણસની સ્થિતિ કેટલી બધી અસ્વસ્થ અને વિક્ષિપ્ત થઈ ગઈ છે!

એક ડૉક્ટર તેના દર્દીને બોલાવે છે, તેને તેનો ટેસ્ટ રિપોર્ટ આપતા કહે છે, «મારી પાસે એક ખરાબ સમાચાર છે, અને બીજા તેના કરતા પણ ખરાબ સમાચાર છે. ખરાબ સમાચાર એ છે કે તમે માત્ર ચોવીસ કલાકના મહેમાન છો, બસ! તમે તેનાથી વધુ સમય જીવી શકો તેવી શક્યતા નથી.»

"ના, ના, એવું ન બોલો, ડોક્ટર સાહેબ," દર્દીએ વ્યથિત સ્વરે પૂછ્યું, "આનાથી ખરાબ સમાચાર ક્યા હોઈ શકે?"

ડૉક્ટરે જવાબ આપ્યો, «હું ગઈ કાલથી તમને કૉલ કરવાનો પ્રયાસ કરી રહ્યો છું, પરંતુ લાઇન જ ન મળી.»

માનવીનું આનાથી વધુ ખરાબ શું થઈ શકે? પણ થયું છે. તે હસવાનું ભૂલી ગયો છે, તેનું સ્મિત ગુમાવ્યું છે. જેને લઇને દરેક બાળક જન્મે છે. તે પોતાને સ્વસ્થ કરવાનો રસ્તો ભૂલી ગયો છે, પૂર્ણતાનું દ્વાર ખોવાઈ ગયું છે.

તે દ્વાર હંમેશાં અહીં જ, આ જ ક્ષણે અને અત્યારે જ ખુલ્લું છે, જ્યાં જીવન અને મૃત્યુનું મિલન સતત થતું રહે છે.

તમે મૃત્યુ તરફ મુખ કરવાનું નક્કી કરી લીધું કારણ કે આમ કરવું એ જેઓ સત્તામાં હતા તેમના હિતમાં હતું; તમે ભૂલી જ ગયા કે જીવન તો વીતી રહ્યું છે, અને તમે ઉદાસીમાં ડૂબી ગયા છો.

એકવાર કન્ફ્યુશિયસને તેના એક શિષ્ય દ્વારા પૂછવામાં આવ્યું, «કેવી રીતે ખુશ રહેવું? કેવી રીતે આનંદી બનવું?» કન્ફ્યુશિયસે કહ્યું, «તમે ખૂબ જ વિચિત્ર પ્રશ્ન પૂછો છો; આ કુદરતી વસ્તુઓ છે. કોઈ ગુલાબ ક્યારેય પૂછતું નથી કે ગુલાબ કેવી રીતે બનવું?»

જ્યાં સુધી ઉદાસી અને ખિન્નતાનો સંબંધ છે, તમારી પાસે કબરોમાં પૂરતો સમય હશે; ત્યાં તમે મન ભરીને દુઃખી થઈ લેજો. પરંતુ જ્યાં સુધી તમે જીવિત છો ત્યાં સુધી જિંદાદિલીથી અને પૂર્ણતાથી જીવો. આ પૂર્ણતા અને તીવ્રતા સાથે જીવવાથી જ સુખના ઝરણાં વહેશે; અને ખુશ વ્યક્તિ ચોક્કસપણે નૃત્ય શીખી શકે છે - હું બાલીની આ પ્રાચીન કહેવત સાથે સંમત છું.

અમે સમગ્ર માનવતાને આનંદિત અને નાચતી ગાતી જોવા માંગીએ છીએ. ત્યારે જ આ સમગ્ર ગ્રહ પરિપક્વ થશે, ચેતનાના સ્તરે વિકાસ પામશે. એક ખિન્ન, ગંભીર માણસની ચેતના ખૂબ તીક્ષ્ણ, તીવ્ર હોઈ શકતી નથી. તેની ચેતના મંદ, બુઝાઇ ગયેલી અને અંધકારમય હોય છે.

જ્યારે તમે તમારા પૂરા હૃદયથી હસો છો, ત્યારે બધો અંધકાર અચાનક અદૃશ્ય થઈ જાય છે - વીજળીના ચમકારાની જેમ.

તમારા હાસ્યમાં બહુ પ્રમાણિક રીતે તમે સ્વયં હોવ છો; અને ઉદાસીમાં તમે તમારા વાસ્તવિક ચહેરાને નકલી માસ્કથી ઢાંકી દો છો જે સમાજ તમારી પાસેથી અપેક્ષા રાખે છે. કોઈ ઈચ્છતું નથી કે તમે એટલા ઉત્સાહિત થાઓ કે તમે શેરીઓમાં નાચવાનું શરૂ કરો. કોઈ ઈચ્છતું નથી કે તમે દિલથી હસો, નહીં તો પડોશીઓ તમારો દરવાજો ખટખટાવતા કહેશે, «આ શું છે, બંધ કરો. તમારું હાસ્ય અમને પરેશાન કરી રહ્યું છે.» ઉદાસી ઠીક છે. દુઃખી લોકો માટે, જે વ્યક્તિ દુઃખી નથી હોતો તે અસહ્ય બની જાય છે.

સુકરાત જેવા લોકોનો એક માત્ર દોષ એ હતો કે તેઓ અત્યંત આનંદિત લોકો હતા; અને તેમના આનંદથી દુઃખી જીવન જીવતા લોકોમાં ભારે ઈર્ષ્યા જાગી હતી. ભીડ આવા આનંદી વ્યક્તિઓની હાજરી સહન કરી શકતી ન હતી, અને તેઓને ખતમ કરવા જ પડ્યા; કારણ કે તેઓ તમારી અંદર વિદ્રોહની સંભાવનાને ઉશ્કેરે છે, અને તમે વિદ્રોહથી ડરો છો.

એકવાર જે વ્યક્તિ વિદ્રોહના પ્રેમમાં પડી જાય છે, તે સમ્યક માર્ગ પર આવી જાય છે.

મેં એક જૂની રશિયન વાર્તા સાંભળી કે ચેમ નગરના લોકોને ખૂબ ચિંતા કરવાની ટેવ હતી. તે લોકોને એ વાતની પણ ચિંતા થતી હતી કે તેઓ વધુ પડતી ચિંતા કરે છે. તેથી શહેર પ્રમુખ અને તે શહેરના મુખ્ય પૂજારીએ મળીને એરા નામના એક ગરીબ માણસને નોકરી પર રાખ્યો. એરાનું કુલ કાર્ય એ હતું કે તેણે એકલાએ તમામ ચેમ નગરના વાસીઓ વતી ચિંતા કરવાની હતી; અને આ કામ માટે તેને દર અઠવાડિયે ચાર રુબેલ્સનો પગાર મળશે.

પરંતુ આખી યોજના વ્યર્થ ગઈ, કારણ કે એરા ખૂબ જ ખુશખુશાલ હતો, અને તેના વતન રૂથ પહોંચીને તેણે તેના પરિવારને ખુશખબર સંભળાવી, «ગજબ થઈ ગયો, મને અઠવાડિયામાં ચાર રુબેલ્સ મળશે, હવે અમારે કોઈ ચિંતા કરવાની જરૂર નથી.» સ્વાભાવિક રીતે તેને બરતરફ કરવામાં આવ્યો, કારણ કે તેને આખા શહેરની ચિંતા કરવા બદલ અઠવાડિયામાં ચાર રુબેલ્સ મળવાના હતા. પણ બિચારો એરા ભૂલી ગયો... અઠવાડિયે ચાર રુબેલ્સ મળવાનો આનંદ એટલો મહાન હતો કે તેનાં મોં માંથી «હવે અમારે કંઈપણ ચિંતા કરવાની જરૂર નથી» બોલાઈ ગયું અને આમ તેણે તેની નોકરી ગુમાવી દીધી.

હવામાનમાં ફેરફારને કારણે પૈડી ની તબિયત બગડી હતી, તેથી તે તેના ડૉક્ટરને મળવા ગયો. બધા ટેસ્ટ કર્યા પછી ડૉક્ટરે કહ્યું, «પૈડી, મને તારી બીમારીનું કોઈ કારણ નથી મળી શક્યું; બની શકે કે વધુ પડતો દારૂ પીવાને કારણે આવું બન્યું હોય.»

પૈડી ઉભો થયો અને જવા માટે તૈયાર થતા બોલ્યો «જો એવું હોય તો, જ્યારે તમારો નશો ઉતરી જાય ત્યારે હું આવીને તમને મળીશ,»

મનોચિકિત્સકે આખરે હાયમી ગોલ્ડબર્ગને પૂછ્યું, «મને કહો, સાહેબ, તમે તમારી બહેનને આટલી નફરત કેમ કરો છો?»

«ડોક્ટર સાહેબ, પણ મારી કોઈ બહેન નથી.» ગોલ્ડબર્ગે જવાબ આપ્યો.

"સાંભળો, હાયમીજી," મનોચિકિત્સકે ગુસ્સામાં કહ્યું, "જો તમારે મારી પાસેથી સારવાર લેવી હોય, તો તમારે એ સિદ્ધાંતનું પાલન કરવું પડશે જે મેં પ્રતિપાદિત કર્યો છે કે આવી માનસિક બીમારીઓ બહેન પ્રત્યેના દ્વેષને કારણે જ થાય છે, તમે એમ ન કહી શકો કે તમારી કોઈ બહેન નથી.»

જો તમારી કોઈ બહેન નથી, તો આ મનોવિશ્લેષણ શરૂ પણ કરી શકાશે નહીં. અને ચોક્કસપણે તમારા સહકારની જરૂર છે.

આ દુનિયા છે - આનાથી વધુ ખરાબ શું હોઈ શકે!

●●

3

હું જીવન-પ્રેમ શીખવાડું છું, મૃત્યુ-પૂજા નહીં.

પ્રિય ઓશો,
જીવનનો હેતુ શું છે?

જીવનનો હેતુ જીવન સિવાય બીજું કંઈ નથી; કારણ કે જીવન પોતે ઈશ્વરનું બીજું નામ છે. વિશ્વની દરેક વસ્તુનો કોઈ સાધ્ય માટે સાધન હોઈ શકે છે, તેનો કોઈ હેતુ હોઈ શકે છે; પરંતુ ઓછામાં ઓછી એક વસ્તુ બધાના સાધ્ય તરીકે છોડી દેવી પડશે, તેને સાધન બનાવી શકાય નહીં. તમે તેને અસ્તિત્વ કહી શકો, તમે તેને પરમાત્મા કહી શકો, અથવા તમે તેને જીવન કહી શકો. તેઓ એક જ સત્યના જુદા જુદા નામ છે.

આસ્તિક વિચારધારા ધરાવતા ફિલોસોફરોએ જીવનને ભગવાન નામ આપ્યું છે, પરંતુ આમાં એક જોખમ છે, કારણ કે તેની સામે દલીલો કરી શકાય છે અને તેનું ખંડન કરી શકાય છે. લગભગ અડધી પૃથ્વી ઈશ્વરમાં માનતી નથી, માત્ર સામ્યવાદીઓ જ નથી, બૌદ્ધો, જૈનો, એવા હજારો મુક્ત વિચારકો છે જે નાસ્તિક છે. આ નામ ઈશ્વર બહુ સલામત નથી, કારણ કે તે મનુષ્યો દ્વારા સ્થાપિત કરવામાં આવ્યું છે, અને અમારી પાસે કોઈ તર્ક, કોઈ સાબિતી, કોઈ દલીલો નથી. તે વત્તેઓછે અંશે માત્ર એક ખાલી શબ્દ છે; તમે તેમાં જે પણ અર્થ કરો છો તેજ તેનો અર્થ બની જાય છે.

‹અસ્તિત્વ› શબ્દ વધુ સારો છે. આ સદીના તમામ મહાન ચિંતકો અસ્તિત્વવાદી છે, તેઓએ ઈશ્વર શબ્દને સંપૂર્ણપણે નાબૂદ કરી દીધો છે.

તેમના માટે અસ્તિત્વ જ પૂરતું છે. પણ મારી દૃષ્ટિએ, જેમ ઈશ્વર એક અતિ છે, તેમ અસ્તિત્વ બીજી અતિ છે. કારણ કે અસ્તિત્વ શબ્દ એ પણ દર્શાવતો નથી કે તે જીવિત છે કે મૃત છે. તે એ પણ દર્શાવતું નથી કે તે વિવેકપૂર્ણ છે. તે વિવેકશુન્ય પણ હોઈ શકે છે. તે ચેતનવંતુ હોવાનો કોઈ સંકેત નથી, તે નિર્જીવ, અચેતન પણ હોઈ શકે છે!

એટલે જ મેં ‹જીવન› શબ્દ પસંદ કર્યો છે. જીવનમાં દરેક વસ્તુનો સમાવેશ થાય છે જેનો સમાવેશ થવો જોઈએ. વળી એનાં માટે પુરાવા ભેગા કરવાની પણ જરૂર નથી, કારણ કે તમે પોતે જ જીવન છો. તમે પોતે જ સાબિતી છો, તમે પોતે જ તેની દલીલ છો. તમે જીવનને નકારી શકતા નથી, તેથી જ માણસના સમગ્ર ઈતિહાસમાં એક પણ વિચારક એવો થયો નથી કે જેણે જીવનને નકાર્યું હોય.

એવા લાખો લોકો હતા જેમણે ઈશ્વરને નકાર્યો, પરંતુ તમે જીવનને કેવી રીતે નકારી શકો? તે તમારા હૃદયમાં ધબકે છે, તમારા શ્વાસોમાં હાજર છે, તમારી આંખોમાં પ્રકાશિત છે. તે જ તમારા પ્રેમમાં પ્રગટ થઈ રહ્યું છે. તે તે છે જે આ પર્વતોમાં, આ નદીઓમાં, આ વૃક્ષોમાં અને આ પક્ષીઓમાં - હજારો સ્વરૂપોમાં ઉજવણી કરે છે.

જીવન એ દરેક વસ્તુનું સાધ્ય છે, તેથી જીવનને પોતાના સિવાય બીજું કોઈ ધ્યેય ન હોઈ શકે. બીજા શબ્દોમાં કહીએ તો, જીવનનું લક્ષ્ય અંતિમ છે. વિસ્તરવું, વધવું, પ્રેમ, નૃત્ય, આનંદ અને ઉજવણીમાં ડૂબી જવું... આ બધું તેમાં સહજ છે, આ બધા જ જીવનના પાસાઓ છે.

પરંતુ આજ સુધી કોઈ પણ ધર્મે આપણા તમામ પ્રયત્નો ના લક્ષ્ય તરીકે જીવનને સ્વીકાર્યું નથી. તેનાથી વિપરિત, તેઓ જીવનને નકારી રહ્યાં છે અને કાલ્પનિક ઈશ્વરની કલ્પનાને સમર્થન આપી રહ્યાં છે. પરંતુ જીવન એટલું વાસ્તવિક છે કે આ બધા જીવન વિરોધી ધર્મો હજારો વર્ષો પછી પણ તેના પર પોતાની કોઈ અસર પાડી શક્યા નથી. તેમના ભગવાન જીવનનું સૌથી કેન્દ્ર બિંદુ નહોતા, પરંતુ ઈશ્ર્વર ને ફક્ત જીવનનો ત્યાગ કરીને જ પ્રાપ્ત કરી શકાતા. માનવજાત આ ખૂબ જ કમનસીબ પરિસ્થિતિમાંથી પસાર થઈ છે. જીવનના ત્યાગ નો અર્થ: મૃત્યુનું સન્માન.

તમારા ધર્મો મૃત્યુ ઉપાસક છે. તે આકસ્મિક નથી કે તમે માત્ર મૃત સંતોની પૂજા કરો છો. જ્યારે તેઓ જીવતા હોય ત્યારે તમે તેમને વધસ્તંભે જડાવો અને પથ્થરમારો કરો. જ્યારે તેઓ જીવતા હોય ત્યારે તમે તેમને ઝેર આપો છો અને જ્યારે તેઓ મૃત્યુ પામે ત્યારે તમે તેમની પૂજા કરો છો. અચાનક ફેરફાર થાય છે, તમારો આખો દ્રષ્ટિકોણ બદલાઈ જાય છે. આ પરિવર્તનના મનોવિજ્ઞાન વિશે કોઈએ ઊંડાણપૂર્વક વિચાર્યું નથી.

પરંતુ એ વિચારવા જેવું છે કે શા માટે જીવંત સંતોની નિંદા કરવામાં આવે છે અને મૃત સંતોની પૂજા કરવામાં આવે છે? કારણ કે મૃત સંતો ધાર્મિક હોવાની તમામ શરતો પૂરી કરે છે - તે બિચારા આત્માઓ હસતા નથી, તેઓ આનંદ કરતા નથી, તેઓ પ્રેમ કરતા નથી, તેઓ નૃત્ય કરતા નથી, તેઓને અસ્તિત્વ સાથે કોઈ સંબંધ નથી. હકીકતમાં, તેણે જીવનનો સંપૂર્ણ ત્યાગ કર્યો છે - તે ન તો શ્વાસ લે છે, ન તેનું હૃદય ધબકતું હોય છે - હવે તે સંપૂર્ણપણે ધાર્મિક છે. તેઓ કોઈ પાપ પણ કરી શકતા નથી. એક બાબત એ છે કે તેઓ હવે વિશ્વસનીય છે, તમે તેમના પર વિશ્વાસ કરી શકો છો.

જીવંત સંત એટલા વિશ્વાસપાત્ર નથી. કદાચ કાલે તે પોતાનો વિચાર બદલી નાખશે. પાપીઓ પુણ્યશાળી આત્માઓ બની જાય છે, પુણ્યશાળી આત્માઓ પાપી બની જાય છે – તેથી જ્યાં સુધી તેઓ મૃત્યુ ન પામે ત્યાં સુધી તેમના વિશે સંપૂર્ણ નિશ્ચિતતા સાથે કશું કહી શકાય નહીં. આ જ એક મૂળ કારણ છે કે તમે તમારા મંદિરો, મસ્જિદો, ચર્ચો, ગુરુદ્વારા અને સિનાગોગમાં ક્યા મૃતદેહોની પૂજા કરો છો? એક જીવતો માણસ મૃત વ્યક્તિની પૂજા કરે છે એ આખી વાતની મૂર્ખતા પણ કોઈ જોશે નહીં. વર્તમાન ભૂતકાળની પૂજા કરે છે. જીવન મરણની પૂજા કરવા મજબૂર થઈ રહ્યું છે.

જીવન પ્રત્યે નિષેધથી ભરપૂર એવા આ ધર્મોને કારણે યુગોથી વારંવાર પ્રશ્ન ઊભો થતો આવ્યો છે કે જીવનનો હેતુ શું છે? તમારા ધર્મો અનુસાર જીવનનું ધ્યેય જીવનનો ત્યાગ કરવો, જીવનનો નાશ કરવો અને પૌરાણિક અને કાલ્પનિક ભગવાનના નામે પોતાને ત્રાસ આપવાનો છે.

પ્રાણીઓનો જીવન સિવાય બીજો કોઈ ધર્મ નથી. ન તો વૃક્ષો કે આ ચંદ્ર-તારાઓનો જીવન સિવાય બીજો કોઈ ધર્મ નથી. માણસ સિવાય સમગ્ર અસ્તિત્વ માત્ર જીવનમાં માને છે, જીવન સિવાય કોઈ ભગવાન નથી, કોઈ મંદિર નથી, કોઈ ધાર્મિક ગ્રંથ નથી. જીવન બધું જ છે. એ જ ભગવાન છે,એ મંદિર છે અનેએ શાસ્ત્ર છે. અને તેને પૂર્ણપણે અને દિલથી જીવવું એ જ ધર્મ છે. હું તમને એવી સંપૂર્ણતા સાથે જીવવાનું શીખવીશ, એવી સંપૂર્ણતા કે દરેક ક્ષણ ઉજવણી બની જાય, આ સિવાય જીવનનો બીજો કોઈ હેતુ નથી. હેતુનો વિચારમાત્ર મનમાં ભવિષ્ય બનાવે છે કારણ કે કોઈપણ ધ્યેય, કોઈપણ સાધ્ય કે કોઈપણ ઉદ્દેશ્ય માટે ભવિષ્ય જરૂરી છે. બધા લક્ષ્યો તમને તમારા વર્તમાનથી દૂર કરે છે,એ જ એકમાત્ર વાસ્તવિકતા છે, એકમાત્ર સત્ય છે. ભવિષ્ય ફક્ત તમારી કલ્પના છે, અને ભૂતકાળ એ તમારી સ્મૃતિની ધૂળ પર બાકી રહેલા પગના નિશાનો

જેવું છે. ન તો ભૂતકાળ અત્યારે સાચો છે, ન તો ભવિષ્ય હજુ વાસ્તવિક છે.

માત્ર આ ક્ષણ સાચી છે. અને આ ક્ષણને કોઈપણ દમન વિના, કોઈપણ અવરોધ વિના, કોઈપણ લોભ કે ભવિષ્ય માટેના ભય વિના, ભૂતકાળનું પુનરાવર્તન કર્યા વિના, યાદોમાં ભટક્યા વિના, કલ્પનાઓમાં ફસાયા વિના માણો - જ્યારે તમે દરેક ક્ષણ સંપૂર્ણપણે તરોતાજા અને યુવાન બનીને જીવો છો, ત્યારે તમે એવી શુદ્ધતા અને નિર્દોષતા પ્રાપ્ત કરો છો કે હું તે જ સરળતાને ભગવતા કહું છું.

મારી દ્રષ્ટિએ, ભગવાન તે નથી જેણે સૃષ્ટિને જન્મ આપ્યો છે. ભગવાન તે છે જેને તમે જન્મ આપો છો - તમારી સંપૂર્ણતામાં, સંપૂર્ણ તીવ્રતાથી, તમારા હૃદયથી કંઈપણ બચાવ્યા વિના, જ્યારે તમારા જીવનની દરેક ક્ષણ આનંદ બની જાય છે, દરેક ક્ષણ નૃત્ય બની જાય છે, આખું જીવન આનંદ અને પ્રકાશનો તહેવાર બની જાય છે, બસ! દરેક ક્ષણ અમૂલ્ય છે, કારણ કે એકવાર જે જતી રહે તે કાયમ માટે જતી રહે છે.

કોઈપણ ધ્યેય માટે જીવવાનો અર્થ એ છે કે તમે વર્તમાન ક્ષણમાં જીવતા નથી. સ્વર્ગ મેળવવા માટે જીવવું એ પણ એક લોભ છે... તમે વર્તમાનને ગુમાવી રહ્યા છો, અને જેની કોઈ સાબિતી નથી એવા કાલ્પનિક સ્વર્ગના ચરણોમાં જે યથાર્થ છે, તમારા હાથમાં છે તેનું બલિદાન આપી રહ્યા છો.

જીવનનો ઉદ્દેશ્ય જીવન પોતે જ છે - એક મહાન જીવન, ઉચ્ચ જીવન, એક ઊંડું જીવન - પરંતુ હંમેશા જીવન જ. જીવનથી ઉપર કંઈ નથી. ત્યારે જીવન પ્રત્યે આદર અનિવાર્ય બની જાય છે. જો જીવનનું લક્ષ્ય જીવન જ હોય તો જીવન પ્રત્યે આદરભાવ રાખવો એ તમારો ધર્મ બની જાય છે. પછી બીજાના જીવનનો આદર કરો, કોઈના જીવનમાં દખલ ન કરો, તમને જે યોગ્ય લાગે તે માર્ગ પર બીજા ને ચલાવવાની કોશિશ ન કરો. તમે તે માર્ગને અનુસરી શકો છો, તે તમારી સ્વતંત્રતા છે, પરંતુ તેને ક્યારેય બીજા પર લાદશો નહીં.

વિશ્વને સંગઠિત ધર્મોની જરૂર નથી, પરંતુ તેને ચોક્કસપણે ધાર્મિક વ્યક્તિઓની જરૂર છે જે હિન્દુ, મુસ્લિમ અથવા ખ્રિસ્તી નથી; જેઓ ભગવાન, સ્વર્ગની શોધમાં નથી, પરંતુ વધુ સમૃદ્ધિ અને વધુ ઊંડા જીવનની શોધમાં છે. જેમ જેમ જીવનનું ઊંડાણ અગમ્ય થતું જાય છે, તેમ તેમ તમને ખબર પડે છે કે આ જ સ્વર્ગ છે, તમે ઈશ્વરના રાજ્યમાં પ્રવેશ કર્યો છે. તેના દરવાજા તમારા હૃદયમાં જ છે. પરંતુ લોકો અંધ છે, અને પરંપરા તેમને વધુને વધુ અંધ બનાવતી રહે છે. પરંપરા આંધળાઓને

આદર આપે છે, જેઓ ક્યારેય વિચારતા નથી, જેઓ ક્યારેય શંકા કરતા નથી, જેઓ ક્યારેય શક કરતા નથી તેમને આદર આપે છે. પરંપરા એવા લોકોને પસંદ કરે છે જેઓ મશીનો જેવા આજ્ઞાકારી હોય. રૂઢિચુસ્ત શાણપણ અનુસાર, કદાચ મશીનો સૌથી વધુ ધાર્મિક છે, કારણ કે તેઓ ક્યારેય આજ્ઞાભંગ કરતા નથી.

જ્યાં સુધી મારી આંતરદૃષ્ટિનો સંબંધ છે, એવી વ્યક્તિ ધાર્મિક ન હોઈ શકે જે વિદ્રોહી ન હોય - ભૂતકાળની વિરુદ્ધ, સંગઠિત ધર્મો વિરુદ્ધ અને તમારા પર પ્રભુત્વ મેળવવા માંગતા લોકો સામે વિદ્રોહ. વળી તેઓએ તમને પકડવા માટે ખૂબ જ સૂક્ષ્મ યુક્તિઓની શોધ કરી છે - «અમારો ધર્મ સૌથી પ્રાચીન છે, તે શાશ્વત છે.» તો શું? આનો મતલબ એટલો જ કે તમારો ધર્મ સૌથી વધુ સડેલો છે. પરંતુ તેઓ તેને સૌથી જૂનો બનાવવાનો પ્રયાસ કરી રહ્યા છે જેથી તમે શ્રધ્ધા અનુભવી શકો - જો દસ હજાર વર્ષમાં કોઈને શંકા ન હોય, દરેક વ્યક્તિ આદેશોનું પાલન કરતું હોય, તો તેમાં કંઈક સત્ય હોવું જોઈએ. દરેક ધર્મ એક જ દલીલ કરે છે કે તે અતિ પ્રાચીન છે, અતિ પુરાતન છે. જે ધર્મો એટલા જૂના નથી તેણે સ્વાભાવિક રીતે જ વિપરીત તર્કનો ઉપયોગ કરવો પડે છે. જેમ શીખ ધર્મ ફક્ત પાંચસો વર્ષ જૂનો છે, અથવા ઇસ્લામ માત્ર ચૌદસો વર્ષ જૂનો છે, તેઓ દલીલ કરે છે કે જૂના ધર્મો ભગવાન દ્વારા માણસને મોકલવામાં આવેલા સંદેશાઓની જૂની આવૃત્તિઓ છે. «અમે માનવતા માટે ભગવાનનો નવીનતમ સંદેશ લાવ્યા છીએ.»

હઝરત મોહમ્મદે કહ્યું છે કે «પહેલા પણ ઘણા પયગંબરો થયા છે, પરંતુ મારા પછી બીજો કોઈ પયગંબર નહીં આવે, કારણ કે હું ખુદાનો છેલ્લો સંદેશ લઈને આવ્યો છું.» તેથી જ તેઓ જાહેર કરી શક્યા કે માત્ર એક જ અલ્લાહ છે, માત્ર એક જ ધર્મગ્રંથ છે - કુરાન અને માત્ર એક જ પયગંબર છે- મોહમ્મદ. «જે કોઈ મારા પછી દાવો કરે છે કે તેનો ભગવાન સાથે સીધો સંપર્ક છે તે સૌથી મોટું પાપ, કુફ્ર કરશે.»

બધા ધર્મો આમ જ કરતા આવ્યા છે. તેઓ દ્વાર જ બંધ કરી દે છે, એ ડરથી કે કોઈ પાછળથી આવીને તેમના ધર્મની શિસ્ત અને માળખું બદલી ન નાખે! અને એ નિશ્ચિત છે કે સતત પરિવર્તનની જરૂરી છે કારણ કે સમય સાથે બધું બદલાય છે. મહાવીર આજે પાછા આવે તો તે પોતે પણ જોઈ શકે કે બધું બદલાઈ ગયું છે.

જીવન એ સ્થિર ઘટના નથી. તે એક પ્રવાહ છે; પ્રવાહની જેમ - સતત વહેતું. તેને સતત પરિવર્તનની જરૂર છે. ક્ષણે ક્ષણ સજાગ રહેવું જરૂરી છે, નહીં તો તમે પાછળ રહી જશો. પાછળ ન રહી જવું, એ પ્રતિભા

વિકાસના સૌથી મહત્વપૂર્ણ પગલાંઓ પૈકીનું એક છે. લગભગ આખી દુનિયા જ પછાત રહી ગઈ છે; અને તમે જેમની પૂજા કરો છો તે લોકો તમારી પછાતતા માટે, તમારી અવિકસિત સ્થિતિ માટે જવાબદાર છે. હજારો વર્ષ પહેલાં તેઓ અટકી ગયા, રોકાઈ ગયા; અને તમે આજે પણ તેમને અનુસરી રહ્યા છો. આ દરમિયાન બધું બદલાઈ ગયું છે.

એક દિવસ, કોઈ કારણસર, ધબ્બુજી નિયમિત સમય પહેલા ઓફિસેથી અચાનક ઘરે આવ્યા, અને તેમણે જોયું કે તેમની પત્ની પલંગ પર નગ્ન અવસ્થામાં પડી હતી, ઊંડો શ્વાસ લઈ રહી હતી, અને ખૂબ જ બેચેન અને વ્યથિત દેખાતી હતી. ધબ્બુજી ગભરાઈ ગયા અને પૂછ્યું, «ડાર્લિંગ, તને શું થયું છે? તને કોઈ તકલીફ થઈ રહી છે?» ધ્રૂજતા અવાજમાં તેણીએ જવાબ આપ્યો, «હો...હા...શા...કદાચ મને હાર્ટ એટેક આવ્યો છે!»

આ સાંભળીને ધબ્બુજી તીરની જેમ ભોંયતળિયે દોડ્યા અને ડૉક્ટરને બોલાવવા લાગ્યા. તેના કપાળમાંથી પરસેવો ટપકતો હતો. જ્યારે તે નંબર ડાયલ કરી રહ્યો હતો ત્યારે તેની ચાર વર્ષની દીકરી દોડતી આવી અને બોલી, «પપ્પા, પપ્પા, ઉપર જાઓ. મને ડર લાગે છે, પલંગ નીચે એક માણસ છુપાયેલો છે.»

બિચારા ધબ્બુજીએ ફોન ઠોક્યો અને ફરી ઉપરના માળે દોડી ગયો. તેણે જોયું કે તેનો પરમ મિત્ર ચંદુલાલ પલંગની નીચે સાવ નગ્ન હાલતમાં, સંકોચાઈ ગયેલો અને ગભરાયેલો સૂતો હતો.

«આ મજાક કરવાનો સમય નથી, ચંદુલાલ!» ધબ્બુજીએ ઠપકો આપતા કહ્યું, «તને શરમ આવવી જોઈએ, અહીં મારી પત્નીને હાર્ટએટેક આવ્યો છે અને તમે જ છો જે બાળકોને ડરાવવા માટે નગ્ન અવસ્થામાં ઘરમાં ઘૂસ્યા છો!»

એવું લાગે છે કે વિશ્વ મૂર્ખ લોકોથી ભરેલું છે.

બીજા વિશ્વ યુદ્ધ દરમિયાન જર્મનીની એક ઘટના છે. બહુ ભીડ હોવાને કારણે એક નાઝી સૈનિકને યહૂદી પરિવાર સાથે ટ્રેનમાં મુસાફરી કરવાની ફરજ પડી હતી. યહૂદીઓને સખત નફરત કરતો નાઝી એક કલાક સુધી મૌન રહ્યો, પણ પછી જિજ્ઞાસાથી તેણે પૂછ્યું, «અમે સાંભળ્યું છે કે યહૂદીઓ ખૂબ હોંશિયાર, ચાલાક અને પૈસા કમાવવામાં ખૂબ પારંગત હોય છે. કૃપા કરીને મને કહો કે આ બુદ્ધિ ક્યાંથી આવે છે?» યહૂદીએ જવાબ આપ્યો, «સાહેબ, એ અમારી વિશેષ આહારની આદતોનો ચમત્કાર છે! માછલીની પૂંછડી ખાવાથી બુદ્ધિ વધે છે.» આટલું કહીને પેલા માણસે તેની થેલી ખોલી અને પૂંછડીના ટુકડા કાઢીને તેની પત્ની અને બાળકોને આપ્યા અને કહ્યું, «ચાલો ભાઈ, જમવાનો સમય થઈ ગયો છે.»

નાઝી સૈનિક થોડીવાર મૌન રહ્યો, પછી બોલ્યો, «સાંભળો, મને થોડા ટુકડા આપો.» યહૂદીએ ખુશીથી કહ્યું, «છ ટુકડા માટે તમારે પચીસ ડૉલરનો ખર્ચ થશે.» સૈનિકે ઉત્સાહથી કહ્યું, «ઠીક છે, ઠીક છે, આ રહ્યા પચીસ ડોલર.»

પરિવારે પચીસ ડૉલરના બદલામાં કાચી માછલીની છ પૂંછડીઓ સૈનિકને આપી. તે તેમને ખૂબ મુશ્કેલીથી ચાવી શક્યો, અને વચ્ચે વચ્ચે તેને ઉબકા આવવાનું શરૂ થયું, તેથી યહૂદી સ્ત્રીએ તેને આશ્વાસન આપ્યું અને સમજાવ્યું કે શરૂઆતમાં આવું થાય છે.

કોઈક રીતે, તે પૂંછડીઓ ખાધા પછી, તેણે યહૂદીને પૂછ્યું, «ભાઈ, લોકો માછલીની પૂંછડીઓ કચરામાં ફેંકી દે છે. તમે તેમની પાસેથી પચીસ ડોલર વસૂલીને કંઈ ખોટું તો નથી કર્યું ને?»

"કિંમત ન જુઓ, સાહેબ, અસર જુઓ," યહૂદીએ ગર્વથી જવાબ આપ્યો, "તમે માછલીની પૂંછડી ખાધી કે તરત જ તમે ખૂબ જ બુદ્ધિશાળી વાતો કરવા લાગ્યા."

●●

4

ધ્યાનની આબોહવા : પ્રેમના પુષ્પો

પ્રિય ઓશો,
તમારી જાતને પ્રેમ કરવાનો અર્થ શું છે?

પ્રેમની શરૂઆત તમારી જાતથી ન થવી જોઈએ, કારણ કે જો તમને ખબર પણ ન હોય કે તમે કોણ છો, તો તમે કોને પ્રેમ કરશો? જો તમે તમારી જાતને પ્રેમ કરવાનું શરૂ કરશો, તો તમે તમારા અહંકારને પ્રેમ કરશો, જે તમારું ખોટું વ્યક્તિત્વ છે, તમારા આત્માને નહીં. અને લગભગ દરેક વ્યક્તિ તેના અહંકારને, તેના વ્યક્તિત્વને ચાહે છે. જો સૌથી કદરૂપી સ્ત્રીને પણ કહેવામાં આવે કે, «તમે ખૂબ સુંદર છો!» તો તેણી આ માટે સંમત થવાનો ઇનકાર કરશે નહીં.

મેં સાંભળ્યું છે કે રસ્તા પર ચાલતી વખતે બે જૂના મિત્રો મળ્યા. એક વૃદ્ધે ઉધરસ ખાઈને બીજા વૃદ્ધને પૂછ્યું, «કેમ ભાઈ, તમે છેલ્લા બે મહિનાથી દેખાતા નથી, તમારી તબિયત તો ઠીક છે?»

«અરે, મારી તબિયતને શું થયું છે!» બીજા વૃદ્ધે, તેની લાકડી પર ઝૂકીને, તેના મિત્રને ઈશારાથી એક ખૂણામાં બોલાવ્યો અને બબડાટ કર્યો, «બે મહિના જેલમાં વિતાવીને હું અહીં આવ્યો છું, સમજ્યા?».

«જેલમાં? તને શેની સજા થાઈ હતી?» પ્રથમ વૃદ્ધે આશ્ચર્ય સાથે કહ્યું.

«કોઈ સજા નહિ ભાઈ, મજા આવી ગઈ, મજા!» આનંદમાં, વૃદ્ધ માણસ તેની લાકડી પર ઝૂકી ગયો અને આંખ મીંચીને તેનું સંતુલન જાળવતો સમજાવવા લાગ્યો: «બે મહિના પહેલા, એક દિવસ એવું બન્યું કે હું બજારમાં જતી વખતે થાકીને અહીં બેઠો હતો, ત્યારે એક અપ્સરા

જેવી સુંદર યુવતી પોલીસવાળા સાથે આવી અને કહ્યું, ‹આ તે માણસ છે જેણે મારા પર બળજબરી કરીને મને ગર્ભવતી બનાવી હતી.› તેના આરોપે મને ખૂબ જ પસંદ પડ્યો, તેનાથી મને એટલો રોમાંચ થયો કે મેં ગુનો કબૂલ કરી લીધો.»

તમે કેટલી બધી વસ્તુઓ સ્વીકારી છે - સંપૂર્ણ રીતે જાણીને કે તે સાચી નથી. લોકો કહે છે કે તમે કેટલા સાચા અને પ્રામાણિક છો, કેટલા પ્રેમાળ અને વફાદાર છો, તમે કેટલા સુંદર છો - તમે ક્યારેય ના કહેતા નથી. હું આ પ્રેમની વાત નથી કરતો.

હું ઈચ્છું છું કે તમે તમારી જાતને ખરેખર પ્રેમ કરો, કારણ કે જ્યાં સુધી કોઈ વ્યક્તિ પોતાને પ્રેમ ન કરે ત્યાં સુધી તે બીજા કોઈને પ્રેમ કરી શકતો નથી. જ્યાં સુધી તમે ‹સ્વ-પ્રેમ›ને જાણતા નથી, ત્યાં સુધી તમે જાણતા નથી કે પ્રેમ શું છે. પરંતુ યાદ રાખો કે તમે તમારી જાતને પ્રેમ કરતા પહેલા, તમારે તમારી જાતને ઓળખવી પડશે, તમે કોણ છો તે જાણવું પડશે. પહેલા આત્મજ્ઞાન, પછી પ્રેમ. તેથી જ ધ્યાન પ્રાથમિક છે, પ્રેમ નંબર બે છે.

અને એક ચમત્કાર થશે, જ્યારે તમે તમારી જાતને ધ્યાન માં ડૂબાડવાનું શરૂ કરશો, ત્યારે તમે ધીમે ધીમે તમારા વ્યક્તિત્વ અને અહંકારની કેદમાંથી બહાર આવશો અને તમારા આત્માને, તમારા વાસ્તવિક અસ્તિત્વને જાણશો અને પછી પ્રેમ આપોઆપ થવા લાગશે. પ્રેમને પ્રગટ કરવા માટે તમારે કોઈ પ્રયત્નો કરવા પડશે નહીં, તે ફૂલની જેમ સરળતાથી ખીલશે. પણ પ્રેમના આ ફૂલને ખીલવા માટે એક ખાસ પરિવેશની જરૂર પડે છે, ખાસ વાતાવરણની જરૂર પડે છે; એ વાતાવરણને હું ધ્યાન કહું છું. જ્યાં મન શૂન્ય થઈ જાય છે, મનની બધી મૂંઝવણો દૂર થઈ જાય છે, અંદર શાંતિ હોય છે, મૌન હોય છે, બધું ચોખ્ખું અને સ્પષ્ટ હોય છે... તે વાતાવરણમાં તમે જોશો કે તમારી અંદર હજારો વિચારો સ્વયંભૂ ખીલ્યા છે. તેમની સુગંધનું નામ પ્રેમ છે.

સ્વાભાવિક રીતે તમે તમારી જાતને પહેલા પ્રેમ કરશો, કારણ કે પ્રથમ મુલાકાત તમારી સ્વયં સાથે જ થશે. સૌપ્રથમ તો તમે સજાગ થઇ જશો એ સુગંધ પ્રત્યે કે જે તમારી અંદરથી ફેલાઈ છે, એ આલોક પ્રત્યે કે જે ભીતરે જન્મે છે અને એ આનંદ પ્રત્યે કે જે તમારી ઉપર વરસવા લાગશે. પછી પ્રેમ કરવો તમારો સ્વભાવ બની જશે - પછી તમે ઘણાને પ્રેમ કરી શકશો, પછી તમે બધાને પ્રેમ કરી શકશો.

વાસ્તવમાં આપણે આપણી અજ્ઞાનતામાં જેને પ્રેમ સમજીએ છીએ તે માત્ર એક સંબંધ છે, સગપણ છે. અને આપણે આપણી જાગૃત અવસ્થામાં, આપણી સચેત સ્થિતિમાં એ જાણીએ છીએ, તે સગપણ કે સંબંધ નથી

રહેતો, તેની ગુણવત્તા પોતે જ બદલાઈ જાય છે. પછી એવું નથી કે «હું તને પ્રેમ કરું છું», «હું પ્રેમ છું» એમ કહેવું વધુ સારું રહેશે.

આ સૂક્ષ્મ તફાવત સમજવાનો છે. જ્યારે હું કહું છું «હું તને પ્રેમ કરું છું» તો શું હું તારા સિવાય બીજા બધાને પ્રેમ નથી કરતો? આ સમગ્ર અસ્તિત્વને? પ્રેમ જેટલો સંકુચિત થતો જશે તેટલો જ તે ચાર દીવાલોમાં કેદ થતો જશે. તેની પાંખો કપાઈ જશે અને તે ખુલ્લા આકાશમાં અને સૂર્યપ્રકાશમાં ઉડી શકશે નહીં. તેની સ્વતંત્રતા છીનવાઈ જશે અને તે સોનાના પિંજરામાં બંધ પક્ષી જેવો થઈ જશે. એ પાંજરું ભલે બહુ સુંદર અને મૂલ્યવાન હોય, પણ યાદ રાખજો કે પિંજરામાં કેદ થયેલું પક્ષી હવે એ જ પક્ષી નથી જેને તમે મુક્ત આકાશમાં વિહરતુ જોયું હતું.

પ્રેમ માટે સંબંધ હોવો જરૂરી નથી, તેને સંકુચિત બનાવવાની જરૂર નથી, બલ્કે તેને ફેલાવો, વિશાળ બનાવો. પ્રેમ તમારી આભા, તમારો મૂળ ગુણ, તમારો સ્વભાવ હોવો જોઈએ અને તમારો આત્મા બનવો જોઈએ. જેમ સૂર્ય કોઈ ખાસ વ્યક્તિ માટે તેના પ્રકાશ કિરણો ફેલાવતો નથી, તેવી જ રીતે પ્રેમ ધ્યાન દ્વારા પ્રસરે છે - કોઈ ચોક્કસ વ્યક્તિ માટે નહીં, પણ નામહીન, અજાણ્યા લોકો માટે...!

ચોક્કસપણે પહેલા તે પોતાની અંદર અનુભવાશે, પોતાના માટે અનુભવાશે, અને પછી તે ચારે બાજુ ફેલાવા લાગશે. પછી તમે માત્ર માણસોને જ નહીં પણ પક્ષીઓ અને વૃક્ષોને પણ પ્રેમ કરવા લાગશો. તમે ફક્ત પ્રેમ કરશો અને તમને પ્રેમ કરવામાં આવશે.

તમે પૂછો છો કે તમારી જાતને પ્રેમ કરવાનો અર્થ શું છે?

એનો અર્થ થાય છે - ધ્યાન, એનો અર્થ છે - સ્વયં બનવું; અને પછી કુદરત તમને પ્રેમની ભેટ આપશે.

બસ આ પંડિતો અને પૂજારીઓની વાત ન સાંભળો, તેઓ પ્રેમના દુશ્મન છે. તેઓ દુનિયાને પોતાની જાતને ધિક્કારવાનું શીખવતા આવ્યા છે, આખી દુનિયાને ધિક્કારવાનું શીખવતા આવ્યા છે, કારણ કે તેમની શિક્ષા હંમેશા રહી છે કે તમે પાપને કારણે જન્મ્યા છો અને તમે તમારા પાછલા જન્મોમાં કરેલા કુકર્મોનું ફળ, તમારા અશુભ કર્મોની સજા આ જન્મમાં ભોગવો છો. કોઈપણ ધર્મ આ જીવનને આનંદ અને ગર્વ સાથે, ભેટ તરીકે, ઈનામ તરીકે સ્વીકારતો નથી, તમે તેના માટે લાયક નથી, હકદાર અને દાવેદાર નથી, તમે તે કમાયા નથી.

તો પહેલી વાત, પંડિતો અને પૂજારીઓથી દૂર રહો, તેઓએ તમને જીવનના નકારાત્મક મૂલ્યો શીખવ્યા છે. અહીં મારો પ્રયાસ તમારી જીવનદાયી દ્રષ્ટિ પાછી લાવવાનો છે. આને હું સ્વયંને પ્રેમ કહું છું. તમારી જાતને પાપી ન સમજો. જો તમે તમારી જાતને પાપી માનો તો

તમે તમારી જાતને કેવી રીતે સ્વીકારશો? જો તમે તમારી જાતને પાપોનું પોટલું માનશો, લાખો-કરોડો જન્મોમાં કરેલા કુકર્મોના અપરાધથી ભરેલા માનો તો તમે તમારી જાતને કેવી રીતે પ્રેમ કરશો? સ્વાભાવિક રીતે તમે સ્વ-દ્વેષથી ભરાઈ જશો.

અને આ જ કરવાનો પ્રયાસ કરી રહ્યા છે તમારા પુરોહિતો, પાદરીઓ અને મૌલવીઓ - જીવનનો ત્યાગ કરવો, જીવનને ધિક્કારવું, સુખની નફરત કરવી, દરેક વસ્તુને નફરત કરવી. જો તમારે સ્વર્ગમાં પ્રવેશ કરવો હોય તો સર્વ સુખોનો ત્યાગ કરો. અને સ્વર્ગમાંથી કોઈ પાછો ફરતો નથી જે કોઈ સાબિતી આપી શકે. સ્વર્ગના અસ્તિત્વનો કોઈ પુરાવો નથી... આ બધું નકામું બકવાસ છે, નિરર્થકતાની કવાયત છે, જેમાંથી કોઈ નિષ્કર્ષ પર પહોંચી શકાતું નથી.

એક વૃદ્ધ પાદરી ‹પાપ›નો ઉપદેશ આપી રહ્યા હતા. તેણે ચર્ચના પ્રેક્ષકોને સમજાવ્યું કે «પાપ કૂતરા જેવા છે - લોભનો કૂતરો, આસક્તિનો કૂતરો, ઈર્ષ્યા, અભિમાન અને વાસનાનો કૂતરો. સ્વર્ગના રસ્તા પર તમે આ મોટા ઉગ્ર કૂતરાઓને મળશો, જે તમને સ્વર્ગમાં પ્રવેશવા દેશે નહીં. તેથી, તેઓ તમને સ્વર્ગમાં પ્રવેશતા અટકાવે તે પહેલાં તમે તેને એક એક કરીને ખતમ કરી નાખો. જોકે મને ખબર છે કે આ કામ અઘરું છે, પણ અશક્ય નથી. મેં મારી જાતે છેલ્લા કેટલાક વર્ષોમાં આ બધા શ્વાનો ને મારી નાખ્યાં છે. પહેલા લોભના કૂતરાને માર્યો, પછી ઈર્ષ્યાના કૂતરાને, અહંકારના કૂતરાને અને અંતે વાસનાના ભયંકર કૂતરાને માર્યો.

«ફાધર,» એક યુવાને ભીડમાંથી બૂમ પાડી અને વૃદ્ધ પાદરીને પૂછ્યું, «શું તમને ખાતરી છે કે આ છેલ્લો કૂતરો પોતાની મરજીથી મર્યો નથી?»

તમે તમારા સ્વભાવને બદલી શકતા નથી. જો તમે સરળ અને કુદરતી રીતે જીવો છો, તો પરિવર્તન થાય છે; ઘણું બદલાય છે. કામવાસના પણ અદૃશ્ય થઈ જાય છે, પરંતુ તમારા પ્રયત્નોને કારણે નહીં. જો તમે પ્રયત્ન કરશો તો તે આજુબાજુ ફરતો રહેશે. તમે તેને જેટલું દબાવશો, તેટલું વધુ તમે તેને મજબૂત બનતા જોશો. તમે તેને જેટલી સરળતા સાથે જીવશો, તેટલી જ તેને પાર કરી જવાની તકો વધશે.

રેડિયો પર ‹ફેઈથ હીલિંગ› કાર્યક્રમ આવી રહ્યો હતો. વૃદ્ધ મુલ્લા નસરુદ્દીન અને તેની પત્ની ગુલજાન બેઠેલા રેડિયો સાંભળતા હતા; ઘડપણમાં કંઈ કરવાનું બાકી નહોતું. તેની ઉપચાર પદ્ધતિ સમજાવ્યા પછી, હીલરે જાહેરાત કરી, «ભાઈઓ અને બહેનો, ભગવાનના આશીર્વાદથી તમે બધા સ્વસ્થ થઈ જશો. હવે તમારે ફક્ત એક હથેળી રેડિયો પર મૂકવાની છે, અને બીજી હથેળી તમારા શરીરના તે ભાગ પર જ્યાં તમે બીમાર છો.»

વૃદ્ધ મહિલા ઊભી થઈ, એક હાથ રેડિયો પર અને બીજો તેની સંધિવાથી પીડિત કમર પર મૂક્યો. વૃદ્ધ મુલ્લાએ એક હાથ રેડિયો પર અને બીજો હાથ તેના ગુપ્તાંગ પર મૂક્યો. વૃદ્ધ ગુલજાન એકાએક બૂમ પાડી, «અરે, તું શું કરે છે, તને શરમ નથી આવતી? શું તું ઘડપણમાં ગાંડો થઈ ગયો છે? અરે એ હીલર, માંદા અંગોને સાજા કરવાની વાત કરે છે, મૃત અવયવોને પુનર્જીવિત કરવાની નહિ!»

તમારા આંતરિક વિશ્વમાં સરળતાથી, કુદરતી રીતે, શાંતિથી જીવો. તમારા માટે થોડો સમય કાઢો - એકાંતમાં, મૌનમાં, તમારી અંદર જુઓ, તમારા મનના પડદા પર બનતા દ્રશ્યોના સાક્ષી બનો. ધીરે ધીરે વિચારો અદૃશ્ય થવા લાગે છે. ધીમે ધીમે એક દિવસ તમે જોશો કે મન એટલું શાંત, એટલું સ્થિર, એટલું તરંગ શૂન્ય થઈ ગયું છે કે જાણે તેનું અસ્તિત્વ જ નથી. માત્ર એક સન્નાટો... તે ક્ષણમાં તમે પોતે પણ નથી બચતા.

આ મૌનમાં તમે તમારી અંદર જીવનનો નવો આયામ શોધો છો. જીવનના એ પરિમાણમાં ક્રોધ બાકી નથી, લોભ બચ્યો નથી, હિંસા સમાપ્ત થાય છે, વાસના દૂર થાય છે.

અને આ બધા માટે તમને ક્રેડિટ નથી મળતી, આ તમારી કમાણી નથી. આ જીવનનું એક નવું પરિમાણ છે, મનની બહાર, જ્યાં માત્ર શુદ્ધ પ્રેમ જ રહે છે, શુદ્ધ સોનું. વાસના અને ઇચ્છાના કચરાથી મુક્ત; જ્યાં કરુણા કારણ વિના હોય, સ્વર્ગમાં કોઈ ઈનામ મેળવવાની ઈચ્છાથી નહિ; કારણ કે કરુણા તો પોતે જ તેનું પોતાનું ફળ છે, તેનું પોતાનું ઈનામ છે.

વળી ઊંડી ઈચ્છા પણ જન્મે છે, તે બધી સંપત્તિ વહેંચવા માટે, તે ખજાનો, જે તમે અંદરથી શોધ્યો છે. અગાશી પર ચડીને લોકોને બૂમ પાડવાની ઈચ્છા થાય છે, «તમે ગરીબ નથી, સ્વર્ગ તમારી અંદર છે. ભિખારી રહેવાની કોઈ જરૂર નથી, તમે જન્મજાત સમ્રાટ છો. તમારે ફક્ત તમારું રાજ્ય મેળવવાનું છે.»

તમારું રાજ્ય બહારની દુનિયામાં નથી, પરંતુ તમારી અંદર છે. તે તમારી અંદર હાજર છે, અને હંમેશા રહે છે. તે તમારા ઘરે પાછા ફરવાની રાહ જોઈ રહ્યું છે?

પ્રેમનું એવું પૂર આવશે કે તમે તેને તમારી અંદર સમાવી શકશો નહીં. તમે જોશો કે તે દસે દિશામાં વહેવા લાગ્યું છે. ફક્ત તમારી અંદર છુપાયેલી સુંદરતા, તમારી પ્રતિષ્ઠા, તમારી અંદરની સર્વોચ્ચ સંપત્તિ શોધો, પછી જીવન એક ગીત, આનંદનું ગીત બની જશે. એક નૃત્ય, એક ઉત્સવ, એક સતત ઉજવાતો મહોત્સવ લાગવા માંડે છે. અને એકંદરે તમારે જે કરવાનું છે તે એ છે કે જીવનને સમર્થન આપતી રીતે જીવવાની કળા શીખવી.

જીવન પ્રત્યે આદર અને સકારાત્મક દૃષ્ટિકોણ ધરાવતી વ્યક્તિને હું ધાર્મિક વ્યક્તિ કહું છું. જીવન વિશે અસ્વીકારથી ભરપૂર લોકો વિચારે છે કે તેઓ ધાર્મિક છે, પરંતુ તેઓ ધાર્મિક નથી. તેમની ઉદાસી દર્શાવે છે કે તેઓ અધાર્મિક છે. તેમની ગંભીરતા સાક્ષી આપે છે કે તેઓ ધાર્મિક નથી. જે માણસ સાચે જ ધાર્મિક હોય તે ગંભીર ન હોઈ શકે, તે તો પ્રફુલ્લિત, ખુશખુશાલ અને હસતો ખિલતો હોવો જોઈએ; તેને મજાકની સમજણ હોય, સૂઝબૂઝ હોય.

આ બ્રહ્માંડ આપણું છે, આપણું ઘર છે. આપણે અનાથ નથી, આ ધરતી આપણી માતા છે અને આકાશ આપણા પિતા છે. આ વિશાળ વિશ્વ આપણા માટે છે, અને આપણે તેના માટે છીએ. વાસ્તવમાં આપણા અને બીજા બધા અસ્તિત્વ વચ્ચે કોઈ વિભાજન નથી. આપણે જીવંત શરીરના અંગોની જેમ જોડાયેલા છીએ. આપણે એક જ ઓર્કેસ્ટ્રાના ભાગો છીએ. એક જ મ્યુઝિકલ ગ્રૂપના વિવિધ વાદ્યો છીએ.

હું અસ્તિત્વના આ સંગીતના અનુભવને એકમાત્ર ધર્મ, અધિકૃત ધર્મ તરીકે સ્વીકારું છું. આ ધર્મને કોઈ શાસ્ત્ર નથી; અને તેમની કોઈ જરૂર નથી. તેમ જ તેમાં ભગવાનની કોઈ મૂર્તિઓ નથી; અને પૂજા કરવા માટે કોઈ દેવતા નથી, કારણ કે તેને ખોટી કલ્પનાઓમાં કોઈ વિશ્વાસ નથી. તેની પાસે તો બસ એક જ સંપત્તિ છે - શાંતિ, મૌન - જેમાંથી અહોભાવ જન્મે છે, પ્રાર્થનાનો જન્મ થાય છે અને સમગ્ર અસ્તિત્વ ભગવત્તામાં રૂપાંતરિત થાય છે.

વ્યક્તિ જેવો ક્યાંય કોઈ પરમાત્મા નથી. પરમાત્મા તો દરેક જગ્યાએ વ્યાપ્ત છે - વૃક્ષો, પ્રાણીઓ, પક્ષીઓ, મનુષ્યો, બુદ્ધિશાળી લોકો અને બુદ્ધુમાં પણ. જ્યાં પણ જીવન છે, ત્યાં ભગવત્તા સિવાય બીજું કંઈ નથી - એની પાંખો ફેલાવીને સ્વતંત્રતામાં, ચેતનાની અંતિમ મુક્તિના આકાશમાં ઉડવા માટે તૈયાર.

હા, તમે તમારી જાતને પ્રેમ કરશો, અને તમે સમગ્ર અસ્તિત્વને પણ પ્રેમ કરશો.

●●

5

હાસ્યમાં ભગવત્તાની ઝલક

પ્રિય ઓશો,
તમારું હાસ્ય સાંભળવાની બહુ મજા આવે છે, તમારા જોક્સ કેટલા મસ્ત છે અને તમે કેટલા પ્યારા છો.
પ્રિય સદગુરુ, તમે હાસ્ય વિશે કંઈક કહેશો?

જ્યારે તમે ભૂખ્યા હોવ ત્યારે, તમે ખોરાક વિશે ચર્ચાઓ સાંભળવા માંગતા નથી, તમારે ખોરાક જોઈએ છે; અને જ્યારે તમે નદીમાં ડૂબતા હોવ ત્યારે તમે તરવાની કળા પર કોઈનું પ્રવચન સાંભળવા માંગતા નથી. દરેક વસ્તુ માટે યોગ્ય સમય અને યોગ્ય તકની જરૂર હોય છે, તો જ આપણે તેના વિશે વાત કરી શકીએ છીએ; પરંતુ હજુ પણ ગેરસમજણો થાય છે. હાસ્ય એક રહસ્યમય ઘટના છે; તેના વિશે ચર્ચા કરવાને બદલે, તેનો સ્વાદ અને અનુભવ કરવો વધુ સારું રહેશે.

પણ કુતૂહલ પેદા થાય છે કે આ હસવું છે શું? તમારી રમૂજની ભાવના એ તમારી અંદરનું સૌથી તેજસ્વી તત્વ છે. ભેંસ ક્યારેય હસતી નથી; અને યાદ રાખો, જો તમે હસતી ભેંસને મળો, તો તમે પાગલ થઈ જશો. પછી તમને યોગ્ય રીતે સાજાં કરવા મુશ્કેલ બનશે.

કોઈ પ્રાણી હસતું નથી; કારણ કે હસવા માટે ખૂબ જ તીક્ષ્ણ અને સંવેદનશીલ બુદ્ધિની જરૂર હોય છે જેનો ઉપયોગ કરી તમે ચોક્કસ પરિસ્થિતિ કે જેમાં હાસ્યાસ્પદ છે, તમે તેને જોઈ શકો છો, તમે તેને સમજી શકો છો.

જોક્સ શું છે? તેઓ ખૂબ જ ચતુરાઈથી એવી રીતે ગોઠવાયેલા છે કે તાર્કિક રીતે, બૌદ્ધિક રીતે તમે કોઈ ચોક્કસ દિશામાં વિચારવાનું શરૂ કરો, અને અપેક્ષા રાખવાનું શરૂ કરો કે હવે આ થશે, હવે તે થશે. બધું તમારી અપેક્ષાઓ મુજબ જ થાય છે, અને પછી અચાનક વળાંક આવે છે, અચાનક કંઈક એવું બને છે જેની તમે કલ્પના પણ ન કરી શકો. અને તે તમને હસાવશે. તમારી બૌદ્ધિક અપેક્ષાઓ સ્વયંભૂ તૂટી જવાની સૂક્ષ્મ આંતરિક પ્રક્રિયાનું આ પરિણામ છે. જો બધું તમે ધાર્યું હોય તે રીતે બહાર આવે, તો ફરીથી હસવું નહીં આવે. પણ જો તમે એવું કંઈક જોશો જેની તમે કલ્પના પણ ન કરી શકો... બધું બરાબર ચાલી રહ્યું હોય અને અંતે અચાનક કંઈક બીજું થાય, તો તમે તે ક્ષણે બધું ભૂલી જાઓ છો, બુદ્ધિ અને મન પાછળ રહી જાય છે.

સામાન્ય જીવનમાં હાસ્યનો જ એકમાત્ર અનુભવ છે કે જેમાં તમે મન નથી હોતા, અને હું તેનો ઉપયોગ તમને મનની પેલે પાર લઈ જવા માટે, મનની પેલે પાર જવા માટે, તમને ધ્યાનની ઝલક આપવા માટે કરું છું. માનવતાના સમગ્ર ઈતિહાસમાં કદાચ હું પ્રથમ વ્યક્તિ છું જે ધ્યાનની તૈયારી માટે ટુચકાઓનો ઉપયોગ કરી રહ્યો છે.

ઇસુ ક્યારેય હસ્યા ન હતા, બુદ્ધ ક્યારેય હસ્યા ન હતા, લાઓ ત્ઝુને ક્યારેય હસતા સાંભળ્યા ન હતા. તેઓ બધા ગંભીર લોકો હતા, અને ખૂબ જ ગંભીર કામમાં રોકાયેલા હતા.

રોબિનોવિચ મોસ્કોની એક રેસ્ટોરન્ટમાં પહોંચે છે અને વેઈટરને આદેશ આપે છે કે "એક કપ ચા અને 'પ્રાવદા'ની એક નકલ લઈ આવો." વેઈટર નમ્રતાથી જવાબ આપે છે, "હું હમણાં તમારા માટે ચાનો કપ લાવીશ, સાહેબ, પણ કૃપા કરીને મને માફ કરો. પ્રાવદા પ્રકાશિત થવાનું બંધ કરી દીધું છે કારણ કે સામ્યવાદી પક્ષને ઉથલાવી દેવામાં આવ્યો છે." 'પ્રાવદા' એ રશિયાની કમ્યુનિસ્ટ પાર્ટીનું મુખ્ય દૈનિક પેપર હતું.

"ઠીક છે, ઠીક છે," માણસે હસતાં હસતાં કહ્યું, "ચા લાવો."

બીજા દિવસે તે માણસ એ જ રેસ્ટોરન્ટમાં આવ્યો અને કહ્યું, "એક કપ ગરમ ચા અને આજનો પ્રાવદા." વેઈટરે ફરીથી પોતાનો જવાબ દોહરાવ્યો. ત્રીજા દિવસે પણ એવું જ થયું અને વેઈટર બોલ્યો, "સાહેબ, તમારી યાદશક્તિ ખૂબ નબળી છે. તમે બુદ્ધિશાળી અને ભણેલા-ગણેલા સજ્જન છો, હું તમને ખૂબ પસંદ કરું છું."

હું પુનરાવર્તન કરું છું કે સામ્યવાદી પક્ષની સત્તા સમાપ્ત થઈ ગઈ છે, અને પ્રાવદાનું પ્રકાશન પણ બંધ થઈ ગયું છે."

"હું જાણું છું, ભાઈ, હું બધું જ જાણું છું," માણસે ખુશીથી કહ્યું, "પણ આ વારંવાર સાંભળીને બહુ સારું લાગે છે!"

બે યહૂદીઓ કોફી હાઉસમાં બેઠા હતા, તેમના ભાવિ વિશે રડતા હતા. "આપણે કેટલા કમનસીબ છીએ," એકે કહ્યું, "પ્લેગ, નરસંહાર, જાતિ ભેદભાવ, એડોલ્ફ હિટલર... મુસીબતો પર મુસીબતો! જો આપણે ક્યારેય જન્મ્યા ન હોત તો સારું હોત."

"તમે સાચા છો," તેના મિત્રએ કહ્યું, "પરંતુ આવું સૌભાગ્ય ભાગ્યે જ કોઈને મળે છે... કદાચ પચાસ હજારમાંથી એકને."

સમજવાનો પ્રયત્ન કરો.

ઓફિસમાં મોડી રાત સુધી ન્યૂ યર પાર્ટી ચાલી રહી હતી, ત્યારે અચાનક વીજળી ડુલ થઈ ગઈ. અંધારાનો લાભ લઈને ઓફિસમાં એક ટાઈપિસ્ટ તેના પ્રેમીનો હાથ પકડીને બાજુના રૂમમાં લઈ ગઈ. થોડી જ વારમાં ભારે શ્વાસ લેતા તેઓ સોફા પર બેઠા હતા. પ્રેમીએ, ચુંબનનો વરસાદ વરસાવ્યો અને પ્રેમિકા ને જોશથી ભેટી પડ્યો, ત્યારે ટાઈપિસ્ટે તેને કાનમાં કહ્યું, "રમેશ, તેં પહેલાં ક્યારેય આવો પ્રેમ નથી કર્યો. શું તે નવા વર્ષની ખુશીને કારણે છે?"

"ના, નવા વર્ષને કારણે નહિ," પ્રેમીએ જવાબ આપ્યો, "કારણ કે હું નસરુદ્દીન છું, રમેશ નહીં."

જ્યારે તમે દિલથી હસો છો, ત્યારે મન અટકી જાય છે, કારણ કે મન હસી શકતું નથી. તેની રચના પોતે ખૂબ ગંભીર પ્રકૃતિની છે; તેનું કામ દુઃખી, માંદા, ઉદાસ અને ગંભીર રહેવાનું છે. જ્યારે તમે ખુલ્લેઆમ હસો છો, ત્યારે તે હાસ્ય તમારા મગજમાંથી નથી આવતું, તે તમારા મનની બહારથી, તમારા અંતરાત્મામાંથી આવે છે. મારી દ્રષ્ટિએ, બધા ધર્મો એક સૌથી મહત્વપૂર્ણ પરિમાણ ચૂકી ગયા છે, અને તે છે હાસ્યનું પરિમાણ. તેણે આખી દુનિયાને ગંભીર બનાવી દીધી છે.

હું ઈચ્છું છું કે મારા લોકો આ દુનિયાને હાસ્ય, ખુશી, ગીતો અને નૃત્યથી ભરી દે. આપણે કોઈ સ્વર્ગ નથી શોધી રહ્યા, આપણી આખી શોધ આ માટે છે કે અત્યારે જ અને અહીં જ સ્વર્ગ કેવી રીતે બનાવવું. કારણ કે મૃત્યુ પછી શું થશે તેની આપણને કોઈ ઉત્સુકતા નથી. જો આપણે અહીં સ્વર્ગનું સર્જન કરી શકીએ છીએ, તો જો આપણે ફરીથી નરકમાં મળીશું, તો આપણે ત્યાં પણ સ્વર્ગ બનાવીશું એ નિશ્ચિત છે.

બધા ધર્મો મારા લોકોની નિંદા અને ટીકા કરે છે, તેથી એક જ આશા છે કે આપણે નરકમાં જઈશું. પરંતુ હું ધર્મના તે ઠેકેદારોને ચેતવણી આપવા માંગુ છું કે મારા લોકોને નરકમાં ન મોકલો, નહીં તો તમને પસ્તાવો થશે, કારણ કે તેઓ તમારા સ્વર્ગ કરતાં નરકને વધુ સુંદર અને રસદાર બનાવી દેશે. તમારા સ્વર્ગમાં કોણ રહે છે - વૃદ્ધ, થાકેલા

સંતો, મહાત્માઓ, ક્ષીણ થઈ ગયેલા ઋષિઓ, ગંદા તપસ્વીઓ અને કંટાળાજનક લોકો કે જેઓ હસવાનું પણ નથી જાણતા.

મને પૂરો વિશ્વાસ છે કે જ્યારે મારા દસ લાખ સન્યાસીઓ નાચતા, ગાતા, ગિટાર વગાડતા અને તેમના જોક્સ સાથે હસતા નરકમાં પ્રવેશ કરશે ત્યારે ત્યાંનું સમગ્ર વાતાવરણ બદલાઈ જશે, સમગ્ર હવા બદલાઈ જશે. અને મને લાગે છે કે શેતાન પણ તમારી ઉજવણીમાં જોડાશે. તે પણ સંન્યાસ લઇ લેશે. તેનું નામ હશે - સ્વામી આનંદ શૈતાન.

●●

6

જાગો - અને મુક્ત થઈ જાઓ

પ્રિય ઓશો,
આ કદાચ મારા જીવનનો સૌથી મૂળભૂત અને અત્યંત મહત્વનો પ્રશ્ન છે. મારી અંદરની તમામ આકાંક્ષાઓમાં સૌથી મજબૂત અને સૌથી ઊંડી આકાંક્ષા છે -સ્વતંત્રતાની તરસ. વાસ્તવમાં, મેં મારા સમગ્ર જીવનની ઉર્જા આ મુદ્દા માટે સમર્પિત કરી દીધી છે, તેમ છતાં મને હજુ પણ સ્પષ્ટ સમજ નથી, વસ્તુઓ સ્પષ્ટ નથી. શું મુક્તિની ઈચ્છા મારા મનમાં એક રમત છે? મુક્ત થવા માટે મારે શું કરવું જોઈએ?
પ્રિય ઓશો, કૃપા કરીને સમજાવો કે મુક્તિ શું છે?

આ ચોક્કસપણે સૌથી મહત્વપૂર્ણ અને ખૂબ જ મૂળભૂત પ્રશ્નો પૈકીનો એક છે જે તમે પૂછી શકો છો. હું સતત તમારી સાથે સ્વતંત્રતા વિશે વાત કરું છું - જુદા જુદા દૃષ્ટિકોણથી, શક્ય તેટલા પાસાઓથી, તમામ સંભવિત અર્થોમાં; પણ એવું લાગે છે કે તમે મને ફક્ત તમારા કાનથી સાંભળ્યો છે, તમારા હૃદયથી ધ્યાનથી સાંભળ્યો નથી, તમે બરાબર સાંભળ્યું નથી.

તમે કહો છો કે અંદરની બધી ઈચ્છાઓમાંથી સૌથી ઊંડી અને પ્રબળ ઈચ્છા સ્વતંત્રતાની ઈચ્છા છે અને હું તમને હંમેશા કહેતો આવ્યો છું કે કેટલીક એવી વસ્તુઓ છે જેની ઈચ્છા કરી શકાતી નથી, જેને તમે તમારી ઈચ્છાનો, તમારી વાસનાનો પદાર્થ બનાવી શકતા નથી. સ્વતંત્રતા તેમાંથી એક છે. તે તમારો અંતિમ સ્વભાવ છે, તમારી પ્રકૃતિ છે -

તમારે તેને પ્રાપ્ત કરવાની જરૂર નથી, તમારે તેને પ્રાપ્ત કરવા માટે કંઈ કરવાની જરૂર નથી. તેને ઈચ્છા અને તરસથી ભરવાની જરૂર પણ નથી - કારણ કે તે પહેલેથી જ ઉપલબ્ધ છે, હાજર છે.

તમે મુક્ત જન્મ્યા છો, પણ તમે સાંકળોમાં બંધાઈને જીવો છો. અને યાદ રાખો કે તમે આ સાંકળો ખૂબ જ સ્વેચ્છાએ, ખુશીથી અને સ્વેચ્છાએ સ્વીકારી છે, કારણ કે તે સોનાની સાંકળો છે. આ સુવર્ણ સાંકળો પદ, પ્રતિષ્ઠા, શક્તિ અને સન્માનથી બનેલી છે, જે સુંદર ફૂલોથી ઢંકાયેલી છે. તમે તેમને સ્વેચ્છાએ સ્વીકાર્યા છે એટલું જ નહીં, પરંતુ તમે વધુ સાંકળો ઈચ્છો છો કારણ કે તમે તેમને આભૂષણ માનો છો. તમે વિચારો છો કે તેમને પ્રાપ્ત કરવું એ તમારા જીવનનો હેતુ, ધ્યેય, આદર્શ અને અર્થ છે. આ મુશ્કેલી છે.

પ્રશ્ન એ નથી કે સ્વતંત્રતા કેવી રીતે મેળવવી, સમસ્યા એ છે કે આ આભૂષણોમાંથી પોતાને જાતને કેવી રીતે મુક્ત કરવી? અને તમારે સમજવાની પ્રથમ વસ્તુ આ છે: સાંકળોને સાંકળો તરીકે ઓળખો, ઘરેણાં તરીકે નહીં; જેલને ઘર તરીકે નહીં, જેલ તરીકે જોવું; લગ્નને પ્રેમ નહીં પણ બંધન સમજવું. અને તમે આવી હજારો સાંકળોમાં બંધાયેલા છો. કોઈક રીતે તમે એમને ખેંચી રહ્યા છો, જીવન એક બોજ બની ગયું છે - એક ભાર, જેને તમે કોઈક રીતે મરઘટ સુધી ખેંચી જવાની આશામાં જીવી રહ્યા છો... દરેક ક્ષણ પહાડ જેવી લાગે છે, તેને કાપી શકાતી નથી, એવું લાગે છે કે જ્યારે તમને તેમાંથી છૂટકારો મળશે ત્યારે તમને રાહત મળશે!

એવું લાગે છે કે વિશ્વમાં માત્ર એક જ જગ્યા છે જ્યાં વ્યક્તિને શાંતિ અને આરામ મળી શકે છે. અને દરેક જગ્યાએ તમે તમારી જાતને સાંકળો અને જેલમાં જોશો, તેમના નામ અલગ હશે, સાંકળોના રંગ અને આકાર અલગ હશે. એવું બની શકે કે નવી હાથકડીઓની ડિઝાઇન જૂની હાથકડીઓથી તદ્દન વિરુદ્ધ હોય... એક ખ્રિસ્તી હિંદુ બને, અથવા હિંદુ ખ્રિસ્તી બને, તેઓએ ફક્ત તેમની જેલ બદલી, કંઈ બદલાયું નથી, કોઈ આત્મ રૂપાતરણ નથી, ચેતનાની સ્વતંત્રતા નથી. ફક્ત જૂના બંધનોની જગ્યાએ નવા પ્રકારની બેડીઓ આવી ગઈ.

અને યાદ રાખો કે નવી સાંકળો જૂની સાંકળો કરતાં વધુ ખતરનાક છે, કારણ કે જૂની સાંકળો ઘસાઈ જાય છે અને સરળતાથી તોડી શકાય છે. નવી સાંકળ વધુ મજબૂત હોય છે, વધુ કુશળતા અને કારીગરી સાથે બનાવવામાં આવી હોય છે-આધુનિક ટેક્નોલોજીથી બનેલી! જૂની સાંકળો હાથથી બનાવવામાં આવી હતી, એટલી હોશિયારીથી બનાવવામાં આવી

ન હતી, તેમાં કેટલીક ખામીઓ અને નબળાઈઓ હતી, તમે સરળતાથી તેમાંથી બહાર નીકળી શકતા.

પણ નવી સાંકળોનો મામલો કંઈક જુદો છે... જે લોકો તમારી છાતી પર બેઠા છે, જેમણે તમને કેદ કરી દીધા છે, એ પરોપજીવીઓએ તમામ દરવાજા, બારીઓ, બહાર નીકળવાની તમામ શક્યતાઓ બંધ કરી દીધી છે; દિવાલોમાં એક પણ સાંધો કે છિદ્ર બાકી નથી કે જેના દ્વારા મુક્ત આકાશ જોઈ શકાય... ચારે બાજુથી તેને બંધ કરવાની સંપૂર્ણ વ્યવસ્થા કરવામાં આવી છે. અને તમે પીડિત, પરેશાન, સડી રહ્યા છો.

તે ખૂબ જ આશ્ચર્યજનક છે કે જે મનુષ્ય ઉત્સવ ઉજવવા માટે જન્મે છે, તે ફક્ત દુઃખ અને ઉદાસીમાં જ જીવે છે.માણસ કરતાં વધુ નસીબદાર તો આ વૃક્ષો છે, જંગલી પ્રાણીઓ વધુ આનંદ માણે છે, આકાશમાં ઉડતા પક્ષીઓ વધુ ખુશ છે. એક માણસ જ છે જે તેની સાંકળોથી બંધાઈને ખેંચાઈ રહ્યો છે, અને દિવસે દિવસે તેનો બોજ વધુને વધુ ભારે થતો જાય છે.

સ્વતંત્રતાનો પ્રશ્ન જ નથી. મુક્ત કેવી રીતે બનવું તે ન પૂછો, તે તમને ખોટી દિશામાં લઈ જશે. તમે વિચારવા લાગશો કે મુક્તિ મેળવવા માટે શું પ્રયત્નો કરવા જોઈએ? તો પ્રથમ પગલું ખૂબ જ ખોટી દિશામાં હશે. ખરેખર પૂછો એમ કે આપણે આપણી સ્વતંત્રતા કેવી રીતે ગુમાવી?

તમે આઝાદીમાં જન્મ્યા છો - તો પછી તમે ગુલામ કેવી રીતે બન્યા? તમે મનુષ્યની જેમ જ જન્મ્યા છો - તો પછી તમે હિન્દુ, મુસ્લિમ કે ખ્રિસ્તી કેવી રીતે બન્યા?

અમેરિકાના એક અગ્રણી નવલકથાકારે મને પૂછ્યું હતું કે, મધ્ય પૂર્વમાં યહૂદીઓ અને આરબો વચ્ચે ચાલી રહેલા સંઘર્ષ વિશે તમારું શું માનવું છે? આનો ઉકેલ શું છે? અને ભવિષ્યમાં આના સંભવિત પરિણામો શું હોઈ શકે?

મેં તેમને વળતાં જવાબમાં લખાવ્યું કે, “હું તમારા પ્રશ્નનો જવાબ આપું તે પહેલાં, હું તમને એ સ્પષ્ટ કરવા માંગુ છું કે માનવતા જે પરિસ્થિતિમાં જીવી રહી છે તેના વિશે મારો વિહંગમ દૃષ્ટિકોણ શું છે. કારણ કે ઇઝરાયેલમાં યહૂદીઓ અને આરબો વચ્ચે જે થઈ રહ્યું છે તે કંઈ નવું નથી. આખી પૃથ્વી પર એજ થતું રહ્યું છે અને થઈ રહ્યું છે, માત્ર નામો અલગ છે, ક્યાંક હિન્દુ મુસ્લિમો અને ક્યાંક ખ્રિસ્તી યહૂદીઓ વચ્ચે, નામ અલગ-અલગ છે. લેબલો જુદાં છે, પણ એ જ હિંસા, એ જ હત્યા, એ જ પીડા, એ જ વેદના... અને લોકો તેમની વેદનાને વળગી રહે છે.”

તેથી મેં તેને કેટલીક મહત્વની વાતો કહી. સૌ પ્રથમ, જ્યાં સુધી ઈશ્વર છે ત્યાં સુધી માણસ શાંતિથી જીવી શકશે નહીં. તે ઈશ્વર છે

જે માનવતાને વિભાજિત કરે છે. તે માણસનો સૌથી મોટો દુશ્મન છે; અન્યથા વિચારો, હિંદુ અને મુસ્લિમ, ખ્રિસ્તી અને યહૂદીમાં શું તફાવત છે? ફરક માત્ર એટલો જ છે કે તેમની ઈશ્વરની વિષેની ધારણાઓ જુદી છે.

અને તે કલ્પનાઓ માત્ર અટકળો - માત્ર અટકળો કરતાં વધુ કંઈ નથી. ક્યાંય ઈશ્વર નથી, તેની કોઈ સાબિતી નથી, કે ક્યાંય કોઈ પુરાવા નથી. અને જો કોઈ કહે કે તેણે ઈશ્વરને જોયા છે, તો તે વ્યક્તિ વિક્ષિપ્ત છે. તને ભ્રમ છે, વહેમ થઈ ગયો છે. તેણે દિવાસ્વપ્નો જોવાનું શરૂ કર્યું છે, તેને મનોરોગ ચિકિત્સાની જરૂર છે. જો આપણે આપણા સાધુ સંતોની માનસિક સારવાર કરી હોત, તો માનવતા વધુ શાંતિથી જીવતી હોત.

આ ભગવાન તમારી સૌથી મોટી સાંકળ છે. શું તમે તેને ફેંકી દેવા માટે તૈયાર છો?

તમારા શાસ્ત્રો તમને વિભાજિત કરી રહ્યા છે, કારણ કે દરેક શાસ્ત્ર આગ્રહ કરે છે કે તે એકમાત્ર શાસ્ત્ર છે. આ અનિવાર્યપણે સંઘર્ષ ઉત્પન્ન કરે છે, મોટી સ્પર્ધાને જન્મ આપે છે. હિંદુઓ કેવી રીતે માની શકે કે બાઇબલ એક જ ધર્મગ્રંથ છે? વેદોને એકમાત્ર ધાર્મિક ગ્રંથો કહી શકાય કારણ કે તે વિશ્વના સૌથી પ્રાચીન ગ્રંથો છે અને તેની રચના ખુદ ભગવાન દ્વારા કરવામાં આવી છે. આ વાત કેટલી બધી મૂઢતા પૂર્ણ છે!

હિંદુ ધર્મના મહાન વિદ્વાનો સાથે ચર્ચા કરતી વખતે મેં તેમને પૂછ્યું કે તમે જે વેદ ભગવાને લખ્યા હોવાનો દાવો કરો છો તેના વિશે તમે ક્યારેય ઊંડો વિચાર કર્યો છે? જરા ધ્યાનથી જુઓ કે એમાં શું લખ્યું છે - જે લખ્યું છે એ પુરતો પુરાવો છે કે ભગવાન એ લખી શકતા નથી. તે અશક્ય છે. શું ભગવાન આવી વ્યર્થ બકવાસ લખશે?

અને મને આશ્ચર્ય થયું, ઓમકારનાથ મહારાજ જેવા મહાન વિદ્વાન, જેમને વેદના મોટા અધિકૃત માનવામાં આવે છે, તેઓ પણ મારો પ્રશ્ન સાંભળીને ચોંકી ગયા. તેણે કહ્યું, "મેં આ વિશે ક્યારેય વિચાર્યું નથી."

મેં તેને કહ્યું કે તને વેદના મહાન અધિકૃત છો. વેદોને ગમે ત્યાંથી, કોઈપણ પાનાથી ખોલો, હું તમને કોઈ ચોક્કસ પૃષ્ઠ, કોઈપણ અક્ષર ખોલવાનો આગ્રહ નથી કરતો - જે પણ ખુલે છે, તે જ વાંચો.

તેમની સામગ્રી પોતે તમારા માટે સાબિતી બની જશે કે તે ભગવાન દ્વારા લખવામાં આવી નથી.

તેમની બાજુમાં ઋગ્વેદની પ્રત રાખવામાં આવી હતી. તેણે તેને ઉપાડ્યો અને ખોલ્યો, શું તમે જાણો છો કે જે પૃષ્ઠ ખુલ્યું તેના પર શું લખ્યું હતું? તે આઘાતની સ્થિતિમાં હતો, લખ્યું હતું કે "એક બ્રાહ્મણ ભગવાનને પ્રાર્થના કરી રહ્યો છે" - હવે જરા વિચારો, ભગવાન આ

રીતે કેવી રીતે લખી શકે - "કે એક બ્રાહ્મણ ભગવાનને પ્રાર્થના કરે છે. હે ભગવાન! હું તમને ખૂબ પ્રાર્થના કરું છું, પણ તમે સાંભળતા નથી. છેવટે, ધીરજની પણ એક હદ હોય છે. આ વખતે તમારે મારી પ્રાર્થના સાંભળવી પડશે; આ વર્ષે તમે તમારા વાદળોમાંથી ફક્ત મારા ખેતર પર પાણી વરસાવશો. દુશ્મનના ખેતરોમાં નહીં." શું ભગવાન આવી નિમ્ન વાત લખશે? ચોક્કસ કોઈ મૂર્ખ બ્રાહ્મણે આ પ્રાર્થના લખી છે, આ એક સ્વયંસ્પષ્ટ પુરાવો છે.

પરંતુ તેમ છતાં તેણે તે જ ચાલુ રાખ્યું. બે વર્ષ પછી જ્યારે હું તેને ફરીથી મળ્યો ત્યારે મેં પૂછ્યું, "તમે હજુ સુધી આ ગંદો ધંધો બંધ કર્યો નથી?"

તેણે કહ્યું, "જ્યારે હું તમને મળુ ત્યારે મને ઊંડો ડર લાગે છે." મેં તેને પૂછ્યું, "તમે શા માટે ડરો છો? માત્ર એટલા માટે તો નહીં ને કે તમે લોકોને મૂર્ખતાપૂર્ણ વસ્તુઓ શીખવી રહ્યા છો."

બાઇબલ અશ્લીલતાથી ભરેલું છે - તેના પાંચસો પાના લૈંગિકતાથી ભરેલા છે. જ્યારે મેં આ કહ્યું, ત્યારે દસ ખ્રિસ્તી સંગઠનો તરત જ એકઠા થયા અને કાનપુરના ન્યાયાધીશને મારી સામે એવું ધરપકડ વોરંટ બહાર પાડવા દબાણ કર્યું કે મને જામીન પણ ન મળી શકે. પરંતુ મારી પાસે દરેક જગ્યાએ મારા પોતાના લોકો છે, જે આવી વસ્તુઓ સામે લડવા તૈયાર છે. તેણે તરત જ અલ્હાબાદ હાઈકોર્ટમાંથી સ્ટે ઓર્ડર જારી કર્યો કે, "આ વોરંટ એકદમ પાયાવિહોણું છે. કમસેકમ ન્યાયાધીશે પહેલા બાઈબલ વાંચવું જોઈએ."... અને હું કોર્ટ સમક્ષ તે પાંચસો પાના રજૂ કરવા તૈયાર છું જે ગંદી જાતીય બાબતોથી ભરેલા છે. અને આશ્ચર્યજનક રીતે, યહૂદીઓ અને ખ્રિસ્તીઓ બંને ઓલ્ડ ટેસ્ટામેન્ટને પવિત્ર ગ્રંથો તરીકે બોલાવવાનું ચાલુ રાખે છે, જે ભગવાન દ્વારા બનાવવામાં આવ્યું હતું. લાગે છે... આ ભગવાન અશ્લીલ સાહિત્યકાર છે કે 'પ્લે બોય' જેવા ગંદા મેગેઝીનના તંત્રી મંડળના સભ્ય છે?

આ બધી સમસ્યાઓ છે. દરેક પ્રોફેટ, દરેક મસીહા, દરેક અવતાર અને દરેક તીર્થંકર દાવો કરે છે કે માત્ર તે જ સાચા છે, બાકીના બધા ખોટા છે. તમે વિચારી શકો કે માત્ર સામાન્ય દુન્યવી લોકો જ એકબીજા સાથે સ્પર્ધા કરે છે; આ સાચું નથી – તમારા કહેવાતા મહાપુરુષો એવી વાહિયાતતા સાથે પરસ્પર સ્પર્ધામાં વ્યસ્ત છે કે તમે તેના પર વિશ્વાસ કરશો નહીં. જો તમે કોઈપણ પૂર્વગ્રહ વિના જોશો તો તમે વિશ્વાસ કરી શકશો નહીં.

શા માટે ત્યાં ઘણા યુદ્ધો છે? શા માટે આટલું ગાંડપણ અને માનસિક બીમારી છે? માનવતાની પરાકાષ્ઠાએ પણ આ ધરતીએ જે મહાન પુત્રો

ઉત્પન્ન કર્યા છે, તે ખૂબ જ બાલિશ વર્તન કરે છે. ઈસુને ઈશ્વરના એકમાત્ર પુત્ર તરીકે જાહેર કરવામાં આવ્યા છે. સ્વાભાવિક રીતે તેઓ ગૌતમ બુદ્ધ, લાઓ ત્ઝુ, કન્ફ્યુશિયસ, બાસો અથવા બોધિધર્મને પિતરાઈ તરીકે પણ સ્વીકારી શકતા નથી. તેમનો ખૂબ જ વિચિત્ર અને સાંકડો પરિવાર છે! તેમાં કોઈ સ્ત્રી પણ નથી. અને સાચું કહું તો સ્ત્રી એ પરિવારનો આધાર અને કેન્દ્ર છે. સ્ત્રી વિના મકાન હોઈ શકે, પણ ઘર ન હોઈ શકે. તે ખૂબ જ વિચિત્ર કુટુંબ છે - પિતા ભગવાન, પુત્ર ઈસુ ખ્રિસ્ત અને એક વિચિત્ર પ્રાણી - મને ખબર નથી કે આ 'પવિત્ર ભૂત' કોણ છે? તે સ્ત્રી છે કે પુરુષ? કોઈ જાણતું નથી. પરંતુ આ તેમની 'ટ્રિનિટી' છે; અને આ ત્રણ વ્યક્તિઓ આખી દુનિયાની છાતી પર સવાર છે.

સદીઓથી, શાણા ખ્રિસ્તીઓ ઇચ્છતા હતા કે સ્ત્રીઓને કમસેકમ એક સ્થાન મળવું જોઈએ. પરંતુ પુરુષોનું અહંકારી મન એવું હોય છે કે તેઓ આ વાત સ્વીકારી શકતા નથી. ઇસુની માતા પણ આ પવિત્ર પરિવારમાં સમાવી શકાતી નથી. સ્ત્રીને આટલો ઊંચો દરજ્જો આપવો યોગ્ય નથી, શ્રેષ્ઠતાની સીડી પર ચઢવું તેના માટે સ્વીકાર્ય ન હોઈ શકે. તેઓ ખ્રિસ્તીઓ અને સાચા ધાર્મિક લોકોની જેમ મહાવીર અને બુદ્ધનું મહત્વ કેવી રીતે સ્વીકારશે? આ બધી સમસ્યાઓ છે જે સદીઓથી માનવતાને પરેશાન કરી રહી છે.

સમગ્ર મધ્ય પૂર્વ મુસ્લિમ હોવાથી આ સમસ્યા ખાસ કરીને ઈઝરાયેલમાં આબેહૂબ સ્વરૂપ ધારણ કરી ચૂકી છે.

યહુદી ધર્મ ચાર હજાર વર્ષ જૂનો છે, ખ્રિસ્તી ધર્મ બે હજાર વર્ષ જૂનો છે, પરંતુ ઇસ્લામ માત્ર ચૌદસો વર્ષ જૂનો છે. તેથી, હઝરત મોહમ્મદના જન્મના ઘણા સમય પહેલા, યહૂદીઓ અરેબિયામાં પ્રવેશી ચૂક્યા હતા અને તેમના પગ જમાવી લીધા હતા. પછી ખ્રિસ્તીઓ આવ્યા, અને તેમના મૂળ સ્થાપિત કર્યા.

અને તમે જાણો છો કે મુશ્કેલી શું છે - એક પથ્થર, એક ખાસ ખડક, જે સોલોમનના વિશાળ યહૂદી મંદિરનું કેન્દ્ર હોવાનું કહેવાય છે... મંદિરને ઘણા સમય પહેલા યહુદી ધર્મના વિરોધીઓ દ્વારા નષ્ટ કરવામાં આવ્યું હતું, હવે ફક્ત તે જ ખડક બાકી છે, જે મંદિરની મધ્યમાં સ્થિત હતી, તેને 'રોક ઓફ ધ ડોમ' કહેવામાં આવે છે.

તેથી યહૂદીઓ કહે છે કે તે તેમનું તીર્થ સ્થળ છે કારણ કે તેમનું પ્રાચીન અને વિશાળ મંદિર ત્યાં સ્થિત હતું, અને ખ્રિસ્તીઓ દાવો કરે છે કે ઈસુને ત્યાં ક્રોસ પર ચડાવવામાં આવ્યા હતા, તેથી તે તેમનું પવિત્ર સ્થળ છે, તેમનું તીર્થ સ્થળ - યહૂદી નહીં, પરંતુ ખ્રિસ્તી અને પછી ત્રીજો હરીફ આવે છે, એક ખૂબ જ વિચિત્ર વાર્તા...

ઈસુના 600 વર્ષ પછી, મોહમ્મદે એક નવો ધર્મ સ્થાપ્યો, કારણ કે આરબોનો પોતાનો કોઈ ધર્મ નહોતો. તેઓ વિચરતી જાતિના હતા, ભટકતા હતા, તેમનો કોઈ સંગઠિત ધર્મ નહોતો. મોહમ્મદે તેમને મુસ્લિમ ધર્મના નામે સંગઠિત કર્યા. તેઓ પોતે આરબ નિવાસી હોવાથી જાહેર માનસ પર તેમની ઊંડી અસર પડી હતી. તેણે એક દિવસનો પણ આરામ લીધા વિના આખી જીંદગી - યુદ્ધ માત્ર યુદ્ધ - લડવાનું ચાલુ રાખ્યું. અને તેનો સંદેશ તેની તલવાર પર લખાયેલો હતો કે “શાંતિ મારો સંદેશ” - તલવાર પર શાંતિનો સંદેશ!

જ્યોર્જ બર્નાર્ડ શૉ એ ખોટું નહોતા કહેતા કે દુનિયા દરેક પ્રકારના વિકૃત લોકોની પકડમાં છે. જો શાંતિ તમારો સંદેશ છે - અને અલબત્ત તેમને સંપૂર્ણ વિશ્વાસ હતો કે શાંતિ તેમનો સંદેશ છે, પરંતુ તેમની શરતો પૂરી કરવી પડશે. જો આખી દુનિયા મુસ્લિમ બની જશે તો સર્વત્ર શાંતિ રહેશે. પરંતુ આ કેવી રીતે શક્ય બનશે? મોહમ્મદે મુસ્લિમ ધર્મ અથવા મોહમ્મદવાદનું નામ આપ્યું નથી, તેણે તેમના ધર્મને જે નામ આપ્યું છે તે છે ‘ઈસ્લામ’ એટલે કે શાંતિ. પરંતુ એ અદ્ભુત શાંતિ હતી કે શાંતિનો સંદેશો આપનાર પયગંબર પોતે જીવનભર હત્યાઓ કરતા રહ્યા, ખૂનામરકી અને હત્યાઓ કરતા રહ્યા અને તેમના મૃત્યુ પછી પણ તેઓ એક મોટી ખલેલ છોડી ગયા. તેમના મૃત્યુની વાર્તા પણ ખૂબ રમુજી છે!

ઘણા અવતારો, તીર્થંકરો, મસીહાઓ, પયગંબરો અને ઘણા જાગૃત પુરુષો આ પહેલા મૃત્યુ પામ્યા છે, પરંતુ મોહમ્મદે મરવાની પોતાની આગવી રીત પસંદ કરી. તે સામાન્ય મૃત્યુ પામ્યા ન હતા, હકીકતમાં તે બિલકુલ મૃત્યુ પામ્યા ન હતા, તે ફક્ત જીવંત સ્વર્ગમાં ગયા હતા, અને એકલા નહીં, તેના ઘોડા પર સવાર થઈને! જ્યારે તે ઘોડા પર સ્વર્ગ તરફ જઈ રહ્યો હતો, ત્યારે તે થોડીવાર આરામ કરવા માટે તે ખડક પર રોકાઈ ગયો. તેઓને આરામ કરવાની બીજી કોઈ જગ્યા મળી ન હતી!

તેથી હવે તે ખડક ત્રણ ધર્મો વચ્ચે સંઘર્ષનું કારણ બની ગયું છે.

યહુદી ધર્મ માલિકીનો દાવો કરે છે. યહૂદીઓ તેના માટે મરવા તૈયાર છે. લાખો યહૂદીઓએ પોતાના જીવ ગુમાવ્યા છે. ખ્રિસ્તી કે

તેઓ ‘રોક ઓફ ધ ડોમ’ને કબજે કરવા માટે સતત જેહાદ ચલાવી રહ્યા છે અને ધાર્મિક યુદ્ધોમાં રોકાયેલા છે. અને તે સ્થળ, સમુદ્રમાં એક ટાપુની જેમ, ચારે બાજુથી મુસ્લિમોથી ઘેરાયેલું છે, જેઓ દાવો કરે છે કે તે તેમનો પવિત્ર પથ્થર છે, કારણ કે હઝરત મોહમ્મદ, વિશ્વમાંથી અંતિમ રજા લેતી વખતે, સ્વર્ગ તરફ ઘોડા પર સવારી કરતી વખતે તે પથ્થર પર થોડો સમય રોકાઈ ગયા હતા.

આ ચૌદસો વર્ષો દરમિયાન, લગભગ દરરોજ યુદ્ધ ફાટી નીકળ્યું, અને પ્રથમ વિશ્વ યુદ્ધના અંતે, ઇંગ્લેન્ડ અને અમેરિકા, બંને ખ્રિસ્તી દેશોએ મળીને યહૂદીઓ સામે ખૂબ જ કદરૂપું પગલું ભર્યું.

યહૂદીઓ એ જાતિઓમાંની એક છે જેણે સૌથી વધુ સહન કર્યું છે. ચોક્કસપણે તેમના દુઃખમાં તેમનો પોતાનો હિસ્સો છે, તેમનું પોતાનું યોગદાન છે - તેણે સૌથી વધુ સહન કર્યું કારણ કે તે તે જ હતો જેણે સૌપ્રથમ દાવો કર્યો હતો કે “અમે ભગવાનના પસંદ કરેલા લોકો છીએ, ચયન કરેલા લોકો છીએ, અને વિશ્વ પર શાસન કરવાનો આપણો જન્મસિદ્ધ અધિકાર છે. અન્ય માનવ જાતિઓ ખૂબ જ નીચા ક્રમની છે, ખૂબ જ હલકી ગુણવત્તાની છે.”

યહૂદીઓની શ્રેષ્ઠતાનો આ વિચાર હંમેશા દરેકને ઉશ્કેરે છે અને ઉકસાવે છે. યહૂદીઓ સતત માર્યા ગયા. એડોલ્ફ હિટલરે એકલાએ 60 લાખ યહૂદીઓની હત્યા કરી હતી. અને આ ચાલે છે... પરંતુ અમેરિકા અને ઈંગ્લેન્ડે મળીને જે કાવતરું ઘડ્યું છે તે છેડછાડની ટોચ છે. યહૂદીઓ પણ તેમના કાવતરાને સમજી શક્યા નહીં.

જેરુસલેમ, જ્યાં તે ખડક સ્થિત છે, અને જ્યાં બીજા વિશ્વ યુદ્ધ પછી આજે ઇઝરાયેલનો નાનો દેશ છે; તે જગ્યા સદીઓ પહેલા મુસ્લિમોના કબજામાં આવી ગઈ હતી. ઇઝરાયેલ ક્યારેય અસ્તિત્વમાં ન હતું. પેલેસ્ટાઈન રાજ્ય અને જેરુસલેમ બીજા વિશ્વ યુદ્ધ દરમિયાન અમેરિકન અને બ્રિટિશ દળોના નિયંત્રણ હેઠળ હતા. અમેરિકાએ તમે કલ્પના કરી શકો તે સૌથી ગંદી રાજકીય યુક્તિ રમી. પોતાની સેનાઓની મદદથી તેણે યહૂદીઓ માટે એક નવું રાષ્ટ્ર બનાવ્યું, જેનું નામ ઈઝરાયેલ હતું.

હઝરત મુસાના સમયે યહૂદીઓ પાસે પોતાની જમીન હતી, પરંતુ બાદમાં મુસ્લિમોએ તે હડપ કરી લીધી. પછી ઘણી સદીઓ સુધી તેનો કોઈ પત્તો લાગ્યો ન હતો. જો કે ખ્રિસ્તીઓએ તેને પાછું મેળવવા માટે તેમના શ્રેષ્ઠ પ્રયાસો કર્યા, તેઓ નિષ્ફળ ગયા. યહૂદીઓ પણ નિષ્ફળ ગયા. તેઓ સફળ ન થઈ શક્યા કારણ કે માત્ર છ ટકા જમીન જ યહૂદીઓની માલિકીની હતી, બાકીની ચોવીસ ટકા જમીન મુસ્લિમોની હતી. આવી સ્થિતિમાં ઇઝરાયેલને સ્વતંત્ર દેશ તરીકે કેવી રીતે માન્યતા આપી શકાય? પરંતુ હથિયારોની મદદથી તેઓ એક નવો દેશ બનાવવામાં સફળ થયા.

તે એક મોટું ષડયંત્ર હતું અને મારા સિવાય બીજા કોઈએ કદાચ તેના પર આંગળી ન ઉઠાવી હોય. હું ઘણી વાર ઘણી પરિસ્થિતિઓમાં મારી જાતને એકલી જોઉં છું. અને ક્યારેક મને લાગે છે કે હું એવી બાબતો વિશે બિનજરૂરી ચિંતા કરું છું જેના વિશે લોકો વિચારતા પણ નથી.

મારી સમજણ એ છે કે અમેરિકા અને બ્રિટન બંને ખ્રિસ્તી દેશોએ મળીને યહૂદીઓ માટે એક નવું રાષ્ટ્ર બનાવ્યું જેથી યહૂદીઓ અનંતકાળ સુધી મુસીબતોથી ઘેરાયેલા રહે. આ એક ખૂબ જ સારા પ્રકારની છેતરપિંડી અને મુત્સદ્દીગીરી હતી.

બ્રિટન અને અમેરિકા તેમની પડખે છે, એમને મદદ કરી રહ્યા છે અને સદીઓથી તેઓની ઈચ્છા હતી તે જમીન તેમને પાછી આપી છે એમ અનુભવીને યહૂદીઓ ખુશ હતા. અને અમેરિકાએ એક કાંકરે બે પક્ષીઓને માર્યા.

યહૂદીઓ અમેરિકામાં સૌથી વધુ સમૃદ્ધ લોકોમાંના એક છે, તેથી ત્યાંની સંસદમાં તેમનો ઘણો પ્રભાવ છે. તેમની પોતાની લોબી છે. અને રાજકારણીઓ તેમની ચૂંટણીઓ માટે ભંડોળ પૂરું પાડવા માટે ધનિકોના સમર્થન અને નાણાકીય યોગદાન પર આધાર રાખે છે, તેથી તેઓ યહૂદીઓની અવગણના કરી શકતા નથી. તેમના મહત્વને નકારી શકાય તેમ નથી. તેમની પાસે પુષ્કળ પૈસા છે - તેથી અમેરિકન રાજકારણીઓને તેમનો પક્ષ લઈને તેમની પાસેથી પૈસા એકત્રિત કરવાની આ સારી તક મળી.

તે યહૂદીઓ માટે ઇઝરાયેલ રાષ્ટ્ર બનાવવામાં સફળ થયો, પરંતુ તેણે મુસ્લિમો સાથે બળજબરી દ્વારા સફળતા પ્રાપ્ત કરી. મુસ્લિમો આ સહન કરી શકતા નથી. તેઓ ખૂબ જ હિંસક અને અસહિષ્ણુ લોકો છે, તેઓ આ અપમાનને બિલકુલ સ્વીકારી શકતા નથી - તેથી જ ત્યાં સતત યુદ્ધ ચાલે છે.

ઈઝરાયેલે અમેરિકા પાસેથી યુદ્ધ સામગ્રી ખરીદવી પડે છે અને ઈઝરાયેલની સુરક્ષા માટે અમેરિકન યહૂદીઓએ સતત લાખો ડોલર મોકલવા પડે છે. આ રીતે, અમેરિકાએ એડોલ્ફ હિટલર કરતાં વધુ યહૂદીઓનો નાશ કરવામાં સફળતા મેળવી છે, એક જ ઝાપટામાં નહીં, પરંતુ ધીમે ધીમે એવી હલાલની પરિસ્થિતિ ઊભી કરી છે, જે સદીઓ સુધી ચાલશે... જ્યાં સુધી ઇઝરાયેલમાં એક પણ યહૂદી જીવિત હશે.

અને યાદ રાખો, કોઈપણ દિવસે અમેરિકન નેતાઓ તેમને ટેકો આપવાનું બંધ કરી શકે છે, તેઓએ સમર્થન માટે જે હાથ લંબાવ્યો છે તે પાછો ખેંચી શકે છે.

ઇઝરાયેલમાં તેઓએ યહૂદીઓ માટે નરક બનાવ્યું છે, અને એટલી સુંદર રીતે કે માર્ટિન બ્રેવર જેવા તેજસ્વી યહૂદીને પણ શંકા નથી. હું એકમાત્ર એવો માણસ છું જે દુનિયાને કહેવા માંગુ છું કે આ રાજકીય ચાલાકી છે.

ઇંગ્લેન્ડ અને અમેરિકા યહૂદીઓને સમર્થન આપતા નથી અને તેનો સ્પષ્ટ પુરાવો એ છે કે વેટિકન પોપે ઇઝરાયેલને સાર્વભૌમ દેશ તરીકે માન્યતા આપી નથી, તેને સ્વતંત્ર રાષ્ટ્ર તરીકે સ્વીકાર્યું નથી. એક તરફ, ખ્રિસ્તી ધર્મ તે દેશને કોઈ માન્યતા આપતો નથી, અને બીજી તરફ, તેઓએ ઇઝરાયેલને એવી જગ્યા બનાવી છે જ્યાં તે ચારે બાજુથી મુસ્લિમોથી ઘેરાયેલું છે, જેથી યહૂદીઓનો નાશ અને હત્યા ચાલુ રહે.

યહૂદીઓએ એક માણસ, ઈસુને વધસ્તંભે ચડાવ્યો તેના બદલે, છેલ્લા બે હજાર વર્ષોમાં ખ્રિસ્તીઓએ લાખો યહૂદીઓને વધસ્તંભે ચડાવ્યા છે, જેઓ ઈસુ જેવા જ નિર્દોષ હતા, પરંતુ તેમના સમકાલીન લોકો દ્વારા માર્યા ગયા હતા. બે હજાર વર્ષ પછી, આ ગરીબ યહૂદીઓએ ઈસુને વધસ્તંભે જડેલા યહૂદીઓ સાથે શું કરવું જોઈએ? પરંતુ તેને રશિયામાં ત્રાસ આપવામાં આવ્યો, જર્મનીમાં સતાવણી કરવામાં આવી. તેઓ જ્યાં રહેતા હતા, ત્યાં તેમને હેરાન કરવામાં આવતા હતા. અને ઈઝરાયેલના નામે જે કંઈ કરવામાં આવ્યું હતું તે છેતરપિંડીની પરાકાષ્ઠા છે; ઇઝરાયેલ ફરીથી લુપ્ત ન થાય ત્યાં સુધી - તેમને કાયમ માટે ત્રાસ આપવાનું કાવતરું ઘડવામાં આવ્યું છે.

તેથી મેં મારો જવાબ ટોમ રોબિન્સને મોકલ્યો, કારણ કે તે એક પુસ્તક લખી રહ્યો છે, અને તેણે પૂછ્યું કે આ અંગે મારો પરિપ્રેક્ષ્ય શું છે. હું જાણું છું કે તેઓ આશ્ચર્યચકિત થશે, કારણ કે કોઈએ ક્યારેય કહ્યું નથી કે ઇઝરાયેલ એ યહુદીઓને ખતમ કરવાનું ખ્રિસ્તી રાજકારણીઓનું ષડયંત્ર છે - તે પણ પ્રત્યક્ષ રીતે નહીં, પરંતુ આડકતરી રીતે એવી પરિસ્થિતિ ઊભી કરીને કે જેમાં મુસ્લિમો યહૂદીઓનો નાશ કરશે અને ખ્રિસ્તીઓ તેમના ખોટા પ્રેમનું મહોરું પહેરવાનું ચાલુ રાખશે કે આપણે આપણા દુશ્મનોને એ હદે મદદ કરવાનું ચાલુ રાખીએ છીએ કે આપણે ઈસુના સિદ્ધાંતનું પાલન કરવાનું ચાલુ રાખીએ.

તેઓ યહૂદીઓની મદદ માટે પૈસા અને શસ્ત્રો આપી રહ્યા છે, જો કે તે શસ્ત્રો હવે જૂના થઈ ગયા છે, તેને કોઈપણ રીતે સમુદ્રમાં ફેંકી દેવા પડશે, તે ઇઝરાયેલને આપી દેવું વધુ સારું છે. અને કારણ કે તેઓ ઇઝરાયેલને ટેકો આપવા માંગે છે. તેઓ દંભ બતાવી રહ્યા છે, અમેરિકામાં રહેતા યહૂદીઓ અમેરિકન રાજકારણીઓને તેમનો સહકાર અને સમર્થન આપી રહ્યા છે. આ રીતે, અમેરિકન રાજકારણીઓ અમેરિકન યહૂદીઓ અને ઝિઓનિસ્ટ્સના પૈસા અને મતોનું શોષણ કરી રહ્યા છે.

યોગાનુયોગ, ગઈકાલે જ્યારે હું ટોમ રોબિન્સને એક પત્ર લખી રહ્યો હતો, ત્યારે આ સમાચાર આવ્યા... અમે ઓરેગોન સુપ્રીમ કોર્ટમાં એક

કેસ લડી રહ્યા હતા તે સાબિત કરવા માટે કે ઓરેગોનમાં અમારું કોમ્યુન સંપૂર્ણપણે ગેરકાયદેસર રીતે નાશ પામ્યું હતું, અને સરકાર કોઈપણ કારણ વગર તે જમીન પર કબજો કરી રહી છે. અને અમે સુપ્રીમ કોર્ટમાં કેસ જીતી ગયા. સર્વોચ્ચ અદાલતે ખાસ કરીને સ્પષ્ટ કર્યું કે કોમ્યુનિટીની જમીન અને અન્ય મિલકતો સરકાર માટે કબજે કરવી તે સંપૂર્ણપણે ગેરકાયદેસર છે... જેથી તે જમીન અને મિલકત ફરી અમારા હાથમાં આવી ગઈ છે.

મેં ટોમ રોબિન્સને કહ્યું કે મારું સૂચન એ છે કે જો તમે ખરેખર યહૂદીઓને મદદ કરવા માંગતા હો, તો ઓરેગોન તેમને સમર્પિત થવું જોઈએ - નવા ઇઝરાયેલની જેમ! ઈઝરાયેલ મુસલમાનોનું છે, તેમને પરત કરો, તેમની જમીન હડપ કરવી એ અણસમજુ અને શરમજનક પગલું છે.

યહૂદીઓને ઇઝરાયેલથી ઓરેગોનમાં સ્થાનાંતરિત કરો. શરૂઆતમાં, હું અને મારા સાધુઓ અમારા સમુદાયની જમીન આપવા તૈયાર છીએ. તે જમીન ઓછામાં ઓછા એક લાખ લોકોના રહેવા માટે પૂરતી છે. આ ઉપરાંત, ત્યાંની તમામ સ્થાવર અને જંગમ મિલકતો છે - અમારા તમામ મકાનો, હોટલો, રસ્તાઓ, તળાવો અને ખેતરો - અમારી પાસે જે બધું છે તે રાંચો રજનીશમાં છે, અમે મિત્રતાની ભાવનાથી, કોઈપણ કિંમત વિના તેમને આપવા તૈયાર છીએ; માત્ર એક જ શરત સાથે કે નવા ઈઝરાયેલની રાજધાની 'રાંચો રજનીશ' હોવી જોઈએ.

અમેરિકા માટે તેનો સાચો ચહેરો જાહેર કરવાની આ એક સારી તક છે, જો તે ખરેખર તેમને મદદ કરવા માંગે છે... ઓરેગોન રાજ્યની અડધી જમીન સરકારી નિયંત્રણ હેઠળ છે, અને બાકીની અડધી વસ્તી પણ ઓછી છે; તેથી કોઈ સમસ્યા નથી. સરકારે તેની અડધી જમીન યહૂદીઓને સોંપી દેવી જોઈએ.

ઇઝરાયેલમાં યહૂદીઓ પર મુસીબતોનો બીજો એક નવો પહાડ તૂટી પડ્યો છે, કારણ કે તેમાંના કેટલાક એવા છે જેઓ હઝરત મૂસાના સમયથી આજ સુધી પેઢીઓથી ત્યાં રહેતા હતા, તેથી તેઓ અત્યંત રૂઢિચુસ્ત અને પરંપરાઓથી બંધાયેલા છે. તેણે બહારની દુનિયા જરા પણ જોઈ નથી. તેઓ ચાર હજાર વર્ષ પાછળ કુપમંડુકમાં રહે છે, તેમની બુદ્ધિ ત્યાં જ અટકી ગઈ છે.

બીજો ભાગ યુરોપિયન દેશોમાંથી આવ્યો છે - તે એટલો રૂઢિચુસ્ત નથી, તેમનાથી થોડો અલગ છે, કારણ કે તેણે વીસમી સદીના અદ્યતન રાષ્ટ્રોનો વિકાસ જોયો છે, તે સંમેલનો અને પરંપરાગત માર્ગો ભૂલી ગયો છે.

અને ત્રીજો ભાગ અમેરિકાથી આવેલા યહૂદીઓનો છે જેઓ યહુદી ધર્મને સંપૂર્ણપણે ભૂલી ગયા છે.

હવે તેઓ નજીવા કારણોસર એકબીજા સાથે લડી રહ્યા છે. ખુદ યહૂદીઓમાં કોમી રમખાણો પૂરજોશમાં થઈ રહ્યા છે. ચારે બાજુથી મુસ્લિમો તેમને મારવા પર આવી ગયા છે, અને તેઓ પોતે એકબીજાને કાપી રહ્યા છે, કારણ કે રૂઢિચુસ્ત યહૂદીઓ અમેરિકા અને યુરોપના યહૂદીઓને કહી રહ્યા છે, 'અહીંથી દૂર જાઓ, તમે લોકો હવે સાચા યહૂદી નથી.'

ઉદાહરણ તરીકે, પરંપરાગત યહૂદીઓ શુક્રવારની સાંજથી શરૂ થતાં દર અઠવાડિયે સેબથ પર કામ કરવાનું બંધ કરે છે. તેઓ ઈચ્છે છે કે અમેરિકા અને યુરોપથી આવેલા આ નવા યહૂદીઓએ પણ શુક્રવારે સાંજે પોતાની હોટેલ, રેસ્ટોરન્ટ, સિનેમા હોલ અને ડિસ્કો વગેરે બંધ કરી દેવા જોઈએ, જેઓ આવું કરવાનું વિચારી પણ શકતા નથી.

મેં સાંભળ્યું કે ત્રણ રબ્બીઓ ચર્ચા કરી રહ્યા હતા કે કોનું સિનેગોગ વધુ પ્રગતિશીલ છે. એક રબ્બીએ કહ્યું, "ચોક્કસપણે મારું સિનેગોગ, કારણ કે મેં સિનાગોગની અંદર બીડી અને સિગારેટ પીવાની છૂટ આપી છે. ભગવાનના નામ પર, અમે દારૂ પીવા, માદક દ્રવ્યોના સેવન પરનો પ્રતિબંધ હટાવી દીધો છે."

બીજા રબ્બીએ કહ્યું, "આ કંઈ નથી, ભૂલી જાઓ કે તમે પ્રગતિશીલ છો. અરે, તમે હજી પણ જૂના જમાનાના છો. સદીઓથી આ બધી બાબતો અમારી જગ્યાએ ચાલી રહી છે. અમે ગર્લફ્રેન્ડને પણ લાવવાની છૂટ આપીએ છીએ, અને અમે પૂછતા પણ નથી કે તે સ્ત્રી પત્ની છે કે બીજી કોઈ. અમારું સિનેગોગ એક ધાર્મિક પ્રકારનું સિનેમા છે, જ્યાં લોકો તેમની પત્ની સાથે નહીં મળે, પરંતુ જો તમારી પત્ની સાથે રહો, તો તમારી પત્ની સાથે પણ રહી શકો છો." સિનેગોગની શું જરૂર છે, તો પછી ઘરમાં રહેવામાં શું નુકસાન છે?

શું તમે જાણો છો કે ટોકીઝને કેમ અંધારી રાખવામાં આવે છે? એવું નથી કે ફિલ્મ યોગ્ય રીતે જોઈ શકાય, પરંતુ કારણ કે દર્શકોમાં ચાલી રહેલી પ્રેમ કથાઓ દેખાતી નથી. આ બધી વાર્તાઓ અંધકારમાં જ શક્ય છે.

તો બીજા રબ્બીએ સમજાવ્યું, "અમે ગર્લફ્રેન્ડને લાવીને ડાન્સ કરવાનું વિચારી રહ્યા છીએ."

તેઓ જાતીય સંભોગને પણ મંજૂરી આપે છે, અને જો લોકો જાતીય સંભોગ કરવા માંગતા હોય, તો તેઓ સિનેગોગમાં પણ જાતીય સંભોગ

કરી શકે છે. અમે ફક્ત તેના પર ધ્યાન આપતા નથી, અમે તેમની પ્રવૃત્તિઓમાં દખલ કરતા નથી."

ત્રીજા રબ્બીએ કહ્યું, "તમે બે સાવ પછાત અને મૂર્ખ છો. તમને એ પણ ખ્યાલ નથી કે અમારું સિનેગોગ એકવીસમી સદીમાં પહોંચી ગયું છે."

બંનેએ આશ્ચર્ય પામીને પૂછ્યું, "પણ તમે આનાથી વધુ શું કરી શકો?"

"અને વધુ! અમે નોટિસો મૂકીએ છીએ કે 'તમામ યહૂદી રજાઓ અને તહેવારો પર સિનાગોગ બંધ રહેશે.' તેથી કોઈએ ક્યારેય આવવાની તકલીફ ન લેવી પડે."

આ સચ્ચાઈનું આત્યંતિક સ્વરૂપ છે.

તો... યહૂદીઓના તે ત્રણ વર્ગો એકબીજાની ગરદન કાપી રહ્યા છે.

'અમેરિકન સહાય'ની મજાક ઉડાવવાના ઈરાદાથી નહીં, પણ હું ખરેખર સૂચન કરું છું... હું ખરેખર ઈચ્છું છું, હું ઈઝરાયેલને સંદેશ મોકલી રહ્યો છું કે તમે લોકો કોમ્યુનમાં જાઓ, ચાલો ત્યાંથી શરૂઆત કરીએ અને અમેરિકન સરકારને કહો કે તમે નવી ભૂમિમાં નવું ઈઝરાયેલ સ્થાપવા માંગો છો. અને યાદ રાખો કે તમને આ કહેવાનો પૂરો અધિકાર છે, કારણ કે તમે તે રાજકારણીઓને પૈસા આપતા હતા, તેઓ તમારી પાસેથી પગાર લેતા તમારા નોકર છે.

અને તમે પથ્થરની આટલી કાળજી કેમ કરો છો? સુલેમાનનું ભવ્ય મંદિર ફરીથી બનાવો. જૂના કરતાં નવું હંમેશા સારું, સડેલી વસ્તુઓની ચિંતા શા માટે? શું તમને એમ લાગે છે કે ધર્મ એ શરાબ છે કે જેટલો જૂનો હોય તેટલો સારો, દયા કરીને ધર્મને એટલો બગાડો નહીં. અરે, ફરી એક મોટું મંદિર બનાવો, નવું, તાજું, વિશ્વનું સૌથી મોટું મંદિર, આધુનિક સ્થાપત્યનું ઉદાહરણ! એક સમયે તે મંદિર વિશ્વનું સૌથી મોટું મંદિર પણ હતું. પરંતુ શા માટે બિનજરૂરી મુશ્કેલી અને ઝંઝટનો સામનો કરવો જે ક્યારેય સમાપ્ત થશે નહીં, અને તેનો અંત આવવાની કોઈ શક્યતા જણાતી નથી.

પછી તમે અમેરિકાના સાચા ચહેરાને ઓળખી શકશો, અને સમજી શકશો કે તેઓ ઇઝરાયેલ અને યહૂદીઓ પ્રત્યે કેટલા મૈત્રીપૂર્ણ છે. તે કટ્ટર ઓર્થોડોક્સ ખ્રિસ્તી છે. રોનાલ્ડ રીગન સરમુખત્યારશાહી મન સાથે પરંપરાગત ખ્રિસ્તી છે, તે આવું ક્યારેય થવા દેશે નહીં. તેથી આ તેમની મિત્રતાની સારી પરીક્ષા હશે.

હું કોઈ ધર્મમાં માનતો નથી, પરંતુ હું ચોક્કસપણે માનું છું કે લોકોએ બિનજરૂરી રીતે પીડાય છે, સતત ભયથી ધ્રૂજવું જોઈએ.તેઓને હત્યાકાંડ, કત્લેઆમ અને ખૂનખરાબાની સ્થિતિમાં જીવવા માટે મજબૂર ન થવું

જોઈએ. અને હવે પરિસ્થિતિ પહેલા કરતા પણ વધુ ભયંકર બની ગઈ છે કારણ કે યહૂદીઓ વચ્ચે સંઘર્ષો છે, અને ચારે બાજુથી મુસ્લિમો આતંકવાદી બની ગયા છે, તેઓ આ યહૂદી રાજ્યને તેના મૂળમાંથી દરેક શક્ય રીતે ખતમ કરવા તત્પર છે. હકીકત એ છે કે વેટિકને ઇઝરાયેલની સ્વાયત્તતાને ઔપચારિક રીતે માન્યતા આપી નથી તે દર્શાવે છે કે ખ્રિસ્તીઓના મનમાં ખરેખર શું છે.

આ ધરતી આપણા સૌની છે. પણ કદાચ મારા જેવા સન્યાસી જ એવા લોકો છે જેઓ બંધનમાંથી મુક્ત છે. ધર્મ તમારું બંધન છે. પુણ્ય અને પાપના ખ્યાલો તમારી સાંકળો છે, ભગવાન તમારી જેલ છે.

સ્વતંત્રતા ફક્ત એક જ વસ્તુથી બનેલી છે, અને તે વસ્તુ છે તમારી જાગૃતિ.

સભાનપણે જીવો, અને તમારી બધી ક્રિયાઓ સ્વતંત્રતામાંથી ઉદ્ભવશે - બીજા કોઈની સ્વતંત્રતામાં દખલ કર્યા વિના.

જે પોતે મુક્ત છે તે જ જાણે છે કે બીજાની સ્વતંત્રતાનો આદર કેવી રીતે કરવો.

સ્વતંત્રતા મેળવવા માટે તમારે કંઈ કરવાની જરૂર નથી, તે તમારી અંદર પહેલેથી જ હાજર છે. તમારે ફક્ત તમારી સાંકળો ખોલવી પડશે. એ સાંકળો એવી છે કે તમે તેમની સાથે આસક્ત થઈ ગયા છો, તમે તેમનાથી ટેવાઈ ગયા છો, તમારે તેમની સાથે ગાઢ પરિચય છે. આપણાં દુ:ખને અલવિદા કહેતાં થોડી પીડા હશે, આવી જૂની સાંકળો અને તેમની પરિચિત પીડાઓથી, આપણા જૂના સાથીઓથી છૂટા પડીને સ્વતંત્રતા અને જાગૃતિની નવી દુનિયામાં પ્રવેશવામાં થોડી પીડા હશે, પરંતુ આ સિવાય માનવતા માટે બીજી કોઈ આશા નથી.

થોડી સમજ અને બુદ્ધિમત્તાની જ જરૂર છે! પરંતુ તમે તેનાથી પણ વંચિત રહ્યા છો.

પોપ મારાથી નારાજ છે, ઈમામ ગુસ્સે છે, શંકરાચાર્ય મારાથી નારાજ છે અને તેનું એકમાત્ર કારણ એ છે કે હું ઈચ્છું છું કે લોકોમાં અંતરાત્મા હોય. અને તેઓ ઇચ્છે છે કે લોકો સંપૂર્ણપણે અંતરાત્મા વિના, બુદ્ધિ વિના અને અવિકસિત પ્રતિભા ધરાવતા હોય, જેથી તેઓ સરળતાથી ગુલામ બની શકે, તેને ત્રાસ આપી શકાય અને તેઓ બલિદાન આપી શકે અને તેઓ તેની સામે બળવો પણ ન કરી શકે.

એક દિવસ એક પિયક્કડ બારમાં જાય છે. તેની આંખો, તેની બાજુમાં ટેબલ પર બેઠેલા સજ્જનનાં કિંમતી કપડાં, વિદેશી ઘડિયાળ, વિદેશી ટોપી અને ઉત્તમ ટાઈ જોઈને સ્તબ્ધ થઈ ગઈ. માણસે પહેરેલી સૌથી શાનદાર વસ્તુ તેના જૂતા હતા. તેણે સપનામાં પણ આવા ચમકતા જૂતા

ક્યારેય જોયા ન હતા. છેવટે તે પોતાની જાતને રોકી ન શક્યો, તેથી તેણે જઈને તે માણસને પૂછ્યું, "સાહેબ, મને આવા સુંદર ચંપલ ક્યાંથી મળશે?" પેલા માણસે કહ્યું, "મેં આ શૂઝ દક્ષિણ અમેરિકાથી લીધા છે. આ એમેઝોન નદીમાં જોવા મળતા મગરોના ચંપલ છે. તેને ક્રોકોડાઈલ-શૂઝ કહેવામાં આવે છે."

તેને પગરખાં એટલાં ગમ્યાં કે તેણે પોતાનું ઘર, દુકાન, બધું વેચી દીધું, રોકડ એકઠી કરી અને દક્ષિણ અમેરિકા ગયો. ત્યાં અમે મોટર બોટમાં બેસીને એમેઝોન નદીના કિનારે ગયા, જે ગાઢ જંગલો વચ્ચે છે અને ભીષણ મગર માટે પ્રખ્યાત છે.

તેણે મગર જોયો કે તરત તેના પર ત્રાટક્યો. મગર વારંવાર તેને તેનું ભોજન બનાવવાનો પ્રયાસ કરતો હતો. એક કલાક સુધી ભીષણ યુદ્ધ ચાલુ રહ્યું. આખરે તેણે મગરને મારી નાખ્યો અને તેને કિનારે ખેંચી ગયો.

તેને શ્વાસ લેવામાં તકલીફ પડી રહી હતી અને ઘણી જગ્યાએથી લોહી વહી રહ્યું હતું. તેમ છતાં, તેણે બાકીની તાકાત ભેગી કરી અને મગરને ફેરવ્યો, અને એક મિનિટ તેના પગ તરફ ધ્યાનથી જોયા પછી કહ્યું, "છી, આ મગર બિલકુલ ચંપલ પહેરતો નથી!"

●●

7

એકાગ્રતા : મનની શિસ્ત
ધ્યાન : મનનું વિસર્જન

પ્રિય ઓશો,
ધ્યાન અને એકાગ્રતા વચ્ચે શું તફાવત છે?

ટૂંકમાં, ધ્યાન એટલે તમારા મનને બાજુએ મુકવું, મનથી અલિપ્ત થવું.

તેથી, તે લોકો સાવ ખોટા છે જેઓ ધ્યાનને મનની શિસ્ત કહે છે. ધ્યાન એ મનની શિસ્ત નથી, કારણ કે જો મન શિસ્તબદ્ધ બનશે, તો તે પહેલા કરતાં વધુ શક્તિશાળી બનશે. તેથી જ્યારે તે નબળો અને અનુશાસનહીન હોય, ત્યારે તેને બાજુ પર મૂકવો વધુ સારું છે. એકવાર તે શિસ્તબદ્ધ અને મજબૂત બની જાય, પછી તમે તેને સરળતાથી દૂર કરી શકશો નહીં, પછી તમારે સખત સંઘર્ષ કરવો પડશે.

જેઓ એકાગ્રતાનો અભ્યાસ કરી રહ્યા છે તેમના માટે ધ્યાનમાં ડૂબવું મુશ્કેલ બની જાય છે, કારણ કે એકાગ્રતા એ મનની કસરત છે. હા, તે તમારા મનને તીક્ષ્ણ, ઊંડો વિચાર કરવા સક્ષમ, સુવ્યવસ્થિત અને કાર્યક્ષમ બનાવશે, પરંતુ આવા મનમાંથી તમારી જાતને મુક્ત કરવી ખૂબ મુશ્કેલ હશે; કારણ કે પહેલા તમે તેને ઉર્જા, શક્તિ આપી, તેને સ્ફટિકીકરણ કર્યું, તેને સંગઠિત કર્યું.

એકાગ્રતા એ ધ્યાન નથી, કારણ કે એકાગ્રતા એ મનની શિસ્ત છે, અને ધ્યાન એ મનને બાજુએ મૂકે છે. સાચું કહું તો અંગ્રેજીમાં ધ્યાન માટે વપરાયેલ 'ધ્યાન' શબ્દ સચોટ નથી. કારણ કે ધ્યાન જેવી કોઈ ઘટના

પશ્ચિમમાં બની નથી. 'ધ્યાન' સંસ્કૃત શબ્દ છે. જ્યારે બૌદ્ધ સાધુઓ ચીન પહોંચ્યા, ત્યારે એ જ સમસ્યા ઊભી થઈ કારણ કે ચિની ભાષામાં ધ્યાનનો કોઈ સમાનાર્થી ન હતો જેનો અનુવાદ કરી શકાય, તેઓએ ધ્યાન લખ્યું. ચીનીઓએ તેનો ઉચ્ચાર 'ઝાન' જેવો કર્યો. પછી ચીનથી જાપાન જતી વખતે તે 'ઝેન' બની ગયો... તે ધ્યાનનું બદલાયેલું સ્વરૂપ છે.

'ધ્યાન' શબ્દ એક ખોટો વિચાર બનાવે છે, જાણે તમે તમારા મનને કોઈ વસ્તુ પર કેન્દ્રિત કરી રહ્યાં છો. તેનો અર્થ એકાગ્રતાથી બહુ અલગ નથી, જેમ કે તમે કોઈ વસ્તુ પર ધ્યાન કેન્દ્રિત કરી રહ્યા છો, કોઈ વિષય પર તમારું મન કેન્દ્રિત કરી રહ્યા છો - કોઈ વિષય અથવા વસ્તુ હંમેશા હાજર હોય છે. અને ધ્યાન એ બધા વિષયોથી મુક્ત થવું છે, તે બધા પદાર્થોથી મુક્ત થવું છે જેના પર મનનું ચિંતન કરી શકાય છે અને મનને એકાગ્ર કરી શકાય છે. જો બધું પાછળ રહી જાય, તો કંઈ રહેતું નથી - જે એકાગ્ર હતું, મનને એકાગ્ર કરી રહ્યું હતું, માત્ર ચેતના જ રહે છે. એ શુદ્ધ ચેતના એ ધ્યાન છે.

અંગ્રેજીમાં ધ્યાન માટે કોઈ યોગ્ય શબ્દ નથી, તેથી ધ્યાનમાં રાખો કે આપણે ધ્યાનને બદલે 'મેડિટેશન' શબ્દનો ઉપયોગ કરી રહ્યા છીએ. ધ્યાનનો અર્થ છેઃ અસ્તિત્વની તે સ્થિતિ, જ્યાં કોઈ વિચારો નથી, કોઈ સ્વપ્ન નથી, કોઈ વસ્તુઓ નથી, કોઈ ઇચ્છાઓ નથી, કંઈ નથી - માત્ર ખાલીપણું રહે છે. તે શૂન્યતામાં જ સત્ય પ્રગટ થાય છે, અને વ્યક્તિ પોતાની જાતને જાણે છે, વ્યક્તિ પોતાના સાચા સ્વભાવને ઓળખે છે. સંપૂર્ણ મૌન એ ધ્યાન છે.

જેમ મનને શિસ્તબદ્ધ કરવાની પદ્ધતિઓ છે, તેમ મનને અલગ કરવાની પદ્ધતિઓ છે. પણ પશ્ચિમમાં, ખાસ કરીને અમેરિકામાં... કારણ કે અમેરિકા દરેક બાબતમાં આગળ છે, જો પશ્ચિમમાં મૂર્ખ છે, તો અમેરિકામાં મૂર્ખાઈનો તાજ છે, કોઈ બાબતમાં તે પાછળ નથી... તેથી મેં અમેરિકન પુસ્તકો વાંચ્યા છે, હમણાં નહીં, છેલ્લા ચાર વર્ષથી મેં પુસ્તકોને હાથ પણ લગાવ્યો નથી. અમેરિકામાં સૌથી વધુ વેચાતા પુસ્તકો કોઈને કોઈ રીતે, ઈચ્છાશક્તિ કેવી રીતે વધારવી, કેવી રીતે લોકોને પ્રભાવિત કરવા અને મિત્રોના દિલ જીતવા, કેવી રીતે ધનવાન બનવું, દ્રવ્ય પર મનનો વિજય... વગેરે સાથે વ્યવહાર કરે છે. પરંતુ મનની તાલીમ અને શિસ્તની જ ચર્ચા છે.

જો તમે તમારા મનને શિસ્તબદ્ધ કરશો, તો તમે ચોક્કસપણે વધુ સારા હરીફ સાબિત થશો, તમે તમારી મહત્વાકાંક્ષાઓને સરળતાથી પૂર્ણ કરી શકશો, તમે અન્યને મૂર્ખ બનાવી શકશો, તમે તેમનું સરળતાથી

શોષણ કરી શકશો, તમે તમારા સ્વાર્થ માટે તેનો ઉપયોગ કરી શકશો.

ફ્રેડરિક નિત્શેએ એક પુસ્તક લખ્યું છે 'વિલ ટુ પાવર' - પશ્ચિમમાં ચાલી રહેલા તમામ પ્રયાસોનો સાર એ છે - વિલ ટુ પાવર. સત્તાની દોડ માટે પ્રથમ આવશ્યક શરત છે નિશ્ચય; અને રિઝોલ્યુશન એ તમારા સ્ફટિકિત મન, તમારા શિસ્તબદ્ધ મનનું બીજું નામ છે.

ના, આ પદ્ધતિઓ ધ્યાન કરવામાં મદદરૂપ થઈ શકતી નથી. તમારે મનથી ઉપર જવાની રીતો શીખવી પડશે. તે પહેલાથી જ પૂરતો શક્તિશાળી છે, તેને વધુ ઉર્જા ન આપો, કારણ કે આમ કરીને તમે તમારા પોતાના દુશ્મનના મૂળમાં પાણી નાખી રહ્યા છો. તે પહેલેથી જ ખૂબ જ મજબૂત, પ્રશિક્ષિત અને સુવ્યવસ્થિત છે - તમારી શાળાઓ, કોલેજો, યુનિવર્સિટીઓ તમામ તેમની સેવા માટે સમર્પિત છે.

એક યુનિવર્સિટીમાં નવ વર્ષ પ્રોફેસર રહીને મેં રાજીનામું આપ્યું ત્યારે મેં વાઈસ ચાન્સેલરને કહ્યું હતું કે, હું આ કામ કરી શકીશ નહીં, કારણ કે શિક્ષણના નામે જે ચાલી રહ્યું છે તે લોકોનું જીવન બરબાદ કરી રહ્યું છે.

તેણે કહ્યું, "તમે શું કહેવાનો પ્રયાસ કરો છો? શિક્ષણ બગાડવાનો તમારો અર્થ શું છે? વિદ્યાર્થીઓ તમને ખૂબ પ્રેમ કરે છે, તેઓ તમને જવા દેશે નહીં. અને મને સમજાતું નથી કે તમે કયા આધારે કહી રહ્યા છો કે તમે ભવિષ્યમાં વધુ લોકોને બરબાદ કરવાનું ચાલુ રાખી શકશો નહીં?"

મેં કહ્યું, "તમે સમજી શકશો નહીં, કારણ કે તમે ભારતમાં જન્મ્યા હોવા છતાં, તમે ભારતના આત્માથી અજાણ છો, તમે પશ્ચિમમાં ભણેલા છો" - "તેમણે લગભગ આખું જીવન પશ્ચિમમાં વિતાવ્યું હતું, "મારે શીખવવાનું છે તે મનોવિજ્ઞાન અને ફિલસૂફીના આ બધા પુસ્તકો, મારે તેમને મારી પોતાની સમજની વિરુદ્ધ શીખવવા પડશે, કારણ કે હું જાણું છું કે તેઓ ફક્ત ખરાબ માનસિકતાથી જ ખરાબ સ્થિતિમાં છે. તેમની સાથે તેઓ વધુ ખરાબ સ્થિતિમાં છે. ત્યાં સુધી પહોંચશે, તેમની માંદગી વધુ મજબૂત બનશે, આ તેમની માંદગીને પોષશે, તેમની સાંકળો વધુ મજબૂત બનશે, તેમની માનસિક ગુલામી વધુ તીવ્ર બનશે."

ખોટા ધર્મોનો આધાર મન અને સાચા ધર્મોને શિસ્ત આપવાનો છે

તેનું કાર્ય છે: મનને અલગ કરવું, તેની સાથે ઓળખ તોડવી. અને એક રીતે આ કામ એકદમ સરળ છે. શિસ્ત હાંસલ કરવાની પદ્ધતિઓ મુશ્કેલ છે. મનની એકાગ્રતાને તાલીમ આપવી મુશ્કેલ છે, કારણ કે બેચેની એ મનનો સ્વભાવ છે, તે અહીં-ત્યાં દોડે છે, પછી તમે તેને ખેંચીને પાછા લાવો છો. તે ફરી ફરીને બળવો કરે છે, તેના જૂના માર્ગો પર પાછા ફરે છે. તમે તેને ફરીથી પકડી રાખો અને ધ્યાન કેન્દ્રિત કરો, તમે જે વિષય વિશે વિચારવા માંગો છો તેના પર ધ્યાન કેન્દ્રિત કરો,

જ્યારે અચાનક તમે તમારી જાતને કંઈક બીજા વિશે વિચારતા જોશો ત્યારે ભાગ્યે જ તેના પર ધ્યાન કેન્દ્રિત કરશો... દરેક વ્યક્તિ ભૂલી ગયા છે કે તમે કયા વિષય પર ધ્યાન કેન્દ્રિત કરી રહ્યા હતા. આ કોઈ સરળ કાર્ય નથી.

પરંતુ તેને એક બાજુએ ખસેડવું બિલકુલ મુશ્કેલ નથી, સમજો કે તે ડાબા હાથની રમત છે. તમારે ફક્ત સાક્ષી વલણ સાથે જોવાનું છે. મનમાં જે કંઈ ચાલી રહ્યું છે, તેમાં કોઈ દખલ કરવાની કે રોકવાની જરૂર નથી. કંઈ કરવાનું નથી, કારણ કે તમે કંઈપણ કરવાનો પ્રયાસ કર્યો, કે શિસ્ત શરૂ થઈ.

તેથી કંઈ કરશો નહીં, ફક્ત જુઓ.

યાદ રાખો કે જોવું એ ક્રિયા નથી. જેમ તમે સૂર્યાસ્તને જુઓ છો, અથવા આકાશમાં ફરતા વાદળોને જુઓ છો, અથવા રસ્તા પર ચાલતા રાહદારીઓને જુઓ છો, તે જ રીતે મનના માર્ગ પર પસાર થતા વિચારોના ટોળાને જુઓ. સ્મૃતિઓ, સપનાઓ, સ્વપ્નો જુઓ - સુસંગત, અસંગત, અર્થપૂર્ણ, અર્થહીન, જે કંઈ થઈ રહ્યું છે. નાસભાગ થાય છે, હંમેશા કુંભ મેળો હોય છે. તમે એક બાજુ ઊભા રહો અને માત્ર જુઓ, તમારે ભીડ સાથે કોઈ લેવાદેવા નથી, તમારે ફક્ત ઉદાસીનતાથી જોવાનું છે.

નાના ધર્મો તમને બેદરકાર રહેવા દેતા નથી. તેઓ કહે છે કે, લોભ ખરાબ છે, તેથી લોભનો વિચાર આવતાં જ તેની છાતી પર કૂદી પડો, તેને રોકો, નહીં તો તમે લોભી થઈ જશો. ગુસ્સો અશુભ છે, જો ગુસ્સાવાળા વિચારો તમને પકડી લે તો તરત જ તેને દૂર કરવાની વ્યવસ્થા કરો, તેને દૂર કરવી પડશે, કારણ કે તમારે દયાળુ અને ભલા બનવું પડશે, તમારે તમારા દુશ્મનને એટલો જ પ્રેમ કરવો પડશે જેટલો તમે તમારી જાતને પ્રેમ કરો છો. જો તમારા મનમાં તમારા પાડોશી વિરુદ્ધ કોઈ વિચાર આવે... ના, ના, તમારે તમારા પાડોશીને પ્રેમ કરવો પડશે જે રીતે તમે તમારી જાતને પ્રેમ કરો છો.

જૂના ધર્મોએ તમને શું સાચું અને ખોટું શું છે તેની કલ્પનાઓ આપી છે - અને જો કોઈ ખોટો વિચાર મનના માર્ગ પરથી પસાર થાય તો ચોક્કસ તેને રોકવો પડશે. તમારે દરમિયાનગીરી કરવી પડશે. વિચારોની ભીડમાં કૂદી પડો, અને તે અશુભ વિચારને બહાર કાઢો. તે છે જ્યાં બધું ખોટું થશે.

તેથી જ હું તમારી સાથે શુભ અને અશુભની વાત નથી કરતો. હું ફક્ત એટલું જ કહું છું કે સાક્ષી તરીકે જોવું ઠીક છે, અને સાક્ષી ન બનવું તે ઠીક નથી.

મેં સૌથી સરળ સ્વરૂપમાં સાર આપ્યો છે - સાક્ષી બનો. જો લોભ

પસાર થતો હોય તો તેને પસાર થવા દો, તમારે તેની સાથે કોઈ લેવાદેવા નથી. ગુસ્સો આવતો હોય તો આવવા દો, એમાં પગ મૂકનાર તમે કોણ છો? શા માટે તમે તમારા મનથી આટલા ઓળખાયા છો? તમે શા માટે વિચારવાનું શરૂ કરો છો, "હું લોભી છું, હું ગુસ્સે છું?" બસ ગુસ્સાનો એક વિચાર પસાર થઈ રહ્યો છે, બિચારાને પસાર થવા દો, તમે બસ સભાનપણે તેને જોતા રહો.

એક પ્રાચીન વાર્તા છે... એક માણસ ગામની બહાર ગયો હતો, જ્યારે તે તેના ગામમાં પાછો આવ્યો ત્યારે તેણે જોયું કે તેના ઘરમાં આગ લાગી છે. એ ઘર એ ગામનું સૌથી આલીશાન ઘર હતું અને એ માણસને એનું ઘર ખૂબ જ પસંદ હતું. ઘણા લોકો તેને ખરીદવા માંગતા હતા, બમણી કિંમત ચૂકવવા તૈયાર હતા, પરંતુ આ માણસ કોઈપણ કિંમત માટે સંમત ન હતો, અને હવે તે જ સુંદર ઘર તેની આંખો સામે સળગી રહ્યું હતું.

હજારો લોકોની ભીડ ભેગી થઈ ગઈ હતી, પણ હવે કંઈ કરવું શક્ય નહોતું. જ્વાળાઓ એટલી બધી ફેલાઈ ગઈ હતી કે ગમે તેટલા પ્રયત્નો કરવા છતાં કંઈપણ બચાવવું અશક્ય હતું. તો આ માણસ પણ ભીડમાં ઊભો હતો. હાથ પકડીને, ઉદાસ, આંખોમાં આંસુ સાથે. એટલામાં જ તેનો દીકરો દોડતો આવ્યો અને તેના કાનમાં બબડાટ કર્યો, "પિતાજી, દુઃખી ન થાઓ. મેં આ ઘર ગઈ કાલે ત્રણ ગણા ભાવે વેચી દીધું છે. મને માફ કરજો, તમે પૂછ્યા વિના બહાર ગયા અને વેચી દીધા. કિંમત એટલી વધી ગઈ કે હું તમારા પાછા ફરવાની રાહ જોઈ શક્યો નહીં."

"સારું, આ ખૂબ સારું છે," પિતાએ ખુશીથી કહ્યું, "જો આપણને કિંમત કરતાં ત્રણ ગણા વધુ પૈસા મળે, તો તે મહાન છે." પછી એ માણસ પણ દર્શક બની ગયો, જેમ બીજા દર્શકોનું ટોળું ભેગું થયું હતું!

થોડીવાર પહેલા સુધી તેની ઓળખ ઘર સાથે થઈ હતી, હવે અચાનક તે માત્ર દર્શક બની ગયો. ઘર એ જ છે, આગ એ જ છે, બધું એ જ છે - પણ હવે તેનો કોઈ અર્થ નથી. બીજા લોકો માણી રહ્યા હતા તેમ તે પણ આનંદ લેવા લાગ્યો.

થોડી વાર પછી તેનો બીજો દીકરો દોડતો આવ્યો અને બોલ્યો, "શું કરો છો? ઘરમાંથી આગની જ્વાળાઓ નીકળી રહી છે, અને તમે હસો છો?"

પિતા હસ્યા અને તેને કહ્યું, "દીકરા, તને ખબર નથી કે તારા મોટા ભાઈએ ઘર વેચી દીધું છે?"

તેણે કહ્યું, "ભાઈએ વેચવાની વાત કરી હતી, પણ હજુ પૈસા મળ્યા નથી, તે માણસ હવે શું ખરીદશે?" બધું તરત જ બદલાઈ ગયું. જે આંસુ

સુકાઈ ગયા હતા તે ફરી આંખોમાંથી ટપકવા લાગ્યા. સ્મિત ગાયબ થઈ ગયું, હૃદયના ધબકારા વધ્યા, બ્લડ પ્રેશર વધ્યું. જોનારની લાગણી ગાયબ થઈ ગઈ, પછી ઓળખ થઈ.

અને પછી તેનો નાનો દીકરો આવ્યો અને કહ્યું, "તે માણસ તેની વાતનો માણસ છે, હું તેને મળવા જ આવું છું. તે કહે છે કે ઘર બળે કે બચે તેનાથી મને કોઈ ફરક પડતો નથી. તે મારું છે, અને જે કિંમત સંમત થઈ હતી તે હું ચૂકવીશ. કારણ કે ભવિષ્ય કોણ જોઈ શકે છે, તમને કે મને ખબર ન હતી કે આજે ઘરમાં આગ લાગશે."

તે ફરીથી દર્શક બની ગયો. ઓળખ જતી રહી. વાસ્તવમાં કંઈ બદલાયું નથી, માત્ર એ વિચાર કે "હું માલિક છું, આ ઘર મારું છે," આખો તફાવત આ ઓળખની લાગણી છે, જે બધો ફરક પાડે છે. પળવારમાં તેને લાગે છે, "હવે આ ઘરની મારે શું પડી છે? બીજા કોઈએ ખરીદ્યું છે, મારે શું કરવું જોઈએ? બળી જાય તો સળગવા દે."

મનને પ્રેક્ષક તરીકે જોવાની આ સરળ યુક્તિ, તમારી સાથે કોઈ લેવાદેવા નથી એવા વલણ સાથે, બધું બદલાઈ જશે. મોટાભાગના વિચારો તમે તમારા પોતાના માનો છો તે તમારા માતાપિતા, તમારા શિક્ષકો, મિત્રો, પુસ્તકો, અખબારો, મૂવીઝ અને ટેલિવિઝનમાંથી આવે છે. એક દિવસ બેસો અને ગણો કે તમારા મનમાં ચાલતા કેટલા વિચારો તમારા છે, તો તમને જાણીને નવાઈ લાગશે કે એક પણ વિચાર તમારો નથી. બધા જુદા જુદા સ્ત્રોતોમાંથી આવ્યા છે, બધા ઉછીના લીધેલા છે - કાં તો તમારી ખોપરી અન્ય લોકો દ્વારા ભરવામાં આવે છે અથવા તમે પોતે મૂર્ખતાથી ભરેલી છે, પરંતુ તેમાં તમારું કંઈ નથી.

મન કોમ્પ્યુટરની જેમ કામ કરે છે, હકીકતમાં તે બાયો-કોમ્પ્યુટર છે - ખોપરીની અંદર સ્થિત જૈવિક કોમ્પ્યુટર. કમ્પ્યુટરને તમે તેની સાથે ઓળખતા નથી. જો કમ્પ્યુટર ગરમ થાય છે, તો તમે ગરમ થતા નથી, તમે ઉત્તેજિત થતા નથી. જો કોમ્પ્યુટર ગુસ્સે થઈ જાય અને તેની સ્ક્રીન પર અભદ્ર ભાષા દેખાવા લાગે, તો તમે અસ્વસ્થ થશો નહીં. હા, તમને ખબર પડશે કે ક્યાં ભૂલ છે, શું ખોટું થયું છે, પરંતુ તમે અળગા રહેશો.

માત્ર એક નાનું કૌશલ્ય મેળવો... હું તેને પદ્ધતિ પણ કહેવા માંગતો નથી, કારણ કે તે થોડી ગંભીરતા સાથે આવે છે, તેમાં ભારેપણાની લાગણી હોય છે, તેથી જ હું તેને માત્ર કૌશલ્ય કહું છું, કલા પણ નહીં. માત્ર તે કરવાથી, એક દિવસ તમે અચાનક જોશો કે તમે તે કુશળતામાં નિપુણતા મેળવી લીધી છે. તમે ઘણી વખત નિષ્ફળતાનો સામનો કરશો, પરંતુ ચિંતા કરશો નહીં, કોઈ નુકસાન નથી, તે સ્વાભાવિક છે. પરંતુ સાક્ષી બનીને એક દિવસ તમને ખબર પડશે કે ઘટના બની છે.

એકવાર એવું થઈ જાય, જો તમે એક ક્ષણ માટે પણ સાક્ષી બની જશો, તો તમને સાક્ષીનું રહસ્ય ખબર પડશે, દૂરના પર્વતની ટોચ પર ઉભેલા અવિભાજ્ય નિરીક્ષક જેવા કેવી રીતે બનવું! આખું મન હજી પણ ત્યાં હશે – ઊંડી ખીણોના અંધકારમાં, પણ તે તમને કોઈ ચિંતા નથી; તમે માત્ર દર્શક બની ગયા છો.

અને મનની સૌથી અદ્ભુત વાત એ છે કે તમે તેના સાક્ષી બનતાની સાથે જ તે ઓગળવા લાગે છે. જેમ દીવો પ્રગટાવવાથી અંધકાર અદૃશ્ય થઈ જાય છે, તેમ મન સાક્ષીના આગમન સાથે અદૃશ્ય થઈ જાય છે - સાથે સાથે બધા વિચારો, યાદો, કલ્પનાઓ, માન્યતાઓ, લાગણીઓ અને તે બનેલી બધી વસ્તુઓ.

તેથી ધ્યાન છે: સાક્ષી, સતર્કતા; બસ! સભાન થતાં જ બધા પડદા ઉંચા થઈ જાય છે - અને જે છે તે ખુલ્લું થઈ જાય છે. આ કોઈ સંશોધન નથી, શોધ છે: તે માત્ર સત્યનું અનાવરણ છે, ઉદ્ઘાટન છે. અને સત્ય શું છે? તમે જોશો કે તમે અનંત શૂન્યતામાં પ્રવેશ કર્યો છે, તે શૂન્યતામાં એવી શાંતિ છે, એવી પ્રકાશ છે, તે શૂન્યતા એટલી સુગંધ અને અનંત સુંદરતાથી ભરેલી છે કે તમે ભગવાનના રાજ્યમાં પ્રવેશ્યા છો. મારા શબ્દોમાં કહીએ તો તમે ઈશ્વરભક્તિમાં ડૂબીને પરમાત્મામાં પ્રવેશ્યા છો.

એકવાર તમે ઈશ્વરભક્તિમાં ડૂબકી લગાવી લો, જ્યારે તમે બહાર આવશો, ત્યારે તમે એક અલગ વ્યક્તિ બનશો - સંપૂર્ણપણે નવી વ્યક્તિ. બધા માસ્ક અદૃશ્ય થઈ જશે, અને હવે તમારી પાસે તમારો મૂળ ચહેરો હશે. તમે આ દુનિયામાં જીવશો, પણ જૂની રીતે નહીં. તમે એ જ લોકોની વચ્ચે જીવશો, પરંતુ જૂની જીવનશૈલી સાથે.

ના, સમાન દ્રષ્ટિકોણથી નહીં, તે જ રીતે નહીં.

તમે પાણીમાં કમળ જેવા બની જશો - જો કે પાણીમાં, પરંતુ સંપૂર્ણપણે પાણીની બહાર. અસ્પૃશ્ય. પોતાની અંદર આ કમળની શોધ એ જ ધર્મ છે.

●●

૪

બોધ એ તમારો સ્વભાવ છે

પ્રિય ઓશો,
શું ખૂબ જ સરળ રીતે, ખૂબ પ્રયત્નો કર્યા વિના, નિરાંતે નિદ્રા લેવાથી જ્ઞાન પ્રાપ્ત કરવું શક્ય છે?

તે મારી સંપૂર્ણ ફિલસૂફી છે - કે તમારે કોઈ પ્રયાસ કરવાની જરૂર નથી, તમારે ફક્ત આરામ કરવો પડશે, અને જ્ઞાન થશે. તે ત્યારે જ થાય છે જ્યારે તમે ખરેખર હળવા, હળવા, સહજતાથી મુક્ત હો... અને તરત જ વરસાદ પડે, જેમ કે હજારો ફૂલો વરસે છે.

પરંતુ બધા ધર્મો તમને તેનાથી વિરુદ્ધ શીખવે છે, કે જ્ઞાન પ્રાપ્ત કરવું અત્યંત મુશ્કેલ છે, તમારે તમારા જીવનભર તપસ્યા કરવી પડશે, કદાચ તે ઘણા જન્મો લઈ શકે છે - અને પછી પણ તે નિશ્ચિત નથી, કોઈ ગેરેંટી નથી. જ્યારે તમે જ્ઞાનથી માત્ર એક ડગલું દૂર હોવ ત્યારે પણ તમે માર્ગ પરથી પડી શકો છો. તમને જ્ઞાન ક્યાં છે અથવા તે તરફ લઈ જતો માર્ગ ક્યાં છે તેની કોઈ જાણ નથી, તેથી ભટકી જવાની અને ખોટા માર્ગ પર વળવાની દરેક સંભાવના છે.

માત્ર થોડા જ લોકો સંયોગથી જ્ઞાન પ્રાપ્ત કરે છે, તેઓ ત્યાં અચાનક પહોંચી જાય છે, તેને એક સંયોગ માનો, કારણ કે લાખો-લાખો લોકો તેને પ્રાપ્ત કરવા માટે અથાક મહેનત કરતા રહે છે, અને તેમને કંઈ મળતું નથી.

હાથ ખાલી રહે છે. તેઓ એ સમજવામાં અસમર્થ છે કે તેમની ખૂબ જ શોધ તેમને ભારે તણાવનું કારણ બની રહી છે, કે તેમના પ્રયત્નોને

કારણે, એવી પરિસ્થિતિનું નિર્માણ થયું છે જેમાં જ્ઞાન પ્રાપ્ત થઈ શકતું નથી.

જ્ઞાન ત્યારે થાય છે જ્યારે તમે મૌન હોવ, એટલા શાંત અને હળવા હો કે એવું લાગે કે તમે અસ્તિત્વમાં નથી... માત્ર એક શુદ્ધ શૂન્યતા રહે છે... અને તરત જ વિસ્ફોટ થાય છે, તમારા આત્માના પ્રકાશનો વિસ્ફોટ થાય છે.

જે લોકો બુદ્ધત્વ પ્રાપ્ત કરવાનું ખૂબ જ મુશ્કેલ અને મુશ્કેલ માનતા હતા તેઓ ચોક્કસપણે તેમની બુદ્ધિ અને શરીરને બગાડે છે, પરંતુ મને નથી લાગતું કે તેઓએ બુદ્ધત્વ પ્રાપ્ત કર્યું છે. જ્ઞાન પ્રાપ્ત કરનારા થોડા લોકો પણ હંમેશા અંતિમ આરામની સ્થિતિમાં આવું કરે છે. જ્ઞાનના પુષ્પો વિશ્રામ ભૂમિમાં જ ખીલે છે.

તેથી તે ખૂબ જ સારું છે કે તમે હળવા થવા માંગો છો, કોઈ સખત મહેનત કરવા માંગતા નથી, આરામથી નિદ્રા લેવા માંગો છો - આ છે બુદ્ધ બનવાની રેસીપી. તમે આજે બુદ્ધ બની શકો છો, કારણ કે બુદ્ધત્વ તમારો આત્મા છે, તમારું અંતરતમ અસ્તિત્વ છે. પરંતુ તમે અહીં-ત્યાં દોડી રહ્યા છો, શોધો છો, શોધો છો, ક્યારેક આ કરો છો અને ક્યારેક તે કરો છો, એટલા વ્યસ્ત છો કે તમે તમારા અંતર સુધી પહોંચવામાં નિષ્ફળ જાવ છો. જ્યારે તમે આરામ કરો છો ત્યારે તમે કંઈ કરતા નથી, ક્યાંય જશો નહીં, અને પછી અચાનક તમે ઝેન જોશો કે "ઘાસ જાતે જ વધે છે" થઈ રહ્યું છે.

જરૂર છે માત્ર જાગૃતિ, પ્રતિભા, ચેતનાની જે પ્રયાસ નથી; માત્ર સાક્ષી આપવાની, અવલોકન કરવાની જરૂર છે - જે કોઈ તણાવ નથી, પરંતુ એક ખૂબ જ આનંદદાયક અનુભવ છે. તેઓ તમને થાકતા નથી, પરંતુ તમને ઊંડાણથી શાંત કરે છે. તમારા કહેવાતા સંતો અને મહાત્માઓમાં સહેજ પણ બુદ્ધિ દેખાતી નથી; કારણ કે તેઓએ પોતાના મૂર્ખામીભર્યા પ્રયાસોથી પ્રતિભાનો સંપૂર્ણ નાશ કર્યો છે.

હું તમને કહું છું કે જ્ઞાન પ્રાપ્તિના તમામ પ્રયાસો મૂર્ખ છે.

બુદ્ધત્વ એ તમારો સ્વભાવ છે, તમે જાણતા હોવ કે ન જાણો, પરંતુ તમે પહેલેથી જ બુદ્ધ છો. અને જ્યાં સુધી મારો સંબંધ છે, તમે બધા બુદ્ધ છો, કારણ કે હું તમારી અંદર પ્રકાશની આભા જોઉં છું. જ્યારે હું તમને જોઉં છું, ત્યારે મને તમારો રંગ અથવા આકાર નથી, પરંતુ તમારી ચેતના દેખાય છે.

હું તે જોઉં છું જે તેજસ્વી છે, જે માત્ર એક સુંદર પ્રકાશ છે.

એવું કહેવાય છે કે જ્યારે ગૌતમ બુદ્ધને પરમ જ્ઞાન પ્રાપ્ત થયું, ત્યારે તેઓ આશ્ચર્યચકિત થઈ ગયા કે તેઓ બુદ્ધ બન્યા, સમગ્ર અસ્તિત્વ

બુદ્ધત્વથી ભરાઈ ગયું, કારણ કે તેમની પોતાની દ્રષ્ટિ બદલાઈ ગઈ, તેમની આંખો બદલાઈ ગઈ.

તે પોતાના આંતરિક સ્વમાં જોઈ શકતો હતો, અને અન્ય લોકોમાં, વૃક્ષો અને પ્રાણીઓમાં પણ સમાન રીતે ઊંડાણપૂર્વક જોઈ શકતો હતો. તેણે જોયું કે તે બધા પણ બોધ તરફ આગળ વધી રહ્યા છે; કારણ કે દરેક વ્યક્તિએ પોતાના સ્વભાવ વિશે જાગૃત રહેવું જોઈએ, તેના વિના જીવન આનંદ અને ઉત્સવ બની શકે નહીં.

જરા બુદ્ધિશાળી બનો, થોડા સમજદાર બનો; અને જ્ઞાન આપોઆપ થશે. તમારે તેના વિશે વિચારવાની પણ જરૂર નથી.

એક મહિલા બેંકમાં પ્રવેશે છે અને સીધી બેંક મેનેજરની કેબીનમાં જાય છે. તેના ટેબલ પર જોરથી મુઠ્ઠી મારતા તેણી કહે છે, "જુઓ મેનેજર સાહેબ, હું અહીં દસ હજાર રૂપિયાની શરત લગાવવા આવી છું."

"શરત!" બેંક મેનેજરે તેની સામે આશ્ચર્યથી જોયું, "બહેન, અમારી બેંક સટ્ટાબાજીનો ધંધો કરતી નથી; શું તમને લાગે છે કે અમે જુગારી છીએ?"

"માફ કરશો, હું તમારી સાથે શરત લગાવવા આવી છું, બેંક સાથે નહીં." તોફાની દેખાતી મહિલાએ કહ્યું, "કાલે સવારે બરાબર દસ વાગ્યે તમારું ગુપ્તાંગ અચાનક લીલું થઈ જશે. જો મારી આગાહી ખોટી સાબિત થશે તો હું તમને તરત જ દસ હજાર રૂપિયા આપીશ."

"તમારું મગજ તો ઠેકાણે છે ને, મેડમ?" બેંક મેનેજરે જરા ગુસ્સાવાળા સ્વરે પૂછ્યું, "શું બકવાસ બોલો છો? આવું બોલતા તમને શરમ નથી આવતી? આખરે આટલું લીલુ તે કેવી રીતે હોઈ શકે..."

"જો તમને ખાતરી છે કે લીલો રંગ હોઈ શકતો નથી, તો તમે શરત લગાવો!" સ્ત્રીએ જીદથી કહ્યું.

મેનેજર પણ ગુસ્સે થઈ ગયો અને બોલ્યો, "ઠીક છે, કાલે સવારે આવજો, હું શરત સ્વીકારું છું."

બીજા દિવસે, બરાબર 9:55 વાગ્યે, મહિલા એક નાનકડી બ્રીફકેસ લઈને આવી, તેને ખોલી અને તેમાં રાખેલા દસ હજાર રૂપિયા જાહેર કર્યા. સ્ત્રી તેમની સાથે એક ઉંચો સજ્જન દેખાતો માણસ પણ હતો, જેઓ એક મોટી સાઈઝની બ્રીફકેસ લઈને જઈ રહ્યા હતા.

બેંક મેનેજરે પૂછ્યું, આ સજ્જન કોણ છે?

મહિલાએ જવાબ આપ્યો, "તે મારા વકીલ છે, તેથી કંઈક ખોટું થાય કે કૌભાંડ થાય તો હું તેને સાથે લઈ આવી છું."

બેંકના અન્ય કર્મચારીઓ પણ જિજ્ઞાસાથી ત્યાં એકઠા થઈ ગયા હતા. જલદી ઘડિયાળના દસ વાગી ગયા; મેનેજરે તરત જ બટનો ખોલ્યા અને તેનું પેન્ટ નીચે ખેંચ્યું; અને તૈયાર થતાં તેણે મહિલા પાસે

દસ હજાર રૂપિયા ભરેલી બ્રીફકેસ માંગી.

ભેગા થયેલા કર્મચારીઓ ખુશીથી તાળીઓ પાડવા લાગ્યા. પરંતુ એક અજીબ ઘટના બની, મેનેજરે પોતાનું પેન્ટ નીચે ખેંચતાની સાથે જ મહિલાની સાથે આવેલા ઊંચા માણસે ઊંડો શ્વાસ લીધો, તેની મોટી બ્રીફકેસ મહિલાને આપી અને પરસેવાથી લથબથ થઈને જમીન પર પડ્યો અને બેહોશ થઈ ગયો.

મેનેજરે પૂછ્યું, "અરે, આ વ્યક્તિને શું થયું?"

મહિલાએ હસીને જવાબ આપ્યો, "કદાચ તેને હાર્ટ એટેક આવ્યો હશે. મેં તેની સાથે પચાસ હજાર રૂપિયાની શરત લગાવી હતી કે હું બેંક મેનેજરને બધાની સામે નગ્ન થવા માટે મજબૂર કરીશ, પરંતુ તેણે કહ્યું કે આવું ન થઈ શકે."

માત્ર થોડું! તમારા મગજનો ઉપયોગ કરવાનું શીખો!

એક ખ્રિસ્તી મિશનરી આફ્રિકાના આદિવાસીઓ વચ્ચે ધર્મનો પ્રચાર કરવા ગયો. ત્યાં તેને કેટલાક નરભક્ષી આદિવાસીઓએ પકડી લીધો. જ્યારે તેઓ તેને શેકવાની તૈયારી કરી રહ્યા હતા, ત્યારે તે જાતિનો સરદાર ત્યાં આવ્યો. ખ્રિસ્તી મિશનરી એ જોઈને આશ્ચર્યચકિત થઈ ગયો કે આદિજાતિના નેતાએ ટાઈ પહેરી હતી અને તે ખૂબ જ સારી રીતે અંગ્રેજી બોલે છે. ચર્ચા દરમિયાન એવું પણ બહાર આવ્યું હતું કે તેણે પાંચ વર્ષ લંડનમાં રહ્યા બાદ યુનિવર્સિટીમાં અભ્યાસ કર્યો હતો.

જ્યારે તેઓ મિશનરીને સળગતા લાકડાના ઢગલા પર ફેંકવાના હતા ત્યારે તેમણે સરદારને કહ્યું, "મને મારતા પહેલા, એક પ્રશ્નનો જવાબ આપો. તમે શિક્ષિત છો, સંસ્કારી સમાજમાં રહ્યા છો, છતાં તમે માનવ માંસ ખાઓ છો. શું તમારા પર શિક્ષણ અને દીક્ષાની કોઈ અસર થઈ નથી?" "તેની ખૂબ અસર થઈ છે," નરભક્ષી સરદારે ગર્વથી કહ્યું. "હવે આપણે છરીઓ, કાંટા અને ચમચી સાથે માંસ ખાઈએ છીએ."

ફક્ત તમારી બુદ્ધિ વાપરતા શીખો. આ જગત બહુ મૂર્ખ છે; અને લોકો, તેમની મૂર્ખતામાં, એકબીજાને દુ:ખ પહોંચાડવાના નવા રસ્તાઓ શોધતા રહે છે. એકબીજાને વધુ સુખી અને આનંદી બનવામાં મદદ કરવાને બદલે, તેઓ એકબીજાના પગ ખેંચતા રહે છે - ઊંડા અંધકારમાં, ઊંડા કાદવમાં અને મોટી મુશ્કેલીમાં ખેંચતા રહે છે.

એવું લાગે છે કે દુનિયામાં એક જ સુખ છે અને તે છે બીજાને દુ:ખ પહોંચાડવાનું સુખ. એટલે આ પૃથ્વી દુ:ખના ઘેરા વાદળોથી ઘેરાયેલી છે; નહિ તો અહર્નિશ ઉત્સવ ચાલશે, દરરોજ દિવાળી હશે અને ત્યાં કોઈ સામાન્ય લાઇટો નહીં હોય, તમારા આત્માનો પ્રકાશ બળતો હશે, એક આંતરિક દિવાળી હશે.

શા માટે વિદ્વાનો અને પાદરીઓ મનુષ્યોને સમજાવવામાં સફળ થયા કે જ્ઞાન પ્રાપ્ત કરવું અત્યંત મુશ્કેલ છે... લગભગ અશક્ય છે? આનું કારણ તમારા મનમાં છે. તમારું મન હંમેશા મુશ્કેલ કાર્યોમાં રસ લે છે, અશક્યને શક્ય બનાવવામાં, કારણ કે તે મનને પડકાર આપે છે અને અહંકારને મજબૂત બનાવે છે. અહંકારને ખીલવા માટે પડકારો જરૂરી છે.

તેથી જ પંડિતો તમને સમજાવવામાં સફળ થયા કે જ્ઞાન પ્રાપ્ત કરવું એ મજાક નથી, લગભગ અશક્ય છે. ક્યારેક, લાખો અને કરોડો લોકોમાં, ફક્ત એક જ વ્યક્તિ જ્ઞાની બને છે. તેણે સંપૂર્ણ કાળજી લીધી કે તમે જ્ઞાની ન બનો અને આ માટે તેણે એક ખૂબ જ ચતુર યુક્તિનો ઉપયોગ કર્યો - તેણે તમારા અહંકારને પડકાર્યો, અને તમે તમામ પ્રકારની તપસ્યા અને આત્મ-મૃત્યુની પ્રથાઓમાં રસ ધરાવો છો; તમે તમારા જીવનને શક્ય એટલું ઉદાસીથી ભરી દીધું.

પરંતુ યાદ રાખો કે આવા આત્મ-યાતનાઓ, જે લોકો તેમના જીવનને નરક બનાવી દે છે, તેઓ ક્યારેય પ્રબુદ્ધ બની શકતા નથી. હા, બુદ્ધ ચોક્કસપણે થશે, તેમનું જીવન તેજસ્વી થવાને બદલે વધુ અંધકારમય બનશે. અને જે લોકો અંધકારમાં પ્રયાસ કરે છે તેઓ સરળતાથી ગુલામ બની જાય છે; કારણ કે તેઓએ તેમની બધી બુદ્ધિ ગુમાવી દીધી, તેઓએ હાસ્યાસ્પદ તપ કરીને તેમની ચેતના ગુમાવી દીધી, તેઓએ તેમનો અંતરાત્મા ગુમાવ્યો.

શું તમે શિયાળા દરમિયાન સવારના તડકામાં કૂતરાને ગરમ થતા જોયા છે? પોતાની પૂંછડી જોઈને કુતૂહલ થાય છે કે મામલો શું છે! તે કૂદીને પૂંછડીને પકડવાનો પ્રયત્ન કરે છે, પરંતુ તે કૂદતાની સાથે જ પૂંછડી પણ દૂર કૂદી જાય છે; તે અને તેની પૂંછડી વચ્ચેનું અંતર સમાન રહે છે. તે ગોળ ગોળ ફરે છે, અને અંતે પાગલ થવા લાગે છે, એમ વિચારીને કે આ ખૂબ જ વિચિત્ર બાબત છે, ખૂબ જ કુટિલ ઉકેલ છે.

મેં જોયું કે પૂંછડી જેટલી વધુ પીછેહઠ કરે છે, તેટલી વધુ તે તેની તમામ ઇચ્છાશક્તિ સાથે, મક્કમ નિર્ણય સાથે તેને પકડવાનો પ્રયાસ કરે છે, ક્યારેક આ પદ્ધતિમાં, ક્યારેક તે પદ્ધતિમાં, દરેક રીતે. પરંતુ બિચારા કૂતરાને ખબર નથી કે પૂંછડી પકડી રાખવી શક્ય નથી, કારણ કે પૂંછડી પોતે જ એક ભાગ છે; તેથી જ્યારે તે કૂદકો મારે છે ત્યારે તેની પૂંછડી પણ તેની સાથે કૂદી પડે છે.

જ્ઞાન મેળવવું મુશ્કેલ નથી અને અશક્ય પણ નથી. તમારે તેને મેળવવા માટે કંઈ કરવાની જરૂર નથી; કારણ કે તે તમારો અંતિમ સ્વભાવ છે, તમારો આત્મા છે. માત્ર એટલું જ કરવાનું છે કે એક ક્ષણ માટે તમામ પ્રયત્નો ભૂલી જાઓ, બધી પ્રવૃત્તિઓ ભૂલી જાઓ, અને

સંપૂર્ણપણે હળવા અને શાંત થઈ જાઓ, જેથી કોઈ વ્યસ્તતા બાકી ન રહે. ચેતના વિચલિત થતાં જ એકાએક સભાન થઈ જાય છે કે હે, હું બુદ્ધ છું!

ડહાપણ એ વિશ્વની સૌથી સરળ વસ્તુ છે. પણ ધર્મના ઠેકેદારો કદી ઇચ્છતા નથી કે આખું વિશ્વ પ્રબુદ્ધ બને, નહીંતર કોણ ખ્રિસ્તી બનશે, કોણ કેથોલિક બનશે, કોણ હિન્દુ બનશે અને કોણ મુસ્લિમ બનશે? લોકોને તેમના પોતાના સ્વભાવથી આંધળા થવું પડશે, જ્ઞાનથી વંચિત રહેવું પડશે.

અને વિદ્વાનો અને પુરોહિતોએ ખૂબ જ ચતુરાઈથી રસ્તો શોધી કાઢ્યો, તેમને કંઈ કરવાનું પણ નહોતું, તેઓએ તમને માત્ર એ ખ્યાલ આપ્યો કે જ્ઞાન મેળવવું ખૂબ મુશ્કેલ છે, મુશ્કેલ છે; તે અશક્ય છે... તરત જ તમારો અહંકાર વિચિત્ર બન્યો. અહંકારને તમારી સામે જે છે તેમાં કોઈ રસ નથી, તમે જે છો તેમાં કોઈ રસ નથી. તેને માત્ર દૂરની વસ્તુઓ જ ગમે છે; ટાર્ગેટ જેટલું દૂર જાય છે તેટલી તેની ઉત્સુકતા વધે છે.

પરંતુ જ્ઞાન એ ધ્યેય નથી, તે તમારાથી ઇંચ દૂર નથી, તે તમે છો! જે માંગવામાં આવે છે તે સાધકની અંદર છુપાયેલું છે. જેને જાણવું છે તે જાણનાર છે, જાણનાર જ્ઞાતા છે. માત્ર દ્રષ્ટાને જોવાનું છે, બસ !

એકવાર તમે સમજો કે જ્ઞાન એ તમારો સ્વભાવ છે... વાસ્તવમાં, સંસ્કૃતમાં ધર્મ શબ્દનો જ અર્થ છે પ્રકૃતિ, તમારો મૂળ સ્વભાવ. ધર્મનો અર્થ ન મંદિર, મસ્જિદ, કે ચર્ચ, ન તો કોઈ સિદ્ધાંત કે માન્યતા છે; તેનો સ્પષ્ટ અર્થ તમારો સ્વભાવ છે. ઉદાહરણ તરીકે, અગ્નિનો ધર્મ શું છે? ગરમ હોવું. અને પાણીનો ધર્મ શું છે? શું તે નીચે તરફ વહે છે? માણસનો સ્વભાવ કેવો છે? માણસનો ધર્મ શું છે? પ્રબુદ્ધ થવું, પોતાના દિવ્યતાને જાણવું.

જો તમે તમારા સ્વભાવની સહજ સિદ્ધિને, તેની સરળતાને સમજી શકશો, તો જ હું તમને જ્ઞાની કહીશ. જો તમે આ સાદી વાતને સમજી શકતા નથી, તો તમે બુદ્ધિશાળી નથી, તો પછી તમે પણ અહંકારી છો જેમ અન્ય લોકો અહંકારી છે - કેટલાક લોકો સૌથી ધનવાન બનવાનો પ્રયાસ કરી રહ્યા છે, કેટલાક લોકો ઉચ્ચ પદ પર પહોંચવાનો પ્રયાસ કરી રહ્યા છે, તેવી જ રીતે કેટલાક લોકો પરમ જ્ઞાન પ્રાપ્ત કરવાનો પ્રયાસ કરી રહ્યા છે.

પરંતુ યાદ રાખો કે અંતિમ જ્ઞાન કે બોધ પ્રાપ્ત કરવું અહંકાર માટે શક્ય નથી. સંપત્તિ, પદ અને પ્રતિષ્ઠા પ્રાપ્ત કરવી શક્ય છે - જો કે મુશ્કેલ, ખૂબ મુશ્કેલ છે, પરંતુ શક્ય છે.

જે જરૂરી છે તે એક હળવા, શાંતિપૂર્ણ, આત્મસમર્પણની સ્થિતિ છે,

અસ્તિત્વની સ્થિતિ જ્યાં સંપૂર્ણ મૌન છે... અને અચાનક એક વિસ્ફોટ થાય છે.

તમે તેને ઓળખો કે ન ઓળખો, તમે બધા જન્મજાત બુદ્ધ છો. સમાજ ઇચ્છતો નથી કે તમે તેને જાણો, ધર્મો તમને તે જણાવવાનું પસંદ નથી કરતા, રાજકારણીઓ નથી ઇચ્છતા કે તમે તમારી બુદ્ધ સ્થિતિથી વાકેફ રહો, કારણ કે તે બધા નિહિત હિતોની વિરુદ્ધ છે. કારણ કે તમે તમારા જ્ઞાનથી બેભાન છો, તેઓ તમારું લોહી ચૂસી રહ્યા છે અને જીવંત છે, અને તેઓ સમગ્ર માનવતા પર - હિંદુ, મુસ્લિમ, ખ્રિસ્તી, જેમ કે તમે એક પદાર્થ, એક તત્વ છો તેના પર મૂર્ખ લેબલો ચોંટાડવામાં સક્ષમ છે. તેઓએ તમારા કપાળ પર એક લેબલ લગાવી દીધું છે કે તમે કોણ છો.

ભારતમાં તમે ખરેખર તિલકધારી બ્રાહ્મણોને તેમના કપાળ પર પ્રતીકો સાથે જોશો. તેના તિલકને જોઈને જ તમે સમજી શકશો કે તે કઈ જાતિના બ્રાહ્મણ છે. તેના કપાળ પર એક લેબલ છે - તે માણસ છે કે વસ્તુ? તમારા કપાળ પર તમારું પ્રતીક કોતરેલું ન હોય, પરંતુ તમે જાણો છો કે તમારા આત્મા પર તે કોતરાયેલું છે કે તમે ખ્રિસ્તી છો, તમે બૌદ્ધ છો, કે તમે હિન્દુ છો.

જો તમે બધા પ્રબુદ્ધ થશો, તો તમે હળવા બનશો, તમારા માટે અને અન્ય લોકો માટે આનંદરૂપ, તમારા માટે અને આ સમગ્ર અસ્તિત્વ માટે આશીર્વાદરૂપ અને તમે પરમ મુક્ત બનશો.

પછી કોઈ તમારું શોષણ કરી શકશે નહીં; તે તમને ગુલામ બનાવી શકે એવો કોઈ રસ્તો નથી - આ જ સમસ્યા છે, તેથી જ કોઈ ઈચ્છતું નથી કે તમે પ્રબુદ્ધ બનો. જ્યાં સુધી તમે આને યોગ્ય રીતે નહીં સમજો ત્યાં સુધી તમે નિહિત હિતોના હાથમાં રમકડા બનીને રહી જશો, જેઓ બધા પરોપજીવી છે, જેનું એકમાત્ર કામ તમારું લોહી ચૂસવાનું છે.

જો તમારે સ્વતંત્રતા જોઈતી હોય તો જ્ઞાન એ જ સ્વતંત્રતા છે. જો તમારે ગોપનીયતા જોઈતી હોય તો જ્ઞાન માત્ર એકાંત છે. જો તમે આશીર્વાદથી ભરપૂર જીવન ઇચ્છતા હો તો જ્ઞાન માત્ર અનુભવ છે.

અને તમે ધ્યાનમાં રાખો, તે ખૂબ જ સરળ છે, તે ખૂબ જ સરળ વસ્તુઓમાંથી એક કે જે મેળવવા માટે કંઈપણ કરવું પડતું નથી, કારણ કે તે પહેલેથી જ છે. તમારે ફક્ત તેને શાંત ચિત્તે અને હળવાશથી જોવું પડશે.

આ કારણથી ભારતમાં પશ્ચિમી ફિલસૂફીની સમાંતર કંઈ નથી. તત્વજ્ઞાન એટલે સત્ય વિશે વિચારવું, જ્ઞાનનો પ્રેમ. ભારતમાં આપણી પાસે 'દર્શન' છે, જે સંપૂર્ણપણે અલગ વસ્તુ છે, અને દર્શનનો અર્થ ચિંતન નથી; દર્શન એટલે દર્શન.

તમારે સત્ય વિશે વિચારવાની જરૂર નથી, પરંતુ તમારું સત્ય જુઓ - તે તમારી અંદર પહેલેથી જ છે, તમારે તેને શોધવા માટે ક્યાંય જવાની જરૂર નથી. તમારે તેના વિશે વિચારવાની જરૂર નથી, પરંતુ તમારે બધા વિચારોને રોકવા પડશે, જેથી તે તમારી અંદર દેખાય.

એવી અવિરત આરામની જરૂર છે કે આંતરિક આકાશ વાદળોથી ઘેરાયેલું ન હોય, જેથી તમારી અંદર છુપાયેલો પ્રકાશ ફેલાય અને તમારા આત્માને ભરી શકે. તે માત્ર આત્માને જ ભરે છે, પણ તમારામાંથી વિકિરણ થવા લાગે છે. તમારું આખું જીવન પરમ સૌંદર્યથી ભરેલું છે - એક સુંદરતા જે શરીરની નથી પણ ચેતનાની છે, જે અંદરથી પ્રસરે છે.

●●

9

મૌનનો રસાસ્વાદ : ધાર્મિકતાનો અનુભવ

પ્રિય ઓશો,
શા માટે તમારા સત્રમાં મૌન આટલી સરળતાથી થાય છે?

અહીં મારો પ્રયાસ તમને એ જોવાની તક આપવાનો છે કે તમારી સાથે ચર્ચા કરતી વખતે, તમે પણ ગૌતમ બુદ્ધની જેમ મૌન બનવા, મનથી આગળ જવા માટે સક્ષમ છો; કે તે કોઈ પ્રતિભા નથી, કોઈ વિશિષ્ટ ગુણવત્તા નથી જે ફક્ત થોડા લોકો પાસે છે.

દરેક વ્યક્તિ ચિત્રકાર ન બની શકે, દરેક વ્યક્તિ કવિ ન બની શકે - તે પ્રતિભા છે. દરેક મનુષ્ય તીવ્ર બુદ્ધિશાળી ન હોઈ શકે - તે બધા જન્મજાત લક્ષણો છે. પરંતુ દરેક જણ પ્રબુદ્ધ થઈ શકે છે - આ એકમાત્ર વસ્તુ છે જે સામ્યવાદી ખ્યાલથી સાચી છે; અને તે જોઈને આશ્ચર્ય થાય છે કે આ એકમાત્ર વસ્તુ છે જેને સામ્યવાદ નકારે છે.

જ્ઞાન એ એકમાત્ર અનુભૂતિ છે જ્યાં બધા સમાન છે, જ્યાં બધા સમાન રીતે સક્ષમ છે.

તે તમારી ક્રિયાઓ પર, કે તમારી પ્રાર્થનાઓ પર અથવા તમે ભગવાનમાં વિશ્વાસ કરો છો કે નહીં તેના પર નિર્ભર નથી. આ એક જ છે

તે પદાર્થ પર આધારિત છે, અને તે થોડો સ્વાદ છે... માત્ર થોડી ઝલક અને તમે તરત જ આત્મવિશ્વાસથી ભરાઈ જાઓ છો કે તમે પણ સક્ષમ છો, તમે પણ સક્ષમ છો.

હું તમને જે કહું છું તે વાણી નથી, કે હું તમને કોઈ ઉપદેશ કે સિદ્ધાંત શીખવી રહ્યો નથી. મારું બોલવું એ માત્ર એક ઉપાય છે, એક યુક્તિ છે કે જેથી તમે મૌનનો સ્વાદ મેળવો, અને આત્મવિશ્વાસ મેળવો કે આ કોઈ પ્રતિભા નથી, આ કોઈ મહાનતા નથી, તે જ્ઞાનીઓ અને તપસ્વીઓની ભેટ નથી, કે જેઓ પોતાને સદાચારી આત્માઓ માને છે, તે માટે કોઈ વિશેષ શિક્ષણ અથવા દીક્ષાની, લાંબા તપ, ઉપવાસની જરૂર નથી. દરેક પાસે આ સંપત્તિ છે, કોઈપણ શરતો વિના - તમારે ફક્ત તમારી પોતાની સંપત્તિ વિશે જાગૃત રહેવાની જરૂર છે. અને તમારી સાથે વાત કરવાનો મારો આખો હેતુ આ જ છે.

એકવાર તમે ખાતરી કરો કે તમે મૌન રહી શકો છો, તમારો સંપૂર્ણ પરિપ્રેક્ષ્ય બદલાઈ જશે. આમાં ન તો કોઈ અનુશાસનનો પ્રશ્ન ઊભો થાય છે, ન પ્રાર્થના કરવાનો. ભગવાનમાં કે એવી બીજી બકવાસમાં માનવાનો પ્રશ્ન જ નથી. આ ફક્ત તમારી પોતાની શક્યતાઓને સાકાર કરવાનો પ્રશ્ન છે, અને એકવાર તમે તમારી શક્યતાઓથી વાકેફ થઈ જાઓ અને તેમના વિશે આત્મવિશ્વાસ ધરાવો, પછી તમારી આંખોમાં ધર્મનો આખો રંગ બદલાઈ જશે.

ધર્મ એ મૌન, શાંતિ, ચેતના અને સુખનો વિષય છે, તેને પાપ, પુણ્ય અને પશ્ચાતાપ વગેરે સાથે કોઈ લેવાદેવા નથી. અસ્તિત્વ તમારા પાપોનો હિસાબ રાખતું નથી, અને તમે કેટલા પાપો કરશો? તમે શું પાપ કરશો? આ બિચારા માણસોને કેટલી સજા મળવી જોઈએ? ધર્મોએ નાની નાની બાબતો માટે નરકમાં શાશ્વત સજાની વ્યવસ્થા કરી છે. અરે, ન્યાય જેવું કંઈક હોવું જોઈએ!

બર્ટ્રાન્ડ રસેલે એક સંપૂર્ણ હિસાબ બનાવ્યો - તેણે કરેલા તમામ પાપોનો માત્ર વિચાર કર્યો; અને તેણે સ્વપ્નમાં કરેલા તમામ પાપોની પણ ગણતરી કરી. તેણે એક લાંબી યાદી તૈયાર કરી અને તે ખ્રિસ્તી ધર્મશાસ્ત્રીઓને આપી અને તેમને પૂછ્યું... અડધી સદીથી વધુ સમય વીતી ગયો છે અને તેનો પ્રશ્ન હજુ પણ અનુત્તર છે. તેણે પચાસ વર્ષ રાહ જોઈ, હવે તે દુનિયામાં પણ નથી.

તેમનો પ્રશ્ન હતો, “આ બધી એવી વસ્તુઓ છે જેને પાપ તરીકે ગણી શકાય.”

ઠીક છે, કેટલાક કે જે મેં કર્યું, કેટલાક કે જેના વિશે મેં હમણાં જ વિચાર્યું, અને કેટલાક કે જેના વિશે મેં હમણાં જ સપનું જોયું. આ બધાના આધારે મને કેટલી સજા થઈ શકે? સૌથી કઠોર ન્યાયાધીશ પણ મને સાડા ચાર વર્ષથી વધુ કેદની સજા ન આપી શકે; અને ખ્રિસ્તી ધર્મ મને શાશ્વત નરકની આગમાં ફેંકી દેશે!”

શાશ્વત સજા ભોગવવા માટે, વ્યક્તિને કમસેકમ પાપ કરવાની તક મળવી જોઈએ; અન્યથા ન્યાય થઈ શકશે નહીં.

બર્ટ્રાન્ડ રસેલનો જન્મ ખ્રિસ્તી પરિવારમાં થયો હતો, પરંતુ જ્યારે તે ખ્રિસ્તી ધર્મશાસ્ત્રની વાહિયાતતા, તેમના ધાર્મિક ખ્યાલોથી વાકેફ થયા ત્યારે તેણે પુસ્તક લખ્યું - "શા માટે હું ખ્રિસ્તી નથી" - હું ખ્રિસ્તી કેમ નથી? - આ બધા સવાલો તેણે તે પુસ્તકમાં ઉઠાવ્યા છે, પરંતુ આજ સુધી એક પણ સવાલનો જવાબ મળ્યો નથી. જવાબમાં એટલું જ કરવામાં આવ્યું કે પોપે તેમના પુસ્તક પર 'પ્રતિબંધ' લગાવી દીધો. તે પુસ્તક પોપ દ્વારા પ્રકાશિત બ્લેકલિસ્ટમાં પડ્યું; જે તે દર વર્ષે કેથોલિક ખ્રિસ્તીઓ માટે પ્રકાશિત કરે છે, તેમાં એવી સૂચનાઓ છે કે તમારે અમુક પુસ્તકો વાંચવા નહીં.

હું ખૂબ જ ભાગ્યશાળી છું કે મારા પુસ્તકોનો પણ તે બ્લેકલિસ્ટમાં ઉલ્લેખ છે.

તમારી સતર્કતા, તમારી ચેતના મજબૂત થશે, તમારી જીવનશૈલીની સંપૂર્ણ રચના બદલાશે. ધર્મો જેને પાપ કહે છે તે અદૃશ્ય થઈ જશે. અને તેઓ જેને પુણ્ય કહેતા આવ્યા છે તે આપમેળે તમારામાંથી, તમારા કાર્યોમાંથી વહેવા લાગશે.

પરંતુ તેઓ તેનાથી વિપરિત શીખવતા રહ્યા છે કે પહેલા ક્રિયા બદલો, વર્તન બદલો... જાણે કે તમે અંધારાવાળા ઘરમાં હો, ફર્નિચર સાથે ટક્કર મારતા હો અને અન્ય વસ્તુઓમાં અટવાતા હો અને તમને કહેવામાં આવે કે જ્યાં સુધી તમે ટક્કર મારવાનું બંધ ન કરો ત્યાં સુધી પ્રકાશ શક્ય નથી.

હું તમને અંદર પ્રકાશ લાવવા કહું છું, અને ઠોકર ખતમ થઈ જશે. જ્યારે પ્રકાશ હોય ત્યારે તમે શા માટે વસ્તુઓ સાથે ટક્કર કરશો? જ્યારે પણ તમે ઠોકર ખાઓ છો, જ્યારે પણ તમારું માથું દિવાલ સાથે અથડાય છે, ત્યારે તે દુઃખે છે. તે પીડા તેની સજા છે - દરેક ખોટું કાર્ય તેની પોતાની સજા છે; કોઈ બેઠું નથી અને તમારી ક્રિયાઓ પર નજર રાખતું નથી. અને એ પણ યાદ રાખો કે દરેક સુંદર કાર્ય તેનો પોતાનો પુરસ્કાર છે. પરંતુ પહેલા તમારા જીવનમાં પ્રકાશ લાવો.

ધ્યાન એ જીવનમાં પ્રકાશ, આનંદ, મૌન અને પ્રસન્નતા લાવવાનો પ્રયાસ છે. અને એકવાર તમે ધ્યાનની આ સુંદર દુનિયામાં પ્રવેશ કરી લો, પછી તમારા માટે કંઈપણ અશુભ કરવું અશક્ય બની જશે.

એટલે મેં આખી વાત ઊંધી કરી નાખી છે. ધર્મોએ ક્રિયાઓ પર ભાર મૂક્યો છે, આચાર પર ભાર મૂક્યો છે, મારો ભાર જાગૃતિ પર છે. અને જાગૃતિ મૌનમાં જ વિકસી શકે છે. ચેતનાના વિકાસ માટે માત્ર મૌનની

ભૂમિ જ યોગ્ય છે. જ્યારે તમે ઘોંઘાટથી ભરેલા હો ત્યારે તમે ખૂબ જ સચેત અને સભાન રહી શકતા નથી. જ્યારે તમે જાગૃત, સભાન હો, તો તમે ઘોંઘાટ કરી શકતા નથી. આ બે વસ્તુઓ એકસાથે ન થઈ શકે.

તેથી મારું બોલવું, મારી વાતચીત અન્ય કોઈપણ પ્રકારની વાણીની શ્રેણીમાં ન ગણવી જોઈએ, તે માત્ર એક ઉપાય છે, એક બહાનું છે: તમારામાં વિશ્વાસ કેળવવા માટે જે ધર્મોએ તમારી પાસેથી છીનવી લીધો છે. આત્મવિશ્વાસને બદલે, તેઓએ તમને અપરાધની લાગણી આપી છે, જે તમને હતાશ રાખે છે, તમને નીચે તરફ ખેંચે છે.

એકવાર તમને ખાતરી થઈ જાય કે બુદ્ધ માટે જે શક્ય હતું તે બધું તમારા માટે પણ ઉપલબ્ધ છે; તેથી તમે હીન અને પાપી અનુભવશો નહીં - તમે ભાગ્યશાળી અનુભવશો. તમને લાગશે કે અસ્તિત્વએ તમને ચેતનાના સર્વોચ્ચ શિખરોમાંથી એક બનવા માટે તૈયાર કર્યા છે. પરંતુ તમે આ રીતે જીવ્યા નહીં, તમે પૂજારીઓ અને પુરોહિતોના ઉપદેશોને અનુસરતા રહ્યા, જેણે તમારી પ્રતિષ્ઠા અને ગૌરવનો નાશ કર્યો.

હું ઈચ્છું છું કે તમે સંપૂર્ણ ખાતરી કરો કે તમારી સાથે કંઈપણ ખોટું નથી, કોઈનામાં કંઈપણ ખરાબ નથી. આ અશુભ વિચાર - આ ઝેર તમને આપવામાં આવ્યું છે.

સારી માનવતાના નિર્માણમાં ધર્મો મદદરૂપ થયા નથી. તેઓએ એટલું જ કર્યું છે કે માણસમાં જે કંઈ સુંદર અને શુભ હતું તેનો તેઓએ નાશ કર્યો છે. તેઓએ માણસના વિકાસને અટકાવ્યો અને તેના મૂળને કાપી નાખ્યા. ચેતનાની દુનિયામાં માણસ બહુ વામન થઈ ગયો છે.

મેં મારું સમગ્ર ધ્યાન બદલી નાખ્યું છે. હું એમ નથી કહેતો કે આ પાપ છે અને તે પુણ્ય છે; કે તમારે આ કરવું જોઈએ અને તે ન કરવું જોઈએ. હું કહું છું કે જાગો, બસ! મૌનમાં ડૂબી જાઓ, આનંદમાં ડૂબી જાઓ, બાકી બધું આપોઆપ થઈ જશે. તે તમને થોડો સમય એકલા ગણશે, જેમ જેમ તમારો આત્મવિશ્વાસ મજબૂત થશે, તમે એકલા હોવા છતાં પણ મૌન રહેવા માટે સક્ષમ બનશો.

પણ જ્યારે તું મારી સાથે હોય છે, ત્યારે મૌન માં ડૂબવું સહેલું બને છે; એનું કારણ એ છે કે હું પોતે મૌન છું. જ્યારે હું બોલું છું ત્યારે પણ હું મૌન રહું છું, મારી આંતરિક ચેતના અસ્પૃશ્ય રહે છે, તે સામેલ નથી.

હું જે કહું છું તે મારા માટે તણાવ, બોજ કે અવરોધ જેવું લાગતું નથી. હું ગમે તેટલો હળવો છું. તમે બોલો કે ના બોલો તેનાથી કોઈ ફરક પડતો નથી.

સ્વાભાવિક રીતે આ પ્રકારની સ્થિતિ ચેપી છે. મારી વાત સાંભળીને, મારી સામે જોઈને, અહીં મારી હાજરીમાં ઉભા થઈને બેસીને, મારી

આંખોમાં જોઈને... મારા હાથ તરફ જોઈને પણ તમે અનુભવી શકો છો કે આ એક મૌન વ્યક્તિની મુદ્રાઓ છે. ધીમે-ધીમે આ રોગ તમને પણ પકડી લે છે, રોગનો ચેપ લાગે છે.

મૌનમાં ડૂબેલી વ્યક્તિની આસપાસ એક ખાસ પ્રકારનું ઉર્જા ક્ષેત્ર બનાવવામાં આવે છે.

તમે એક નાનો પ્રયોગ કરી શકો છો. પ્લેટ પર થોડી રેતી ફેલાવો, અને જ્યારે કોઈ સંગીતકાર કોઈ વાદ્ય વગાડતો હોય, ત્યારે તે પ્લેટને તે સાધનની નજીક રાખો. તમને એ જોઈને આશ્ચર્ય થશે કે દરેક અવાજ રેતીના કણોમાં એક ખાસ પ્રકારની પેટર્ન બનાવે છે, તેમને એક ખાસ રીતે ગોઠવે છે; અને તે પેટર્ન દરેક નોંધ સાથે બદલાય છે. શાસ્ત્રીય સંગીતના ધ્વનિ તરંગો રેતીના કણોને ખૂબ જ સુંદર અને ખૂબ જ શાંત રીતે ગોઠવે છે, જે એક પ્રકારની 'સુસંગત પેટર્ન' બનાવે છે. તે સમાન પ્લેટ છે, તે જ રેતી છે, પરંતુ તમે જાઝથી સ્કિનહેડ્સ સુધી કેટલાક મૂર્ખ આધુનિક સંગીત વગાડો છો, અને તમે આશ્ચર્યચકિત થઈ જશો કે બધી રેતી અસ્તવ્યસ્ત થઈ ગઈ છે. તેનો લય ખોવાઈ ગયો હતો, તેની શાંતિ ખોરવાઈ ગઈ હતી. અને જે પેટર્ન ઉભરી આવે છે તેને જોતાં, વ્યક્તિ તરત જ સમજી શકે છે કે તે તોફાની, લયવિહીન અને અવ્યવસ્થિત છે.

મૌનમાં ડૂબેલી વ્યક્તિ પોતાની સાથે એક ખાસ પ્રકારના ઉર્જા તરંગો વહન કરે છે અને જો તમે સંવેદનશીલ હો, ગ્રાહક હો તો તેના તરંગો તમારા હૃદયને સ્પર્શવા લાગે છે.

શું તમે ધ્યાનમાં લીધું છે કે જો પતિ-પત્ની દંપતીએ ખરેખર પ્રેમભર્યું જીવન જીવ્યું હોય - ઈર્ષ્યા વિના, એકબીજાની માલિકી વિના - જો તેઓએ એકબીજાને ઊંડો આદર અને સ્વતંત્રતા આપી હોય, અને તેમના વ્યક્તિગત જીવન જીવવામાં એકબીજાને ટેકો આપ્યો હોય; પછી તમને આશ્ચર્ય થશે

લાંબો સમય સાથે રહ્યા પછી, પચાસ-સાઠ વર્ષ સુધી, તેઓ લગભગ એકસરખા દેખાવા લાગે છે, એકસરખા થવા લાગે છે. આ હકીકત યુગોથી જાણીતી છે. તેમનો અવાજ, તેમની આંખો, તેમના ચહેરા અને હાવભાવ... બધું એટલું સરખું થઈ જાય છે, સંવાદિતા છે!

અને અલબત્ત આ જ ઘટના ગુરુ અને શિષ્ય વચ્ચે લાખો ગણા મોટા પાયે બને છે, કારણ કે તેમની વચ્ચે કોઈ પણ પ્રકારનો સંઘર્ષ નથી. અને ખાસ કરીને મારા જેવા માણસ સાથે નહીં, કારણ કે હું તમને કોઈ પણ રીતે શિષ્ય બનવા માટે દબાણ કરતો નથી, કે મને છોડીને જનાર કોઈના માર્ગમાં હું કોઈ અડચણ ઉભી કરી રહ્યો નથી. જ્યારે તમે અહીં

હો ત્યારે તમારું સ્વાગત છે, તમે છોડો તો તમારું સમાન સ્વાગત છે, મારા પ્રેમમાં કોઈ ફરક નથી. તું મારાથી દૂર જઈ શકે છે, મને દગો પણ આપી શકે છે, પણ મારો પ્રેમ એવો જ રહે છે. મારી અને તમારી વચ્ચે કોઈ કરાર નથી, કોઈ 'કોન્ટ્રાક્ટ' નથી. તમે તમારી સ્વતંત્રતા પર અહીં છો, તમે કોઈપણ સમયે છોડી શકો છો. હું મારી પોતાની સ્વતંત્રતા દ્વારા અહીં છું; મારી કોઈ જવાબદારી તમારી નથી.

સ્વતંત્રતાની આ અવસ્થામાં ગુરુ અને શિષ્ય નજીક આવી શકે છે, ખૂબ જ નજીક આવી શકે છે અને કુદરતી રીતે ઉર્જા ઉપરથી નીચે સુધી વહેવા લાગે છે, જેમ પાણી પર્વતની ટોચ પરથી ખીણમાં વહે છે. લાઓ ત્ઝુએ ખરેખર તેમના જીવનની ફિલસૂફીને 'વૉટરકોર્સ-વે', 'પાણીના પ્રવાહનો માર્ગ' નામ આપ્યું છે.

જ્યારે ગુરુ અને શિષ્ય ઊંડે સુમેળમાં, એક લયમાં, એક અવાજમાં બને છે; કારણ કે તેમની વચ્ચે કોઈ બંધન નથી, બંને પોતપોતાની સ્વતંત્રતામાં જોડાયેલા છે - અને યાદ રાખો કે વાસ્તવિક ગુરુ ક્યારેય પોતાને શિષ્ય કરતા ઊંચો માનતા નથી, જો કે સાચો શિષ્ય હંમેશા ગુરુને સર્વોચ્ચ શિખર માને છે - પછી તે સંવાદિતામાં, ઊર્જા તમારા અસ્તિત્વના ઊંડાણમાં વહેવા લાગે છે. ધ્યાન લગભગ 'બાય-પ્રોડક્ટ'ની જેમ થવાનું શરૂ થાય છે, મૌન આપોઆપ અવતરવાનું શરૂ કરે છે. તમારું હૃદય સદગુરુ સાથે નાચવા લાગે છે.

હું વૉલ્ટ વ્હિટમેનનું નિવેદન વાંચી રહ્યો હતો. તે એકમાત્ર અમેરિકન છે જેના માટે મને આદર છે. તે કહે છે, "હું મારી જાતને ગાઉં છું, મારી જાતને ઉજવું છું." હું આ નિવેદન સાથે સંમત છું. દરેક સદગુરુ પોતાના માટે ગાય છે, પોતાની ઉજવણી કરે છે. અને જેને તેનો શોખ હોય તેણે નૃત્યમાં જોડાવું જોઈએ. ધીરે ધીરે ન તો શિક્ષક કે શિષ્ય બચ્યા છે, માત્ર નૃત્ય અને ઉજવણી બાકી છે.

પરંતુ તે માત્ર અડધું નિવેદન છે, બાકીના અડધાથી હું સહમત નથી. ત્યાં તેમનો ખ્રિસ્તી ધર્મ પ્રગટ થાય છે: "હું જે માનું છું, તમારે પણ માનવું જોઈએ." આ તે છે જ્યાં બધું વ્યર્થ જાય છે. તેણે ફરી એક જ વાત કહી કે હું જે માનું છું તેના પર તમારે પણ વિશ્વાસ કરવો જોઈએ, મારી જે માન્યતા છે તે તમારી માન્યતા હોવી જોઈએ. પછી બીજાઓ પર માલિકીની લાગણી આવી. ના, આ મુદ્દા પર હું સંમત થઈ શકતો નથી.

જોકે મને વૉલ્ટ વ્હિટમેન કહે છે તે દરેક વાત સાથે સંમત થવાનું ગમશે, હું સત્યની વિરુદ્ધ જઈ શકતો નથી. તે પૂરતું છે - "હું મારી જાતને ગાઉં છું, મારી જાતને ઉજવું છું." જો તમને તે ગમે છે, તો તમે પણ જોડાઈ શકો છો.

પ્રશ્ન એ નથી ઊભો થતો કે હું જે માનું છું, તમારે પણ માનવું જોઈએ; કે તમે મારા વિશ્વાસને તમારો વિશ્વાસ બનાવો, કે તમારે કોઈપણ રીતે મારા પર નિર્ભર રહેવું પડશે. તમે જોડાયા છો કારણ કે તમે નૃત્યને પસંદ કરો છો, કારણ કે તમને ઉજવણીઓ ગમે છે, કારણ કે તમે તમારા જીવનમાં પહેલીવાર એક એવા માણસને મળ્યા છો જેના માટે જીવન બોજ કે સજા નથી, પરંતુ એક ઉજવણી છે, તહેવાર છે.

મારી હાજરીમાં તું તારી જાતને ભૂલી જાય છે, તારો અહંકાર ભૂલી જાય છે. ભાર મારા પર ન હોવો જોઈએ, ભાર તમારા પર હોવો જોઈએ કે મારી હાજરીમાં તમે મારા માટે પ્રેમ, આદર અને સન્માનથી ભરપૂર થાઓ, તેથી તમે તમારું રક્ષણાત્મક કવચ ઉતારી લો. અહંકાર એ તમારું રક્ષણાત્મક કવચ છે.

તો તમે મારી હાજરીમાં મૌનમાં કેમ ડૂબી જાઓ છો તેના પર વધુ ધ્યાન આપો? તમારી શાંતિ અને મૌન માટે તમારે મને સંપૂર્ણપણે જવાબદાર ન ગણવો, નહીં તો સમસ્યા ઊભી થશે. તો પછી તમે એકલા રહીને શું કરશો? પછી મારી હાજરી તમારા માટે વ્યસન સમાન બની જશે, અને હું નથી ઈચ્છતો કે તમે મારા વ્યસની બનો.

હું તમારા માટે નર્ક બનવા માંગતો નથી.

આખી દુનિયામાં કહેવાતા ધાર્મિક ગુરુઓ અને હું લગભગ તમામ પ્રકારના ગુરુઓને મળ્યો છું - તેઓ બધા તેમના અનુયાયીઓને તેમના પર નિર્ભર અને તેમના વ્યસની બનાવવા માંગે છે, તેમને તેમના પર નિર્ભર બનાવવા માંગે છે.

જોઈએ તે તેમની સત્તા માટેની ભૂખ છે, તેમની નિપુણતાની ઇચ્છા છે. મારી પાસે માલિકીની કોઈ આકાંક્ષા નથી. હું તને પ્રેમ કરું છું, ભલે તું મારી સાથે રહે કે ના રહે.

હું તમને આત્મનિર્ભર અને આત્મવિશ્વાસથી ભરપૂર જોવા માંગુ છું કે તમે મૌનની આ અમૂલ્ય ક્ષણો જાતે જ આપી શકો. જો તમે મારી હાજરીમાં તેમને પ્રદાન કરી શકો છો, તો પછી મારી ગેરહાજરીમાં તમે તે ન કરી શકો તેવું કોઈ કારણ નથી? કારણ કે હું કારણ નથી, હું માત્ર સાધન છું.

જ્યારે તમે મારી વાત સાંભળો છો ત્યારે શું થાય છે તે સમજો? તમે તમારા મનને દૂર રાખો, અલગ કરો. સમુદ્રમાં ઉછળતા મોજાઓનો અવાજ, અથવા વાદળોમાં ચમકતી વીજળીનો ગડગડાટ, અથવા અષાઢના વાદળોમાંથી પડતા મુશળધાર વરસાદનો અવાજ સાંભળતી વખતે તમે પણ આ જ કરી શકો છો - ફક્ત તમારા અહંકારને થોડીવાર

માટે બાજુ પર રાખો; કારણ કે તેની કોઈ જરૂર નથી... આ સમુદ્ર તમારા પર હુમલો કરશે નહીં, આ વૃક્ષો તમારા પર હુમલો કરશે નહીં, કે આ વરસાદ તમારો દુશ્મન બનશે નહીં - રક્ષણની કોઈ જરૂર નથી.

તમારા હૃદયના દરવાજા ખોલો જેમ જીવન અસ્તિત્વમાં રહેશે અને તમને આ અમૂલ્ય ક્ષણો સતત પ્રાપ્ત થવા લાગશે. અને ટૂંક સમયમાં તે તમારું આખું જીવન બની જશે.

●●●

GUJARATI BOOKS

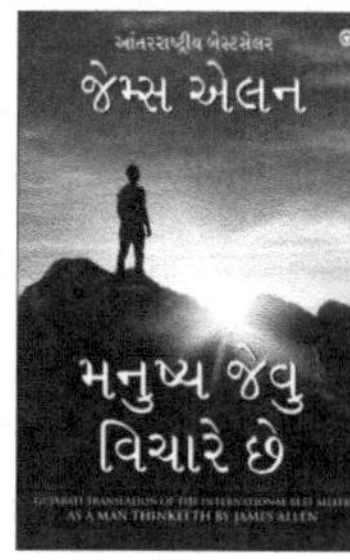

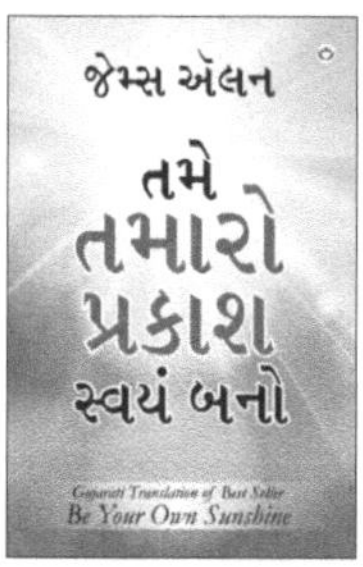